యోహాను సిద్ధాంతములపై ధ్యానాంశములు

బైబిలు వేదాంత అధ్యయనం

- హెరాల్డ్ వైస్

అనువాదం

పాస్టర్ గ్రిప్సన్ తేళ్ల

సికింద్రాబాద్

Nail Pierced Feet: 16672667 © Federicofoto | Dreamstime.com
Foot Washing: 6873941 © Jozef Sedmak | Dreamstime.com

ISBN13: 978-1-63199-738-9
Library of Congress Control Number: 2014909400

Energion Publications
P. O. Box 841
Gonzalez, FL 32560

energion.com
pubs@energion.com
850-525-3916

అంకితము మరియు జ్ఞాపకార్థం

"la Mutter"

జూలియా వైస్ రైఫెల్

(1880 - 1963)

విషయ సూచిక

తొలి పలుకు

దీర్ఘకాల కలకు సారూప్యమే ఈ పుస్తకము. డాక్టరేట్ చదువులోని మొదటి సంవత్సరంలో ఉన్నప్పుడు, 'యోహాను ప్రకారముగా యొక్క భాష పరిమాణ లోతు ఎలా చదవరులను ఆకర్షిస్తుందో నేను కనుగొన్నాను. అప్పటినుండి ఈ సువార్తను బోధన కొరకై దానిలో ఉన్న గొప్ప సంగతులను మర్మములను శోధనచేయుచు సిద్ధపడుకొలది, ఈ సువార్త పట్ల గౌరవం మరి ఎక్కువగా పెరిగింది. ఈ ప్రయత్నంలో దీని మర్మమును అర్థం చేసుకొనుటకు తమ ప్రయాసను అంకితం చేసిన అనేక పండితులు / నిపుణులు నాకు సహాయం చేసారు. నూతన నిబంధలోని పుస్తకముపై కూడా ఇంత ఎక్కువ శ్రద్ధ కలిగియుండి, గతించిన ఏబై సంవత్సరాలుగా దానిని తిరిగి వ్యాఖ్యానించే ప్రయత్నం మరియే పుస్తకము మీద జరగలేదు అను చెప్పుట అతిశయోక్తి కాదేమో.

మన జ్ఞానములోని ఆధునికతను అనేక మందికి చేరవేయుటానికి ఒక పుస్తకము వ్రాయుటకు నేను ప్రత్నించాలన్న ఆలోచన నాకు చాలాసార్లు కలిగింది. సువార్తలోని ధననిధి వందితుల సంఘములకు మాత్రమే పరిమితమవకూడదు. ఈ ఆంతర్య మర్మములను ఏ రీతిలో అందించాలో నిర్ణయించుకోలేని నా అసమర్థత ఇంతకాలం నేను వ్రాయకపోవడానికి కారణం. 2009లో *www.spectrummagazine.com* లో నెలకు ఒకసారి భాగము వ్రాయుటకు నన్ను ఆహ్వానించారు. ఈ వెబ్‌పేజీ వారు నా భాగము కు ఎటువంటి పాఠ్యాంశములనైన ఎన్నుకొనుటకు నాకు పూర్తి స్వాతంత్రమును ఇచ్చారు. భాగము యొక్క పాఠ్యాంశమును నిర్ణయించుకొనుటయే సగం పని అని తెలిసికొనుటకు నాకు ఎక్కువ సమయం పట్టలేదు. ఇది ఒక పాఠ్యాంశము మీదే వరుసగా భాగము వ్రాయుటకు నాకు సహాయం చేసింది. దీంతో తరువాతి భాగమునకు పాఠ్యాంశాలను వెదుకుకొన అవసరం తక్కువ అయింది నా రెండవ వరుసలోని అంశాలు 'యోహాను ప్రకారముగా' సువార్త లోనివి.

దీర్ఘకాలిక ప్రణాళిక లేకుండా, నెల తిరిగే సరికి ఒక అంశం వ్రాయాలనే ఒత్తిడిలో, ఈ సువార్తలోని అంశాలను భాగముగా వ్రాయటం మొదటుపెట్టాను. ఈ ప్రక్రియలో, నేను ఇంతకాలం వెతుకున్న రీతి ఇదే అని గమనించాను. మొదటలో గడువు ఒత్తిడి లేకుండా తిరిగి వ్రాసి, విసర్జించి, మరల సరిచేసి, మెరుగుపరచిన భాగము వేరొక రకమైన చదవరులకు అని ఇప్పుడు తెలుస్తుంది. నేను వ్రాయనప్పుడు నాకు కలిగిన సఫలీకృతం వారు చదువుతున్నప్పుడు వారికి కూడా కలగాలని నా ఆశ.

బైబిలు సిద్ధాంతాలలో ఈ వ్యాఖ్యానాలను నేను "ధ్యానాలు" అని పిలవడంతో వాటి ఉద్ధేశమును ప్రాముఖ్యముగా చూపించాలనుకుంటున్నాను. భక్తికి 'ధ్యానాలు' తోడ్పాటు అని ఈ రోజుల్లో ఉన్న ఒక ఆలోచన. 'ధ్యానాలు' వేదాంత ప్రతిబింబాలుగా పురాతన సాంప్రదాయంగా ఉన్నాయి. రోమా చక్రవర్తి మార్కస్ ఆరేలియస్ యొక్క "ధ్యానాలు" ను మొదట అనువదించిన కాలానికి వెళ్తుంది. మార్కస్ తన వేదాంత ఆలోచనకు "టు హిమ్‌సెల్ఫ్" గ్రీకులో ఈస్ పల్యటన్ గా పేరు పెట్టాడు. తన ధ్యానాలు; తన జ్ఞానము మరియు పరిశీలనలు యొక్క సేకరణ మాత్రమే కాదు కానీ భవిష్యత్తు సూచనల కొరకు కూడా ఒక ముఖ్యమైన మార్గదర్శక సూత్రంతో ఉన్నవి ఈ జీవిత సిద్ధాంతాలు. ఇవి ఇతరులకు ఆకర్షణీయం. 'యోహాను ప్రకారంగా' లోని నా ధ్యానాలు వేదాంత సిద్ధాంతాలే కాకుండా ఆత్మీయ సహాయంగా కూడా ఉండాలి. జీవిత విధానంకు మరియు ఇతరుల మేలు కొరకై సహాయార్థముగా ఉండటానికి ఇవి అన్వేషణగా వ్రాయబడినది. ఏకాంతంలో వ్రాసినప్పుడు ఇతరులతో సంభాషణలో ఉన్నట్టుగా రచన ఉంటుంది. అని నా అభిప్రాయం. ఇది సంభాషణ ఊహల్లో ఉండి మొదటగా వ్రాసే రాతలో ఉండటం ఎంత నిజమో; విమర్శలకు, సలహాలకు మరియు వ్యాఖ్యల కొరకు ఆ రాతలను ఇతరులతో పంచుకోవటం కూడా అంతే నిజమో. ఈ పుస్తకము యొక్క చివరి డ్రాఫ్ట్ కు వారి అత్యంత శ్రేష్ఠమైన అభిప్రాయాలు ఇచ్చిన నా ముగ్గురు స్నేహితులకు పణస్థుడనైయున్నాను.

సెయింట్ మేరీస్ కాలేజ్, నోర్త్‌డామ్‌లో నేను అధ్యాపకుడుగా ఉన్నప్పటి నుండి సహా అధ్యాపకుడు మరియు స్నేహితుడిగా ఉన్న టెరెన్స్ మార్టిన్ మొత్తము పుస్తకము చదివి, తీరికగా భోజనం చేస్తూ నాకు అవసరమైన సలహాలు ఇస్తూ నన్ను ప్రోత్సహించాడు. డాన్ నేను చదువులు ప్రారంభిస్తున్నప్పటి నుండి నా స్నేహితుడు, తన మరియు జీన్ లోడ్స్ అంతా చదివి జాగ్రత్తగా తీవ్రమైన సలహాలు కూడా ఇచ్చారు. వీరందరికి నా కృతజ్ఞతలు. ఎప్పటిలాగే, నా ఎడిటర్ మరియు పబ్లిషర్ అయిన హెన్రీ న్యూఫెల్డ్ ఈ ప్రాజెక్ట్ వల్ల తన అత్యుత్సాహాన్ని మరియు వృత్తి సామర్థ్యాన్ని కనపరిచాడు. అందరు చదవటానికి ఈ పుస్తకాన్ని సిద్ధపరచినందుకు; అతనికి నా హృదయపూర్వక కృతజ్ఞతలు. ఈ పుస్తకము మా నాన్నమ్మ "లా ముట్టర్" కు అంకితం చేస్తున్నాను. ఆమె ఉదార హృదయం కలిగి, సేవ చేయుటకు బహ సహజమైన ఆశ కలిగి (లొంగని) స్త్రీగా ఉండింది. అర్జెంటినాలో మరువబడిన ఒక ప్రాంతంలో అనేకమంది స్త్రీలు సుఖంగా ప్రసవించుటకు సహాయపడింది. శారీరక జననము మరియు ఆత్మీయ జననము విలువ ఆమె జీవితము ఒక గొప్ప సాక్ష్యము.

÷÷÷÷÷÷÷÷÷

ముందుమాట

చరిత్ర ప్రకారంగా, యేసు యొక్క జీవిత చరిత్ర వివరాలలో ఆయన రోమా అధిపతి పొంతి పిలాతుచే సిలువవేయబడ్డాడన్న విషయం అందరు అంగీకరిస్తారు. ఆ సమయములో, అనగా యేసు సిలువ వేయబడుచున్న సమయములో శిష్యులు యేసుతో తాము గడిపిన సమయమంతా వ్యర్థమగుచున్నదని అనుకున్నారు. కనుక వారు తిరిగి చేపలు పట్టు జాలరులుగా వెళ్ళుటకు నిర్ణయించుకున్నట్లు 'యోహాను ప్రకారముగా' చివరి అంశంలో ఉంది. యేసు బ్రతికేయున్నాడని, కొంతమంది శిష్యులకు కనబడెనన్న వార్తలు వారిని ఆశ్చర్యానికి గురి చేసాయి. యేసు శిష్యులలో ఈ వార్త రెండు రకాలుగా అర్థం చేసుకోబడింది.

అంత్యకాల ఆకాంక్షలను క్షుణ్ణంగా తెలిసుకున్న యేసు శిష్యులు - యేసుని దేవుడు మరణము నుండి లేపెను అని వెంటనే అర్థం చేసుకున్నారు. వారు యేసుతో గడిపిన సమయములో ఆయన అనుభవాలను అర్థం చేసుకున్న విధానం పూర్తిగా మారింది. మరియు సిలువ మరణమును నూతనముగా అర్థం చేసుకున్న విధానం పూర్తిగా మారింది. మరియు సిలువ మరణమును నూతనముగా అర్థం చేసుకోగలిగారు. అప్పటి వరకు వారు ఒక సిలువ వధకు (వధకు) సాక్షులమని అనుకున్నారు. ఎప్పుడు, దాని ఉద్ధేశాన్ని తిరిగి అర్థం చేసుకోవాల్సి వచ్చింది. మొదటి అనుభవంలో వారు ఎలాగు అర్థం చేసుకున్నారో మనకు తెలియదు. యేసు మరణము మరియు అనేక పత్రికలు వ్రాసిన మొదటి క్రైస్తవుడైన పాలు సేవకి 20 సంవత్సరాల సమయం ఉంది. సిలువ మరణమును మరియు పునరుద్ధానమును చాలా భిన్నమైన మరియు నాటకీయ అంత్యకాల రూపములో కనపరిచాడు. పౌలు ప్రకారము, యేసు యొక్కమరణము పాపము మరియు మరణ బలము పై దేవుని విజయము. ఆదాము పాపము నుండి మానవ జీవితము దుష్టశక్తుల లోక ప్రభావముతో ఉండినది - ఇప్పుడు వాటి అధికారము ఇక ఉండదు అని దాని అర్థము. ఒకవైపు, యేసు యొక్కమరణము

మానవులపై ఈ దుష్టశక్తుల ప్రభావమును అంతము చేసింది. మరియొక వైపు క్రీస్తు పునరుద్ధానముచే, దేవుడు ఆత్మ బలముచే నూతన సృష్టిని కొనసాగించెను. ఆదాము తప్పు వల్ల వచ్చిన లోకము అంతమైందని చెప్పవచ్చు. పునరుద్ధానుడైన క్రీస్తు రెండవ ఆదాము మరియు ఆత్మలోని నూతన జీవముకు మొదటివాడు. కాలాలు నడవటానికి శిలువ మరియు పునరుత్థానము ప్రాముఖ్యముగా ఉన్నాయి. ప్రస్తుత చెడు కాలానికి ఆయన మరణం అంతం పలకగా, ఆయన పునురుత్థానము మెస్సయ్య కాలానికి నాంది పలుకుతుంది. ఇది రాబోయే కాలంలో ఏ రోజైన చివరి దశకు చేరుతుంది. రెండు కాలాల అలౌకిక సిద్ధాంతాలు, దేవుడు సిలువ యొద్ద చేసినదానిని మరియు పునర్ధుతానమును పౌలు అర్థము చేసుకొనుటకు సహాయపడింది.

అంత్యకాల ఆలోచనలు లేని ఇతర క్రైస్తవులు ఇలా అర్థం చేసుకున్నారు:- యేసు ఒక దైవికమైనవాడు - అతను సిలువలో చనిపోలేదు - యేసు బ్రతికేయున్నారు. రోమీయులు ఒక శరీరమును సిలువ వేసారు. కాని భూమిలో ఉన్నంతకాలము ఆ దైవికమైనవాడు ఆ శరీరముతో ఉండి, అవసరము అయిపోయిన తరువాత ఆ శరీరమును వదిలి వెళ్లిపోయాడు. కనుక, ఆ దైవము సిలువ మీద చనిపోలేదు. యేసు అసలు మనిషే కాదు. ఆయన మానవ శరీరములో ఉండిన దైవము దేవుని సంబంధులకు దేవుని ప్రేమను తెలుపుతూ, దేవునితో నిత్యత్వము పొందుటకు ఎలాంటి జీవితము జీవించాలో, నిజముగా తెలియజేయుటయే ఆయన ప్రత్యేక పని. తమ కొరకు దేవుని అసలైన ఉద్ధేశమును గూర్చిన జ్ఞానమును పొందుటకు మరియు ఎటువంటి వాటిపై విశ్వాసము కలిగియుండాలో నేర్చుకొనుటకు మానవుల మధ్య యేసుని ఉనికి దోహదపడింది. తండ్రి దగ్గరకు తిరిగి ఆరోహణం అవుటకు శిలువ ఒక దారి అయింది. మొదట వివరించబడిన రెండు వివరణలను కలుపుకుంటూ ఉన్నట్టుగా క్రీస్తు కార్యాన్ని క్రైస్తవులు అర్థం చేసుకున్నారు. దైవాత్మ శరీరధారియైనాడని మరియు యేసు శిలువపై నిజముగా మరణించాడన్న

నిజాన్ని ప్రాథమికంగా రూఢిగా చెప్పారు. యేసు చనిపోలేని దైవముగా ఉండి మానవ రూపంలో కనపడెను అన్న ఆలోచనను శాపముగా వుంచారు. దీనిని 'దోసెటిసమ్' అంటారు. మొదటి క్రైస్తవ నాస్తికత్వం 1 యోహాను 4:2,3 "యేసుక్రీస్తు శరీరధారియై వచ్చెనని, యే ఆత్మ ఒప్పుకొనునో అది దేవుని సంబంధమైనది: యే ఆత్మ యేసుని ఒప్పుకొనదో అది దేవుని సంబంధమైనది కాదు" అని స్పష్టముగా పెద్దయైన యోహాను ఖండించాడు. దైవిక వ్యక్తీకరణంగా యేసుని చూచిన క్రైస్తవ సంఘంలోనే యోహాను ప్రకారముగా జన్మించింది. శరీరధారిగా ఉండి, చనిపోయి, సమాధి నుండి తిరిగి లేచిన సత్యాన్ని రూఢీగా చెప్పటానికి క్రైస్తవులు విశ్వాస పరీక్ష చేయగా, యోహాను సంఘము కూడా వారితో జత కలిసారు. తోమా సువార్త లాగ కాదు-ఉదాహరణకి అది యేసు మరణాన్ని ఉపేక్షించి యేసు మాటలనే చూపిస్తూ, ఆయనని రహస్య జ్ఞానాన్ని పంచే దైవికమైన వ్యక్తిగా కనపరుస్తుంది.

యోహాను సువార్త అతని తీర్పు - సిలువ మరణము మరియు అతని పునరుద్ధానమును గురించిన స్పష్టమైన వివరణ కలిగియుంది. (20:8) మరియు, తోమాకు పునరుద్ధానము తరువాత కనపడిన ఘటన డోసెటిసమ్ కు వ్యతిరేకముగా చూపిస్తూ - సిలువ మీద చనిపోయిన శరీరమునకు పునరుద్ధానుడైన క్రీస్తు అని. యోహాను సువార్త ప్రకారము, గెత్సమనే వనములో ఆయన పట్టబడినప్పుడు, తీర్పు సమయంలో కూడా పరిస్థితి యేసు అదుపులో ఉండి యుంది. వనములో దు:ఖము లేదు, యూదా ముద్దుతో అతనిని పట్టించలేదు. లోకమునుండి తాను త్వరలో వెళ్లిపోవటం గురించి మాట్లాడుతూ, యేసు తన ప్రాణమును పెట్టుటకు తనకు అధికారము కలదని మరియు దానిని తిరిగి తీసుకొనుటకు అధికారము కలదని చెప్పెను (10:18). పిలాతు దగ్గర తీర్పులో రోమా అధికారము పై నుండి వచ్చినట్టుగా చూపబడుతుంది (19:11). పాపక్షమాపణ నిమిత్తమైన పశ్చాత్తాపము కొరకు అతనికి బాప్తిస్మమిచ్చు యోహాను బాప్తిస్మమివ్వలేదు. (1-29-34) వారు మాటలాడకమునుపే వారి

మనసులు ఏమైయున్నవో తన పరిచర్య అంతటిలో అతను ఎరిగెను (2:24-25) దీని వల్ల ఈ సువార్తలో పండితులు వ్యాపపరమైన దోసెటిసమ్‌ను కనుగొన్నారు. అనగా, స్పష్టంగా సువార్త అనునది దోసెటిసమ్‌కు వ్యతిరేకం ఎందుకంటే సిలువవేయబడిన తరువాత క్రీస్తు తన శిష్యులకు మేకుల గాయాలు మరియు ప్రక్కలో బల్లెపు పోటు గాయాలు కలిగిన శరీరములో కనపడినందున, యేసు సంపూర్ణంగా దైవమని మరియు ఆయనను ఆరాధించవచ్చని కనపరచబడుతుంది. (9:38). అంత్యకాల ఆలోచనలకు భిన్నంగా, సిలువ వేయబడిన తరువాత యేసు (బతికి ఉన్నాడన్న సత్యాన్ని అర్థం చేసుకున్న సమాజంలో ఈ సువార్త మొదలైంది. ఆ ఆలోచన యేసుని నిజంగా మానవునిగా చూపించదు. క్రైస్తవుని నుండి కొద్దిగా దూరంగా యెహనీయుల ఉండిన మొట్టమొదటి దిశలో, ఇది జరిగింది. అటు తరువాత ఆలోచనలు దొసెటిసమ్ అని తెలిపాయి. సువార్త క్రైస్తవత్వంలో జతపరుస్తున్నప్పుడు, దానిని సంగ్రహించినప్పుడు, ఆయన మరణ నిజాన్ని ఉద్ఘాటించారు.

క్రైస్తవత్వం ప్రారంభ దశలో దాని భిన్నత్వాన్ని గుర్తించటమే దాని మూలాలని అర్థం చేసుకొనుటకు ప్రధాన అంశం మరియు 'యోహాను సువార్త ప్రకారంగా' యొక్క ఉద్దేశం. ఈ సువార్త హెలెనీయ ప్రేక్షకులకు క్రైస్తవత్వం అర్థం అవ్వాలని 2వ శతాబ్దంలో ఒక క్రైస్తవుడు వ్రాసాడన్న సంగతిని 20వ శతాబ్దం వరకు అలుసుగా తీసుకున్నారు. ఇది మనసులో ఉంచుకొని, యేసుని సారాంశాన్ని పక్కన పెట్టి, యేసుని గూర్చిన మాటలను హెలెనీయ అంశంగా రచయిత మలిచారు. ఇలా గమనించినట్లయితే, సినాప్టిక్ సువార్తలతో మొదలయ్యి తన లేఖలలో పొలుచే పోషించబడి - నేరుగా ఉన్న సిద్ధాంతమును ఉన్నతస్థితికి తెచ్చి ఈ సువార్త. యోహాను ప్రకారంగా లో ముగింపు పొందింది. మృత సముద్రపు జాబితా పత్రాలు బయలుపడటంతో యూదా మతం మరియు కుమ్రాన్‌లో ఉన్న అంత్యకాల సంఘం యేసు సమయం కల్ల హెలెనైజ్ చేయబడ్డాయి. అప్పటి **హెబ్రీయుల** మరియు గ్రీకుల ఆలోచన మరియు

పాలస్థీయుల మరియు ప్రవాస యూదుల ఆలోచనలు విభిన్నతలు నూతన ఆధారాలచే బహ్రాగా సవరించబడ్డాయి. యేసును గూర్చిన మౌఖిక సాంప్రదాయాలను అర్థం చేసుకొనుటకు పాత ప్రతిరూపము :- యూదా-పాలస్తీనా- అరామకు మాటలా, లేక యూదా-పాలస్తీనా-గ్రీకు మాటలా, లేక యూదా గ్రీకు ఆమటలాడే ప్రవాసీయుల లేక గ్రీకు మాటలాడే అన్యజనుల వాతావరణము నుండి వచ్చినదా అని తెలుసుకొనుటకు చేసిన ప్రయత్నము సంపూర్ణంగా తిరస్కరించబడింది. 'యోహాను ప్రకారంగా' కథలో తన పాలుపంపులు ను ఆధారం చేసుకొని వ్రాయలేదని లేదా గ్రీకు మాటలాడే వాతావరణంలో క్రీస్తు వైపు హెలెనీయులను ఆకర్షితులగా చేయుటకు మౌఖిక సాంప్రదాయాలను ఉపయోగిస్తూ సువార్త వ్రాయుటకు ఒక రచయిత వ్రాయలేదని ఇప్పుడు అనేక పండితులు అంగీకరిస్తారు.

యోహాను ప్రకారంగా అని తెలియబడుతున్న రచనలు యూదుల మధ్యలో ఓ ఉన్న క్రైస్తవ సమాజంలో తీర్చి దిద్దబడి, మూలమైన పత్రికలకు మరిన్ని జతపరచి సవరించబడినవి. ఈ సమాజంలో జరుగుతున్న జీవితంలోని ప్రాముఖ్య అనుభవాలకు ఒక అర్థం ఇచ్చుటకు ఒక ఇంటి పత్రం ఉంది. ఈ సమాజపు సభ్యులు ఇంతకుముందు యూదుల అంచున ఉన్నవారు తరువాత క్రైస్తవులైన వారితో వీరు కలువలేదు. యేసు జీవిత ప్రాముఖ్యతని వారు స్వంతంగా అర్థం చేసుకున్నారు మరియు దానిని వ్యక్తపరచుటకు అంతర్గత భాషని కలిగియున్నారు. ఇదే గొప్పగా విశదమైన భాష- అయినా కూడా సాధారణ బాష: దాని ప్రతిధ్వని గొప్పది. ఈ సువార్తని తయారు చేసిన క్రైస్తవ సమాజము మొట్టమొదటి క్రైస్తవ ఉద్యమకారుల నుండి లోగా పెట్టబడిన సమాజము. వారి పడికట్టు వారి మధ్య ప్రతిధ్వనిస్తుంది. లూయిస్ జె మార్టిన్ నలభై సంవత్సరాల క్రితం గొప్పగా వివరించినట్లు, 'యోహాను ప్రకారంగా' చదవాలనుకున్న వారు ఇందులో ఒకేసారి రెండు సంఘటనల కథ ఉందని గ్రహించగలగాలి. యేసు జీవితం గురించి తప్పకుండా చదువుతాం కానీ అదే సమయములో ఒక చరిత్ర కలిగి యున్న క్రైస్తవ సమాజము యొక్క అనుభవం

గురించి చదువుతాం. వీరిలో చాలామంది సమాజ మందిరము నుండి వెలివేయబడి, సమాజమందిరపు సభ్యులతో మరియు యేసును గూర్చి వేరు అభిప్రాయాలు కలిగిన వారితో గొప్ప చర్చలు । వాగ్వాదాలు కలిగియుండటం గమనిస్తాం. యేసు కథని వారు చెప్తూ, ఈ క్రైస్తవులు వారికి ఏమవుతుందో వారు వివరించుకున్నారు. వారు ఏమి అనుభవిస్తున్నారో వారు అర్థం చేసుకొనుటకు వారు యేసు కథని చెప్పారని ఇతర మాటల్లో చెప్పచ్చు. యేసు కథని చెప్పుతూ, వారి జీవిత సారాంశాన్ని వారు స్థాపించుకున్నారు. ఉదాహరణకి, యేసు మరియు నికోదేముకు మధ్య జరిగే సంభాషణలో యేసు ఏకవచనంతో మొదట మాటలాడుతూ, అకస్మాత్తుగా ఈ మాటలంటారు. " మేము ఎరిగిన సంగతియే చెప్పుచున్నాము, చూచిన దానికే సాక్ష్యమిచ్చుచున్నాము, మా సాక్ష్యము మీరంగీకరింపని (బహువచనము) నీతో నిశ్చయముగా చెప్పుచున్నాను." (3:11) యేసు మరణానంతరము కొన్ని పదుల సంవత్సరాల తరువాత యెహానీయులు దీనిని స్పష్టంగా ప్రకటన చేశారు. రేమండ్ ఐ. బ్రౌన్ సమర్థవంతంగా వివరించినట్లు - ఈ సమాజము బాప్తిస్మమిచ్చు యెహాను యొక్క ప్రథమ శిష్యులు మరియు సమరయుల అంచులలో కలసియున్న ఇతర యూదులచే ప్రారంభించబడినది. మరింతగా దాని సభ్యులలో యేసు కుటుంబస్తులను కూడా కలుపుకుంది, ప్రాముఖ్యంగా అతని తల్లిని. దాని భౌగోళిక స్థలము ఇప్పుడు కనుగొనుటకు అసాధ్యము. దేవుని గూర్చి భయము కలిగిన అన్యులు అనగా యూదా మతముచే ఆకర్షితులైన అన్యులు అనేకమంది ఉండిన స్థలము అయిుండవచ్చు, వీరు ఆ సభ్యత్వంలో ఏకమయి ఉండవచ్చు.

అంచులో ఉన్న సమాజంగా ఉన్నారు గనుక, వారికి యూదులు మరియు క్రైస్తవ సమాజము వారితో ఒత్తిడి ఉండింది. యేసు యొక్కదైవత్వాన్ని గురించి వాదనలు కలిగినవారుగా ఉన్నారు కాబట్టి వారు యూదుల సమాజ మందిరము నుండి వారిని వెలివేయాలని నిశ్చయించారు. యూదుల ఏకైక సిద్ధాంతము: దేవుడొక్కడే అన్న ఆలోచనకు వీరి వాదన ఒక సవాలుగా నిలిచింది.

యోహానీయులైన క్రైస్తవులకు సమాజమందిరము నుండి ఎలివేయబడడం ఒక గాయపరచే అనుభవంగా నిలిచిపోయింది. కష్టతరమైన సమయమొచ్చినప్పుడు, యేసుకు ఆకర్షితులైన కొందరు సమాజములో తమ స్థానాన్ని కాపాడుకొనుటకు యేసులో తమ విశ్వాసాన్ని బహిరంగపరచుటకు ఇష్టపడలేదు. సమాజిక మరియు ఆర్థిక పరిస్థితుల భయము మరియు వెలివేయబడతామనే భయము వారు కలిగియున్నారు (12:42-43) మరియు 'రాత్రులు' నికోదేములాగా శిష్యులయ్యారు (3:1;7:50;19:39) లేక అరమతయియ యోసేపు వలె 'రహస్యశిష్యు'లయ్యారు (19:38).

మానవులకు నిత్యజీవము కనుపరచుటకు యేసు తండ్రిచే పంపబడినవాడని నమ్ముటకు ఇష్టపడని/విసర్జించు యూదులకు వ్యతిరేకంగా విట్రోలిక్ వాదనలు ఈ గ్రంథము కలిగియుంది. సమాజమందిరము నుండి క్రైస్తవుల వెలివేతతో, బోధకుల సమాజము మరియు యెహనీయుల సమాజము మధ్య శత్రుత్వము ఏర్పడి యూదులకు వ్యతిరేకంగా బలమైన ఆరోపణలుకు కారణమయింది.

తరువాత చదవబోయే ధ్యానాలలో "యూదులు' అని నేను ప్రత్యేకంగా రాసి, మొదటి శతాబ్దము చివరలో యూదులతో గట్టి పోరాటంలో ఉంటూ వెలియవేయబడిన క్రైస్తవ సమాజము వైపు మనసుని త్రిప్పుటకు చదవురులను ఆకర్షించే ప్రయత్నం చేశాను. ఈ "యూదులు" యేసు దైవత్వం గూర్చిన వాదనలను నమ్ముటకు విరుద్ధంగా ఉండి క్రైస్తవులను గందరగోళంలో పడవేసారు. సాధారణంగా యూదులు లేదా యూదుల సమకాలీనులుగా ఉ ండుటకు కూడా ఈ "యూదులు" చూపించుకొనుటలేదు. యేసు జీవము మరియు మరణము గురించి జరిగిన చరిత్ర పునర్నిర్మాణంలో యేసు రోమీయులచే మరణమునకు అప్పగింపబడెనని కనపరచబడుతుంది. శిలువ అనుభవము తరువాత కూడా క్రైస్తవులు మందిరములో ప్రార్థన చేయుచు తాము మంచి యూదులని అనుకున్నారని ఆధారాలున్నాయి. యూదునిగా తనను

భావించుకొని, దానిలో జీవితకాలము గర్వపడిన పౌలులాగా కాకుండా, యెహానీయులైన క్రైస్తవులు యూదా మతము మరియు ధర్మశాస్త్రముతో తెగతెంపులు చేసుకున్నారు. యూదులు లేఖనాల సంపూర్ణ జ్ఞానమును ప్రతిపాదిస్తూ 'యెహాను ప్రకారంగా' యేసుని ధర్మశాస్త్రమునకు పైవానిగా కనపరుస్తూ, ధర్మశాస్త్రమును "యూదులకు" కేటాయించింది.

వారికి అందుబాటులో ఉన్న మౌఖిక సాంప్రదాయల ద్వారా వారెరిగిన యేసు జీవితము ద్వారా యూదులుగా వారి స్వ అనుభవాలను యెహానీయ సమాజము, వారికి ఒక స్వంత పత్రముగా 'యెహాను ప్రకారముగా' ఉందని తెలుస్తుంది. యేసు కథ ద్వారా వారి చరిత్రని అర్థం చేసుకొని, వారి అనుభవాలకు ఒక అర్థం తీసికొని వచ్చుటకు యేసు యొక్క సాంప్రదాయాలను స్వీకరించిన ఒక సమాజపు సభ్యుల విశ్వాసమును బలపరచుటయే ఈ సువార్తలను యొక్క లక్ష్యం. మిగతా 3 సువార్తలలాగే, 4వ సువార్త కూడా అజ్ఞాతముగా వ్రాయబడింది. 2వ శతాబ్ధములో వీటిని చేర్చి ప్రచురించే సమయములో ఈ సువార్తలకు గుర్తించుటకు పేరులు ఇవ్వబడ్డాయి. పురాతన మాన్యుస్క్రిప్ట్ మరియు క్రొత్త నిబంధనలో ఆధునిక విమర్శకుల ముద్రణలు 4 వ సువార్తకు 'యెహాను ప్రకారముగా' అని పేరు పెట్టారు. (Kata Ioannen) ఈ సాంప్రదాయాన్ని స్వీకరించి, ఈ పేరు యొక్క కృతిమత్వాన్ని సూచించాలని కోరుచున్నాను. సంఘటనను వివరించి వానిని నేను "వ్యాఖ్యాత"గా చూపుతాను. గమనించినట్టుగా, సువార్త అనేకులు చేర్పుల - కూర్పులతో 50 సంవత్సరాల సమయములో తీర్చిదిద్దబడింది. కావున అనేకమంది అజ్ఞాత రచయితలున్నారు.

వ్రాసిన విధానముచే ఒక మతము సమాజము యొక్కస్వంత పత్రముగా ఈ సువార్త ఉండిందని స్పష్టముగా తెలుస్తుంది. మానవులకు జీవమును తెచ్చుటకు తండ్రిచే పంపబడిన వానిగా యేసు ఉన్నాడన్న అవగాహనకు చదవరిని నెమ్మదిగా తీసికొని వచ్చుటకు యేసు కథ చెప్పబడలేదు. యేసు

యొక్క ప్రాముఖ్యమైన పని ఏంటో తెలిసికొనుటకు చదవరులు చివరి వరకు వేచి యుండాల్సిన అవసరం లేదు. కథ ఎలాగు ముగుస్తుందో వారికి ముందే దెలుసని దీని అర్థం. సువార్త యొక్క ప్రాముఖ్యత ఏంటో మొదటి నుండే చదవురులకు తెలిసియుండాలి. పదాలను అర్థం చేసుకోవాలి. సువార్త భాష ఎలాగు ప్రతిబింబిస్తుందో వారికి తెలియాలి. సామాజిక స్థలములో దాని స్థానం ఏంటో స్పష్టంగా తెలుస్తుంది. ఆ మతము।సమాజము వారు చెప్పిన భాష అని తెలుస్తుంది.

సంగ్రహణ పరిగణను సరిచేయటానికో లేదా మెరుగుపరచడానికో 'యోహాను ప్రకారముగా' మరియు సినాప్టిక సువార్తలులో ఉన్న సంఘటనల సంబంధాన్ని చదవకూడదు. వివిధ పరిస్థితులను ఎదుర్కుంటూ వివిధ పథములలో ఉన్న వివిధ క్రైస్తవ సమాజములుచే రూపుదిద్దబడిన మౌఖిక సాంప్రదాయాల మధ్య సంబంధం కనపడుతుంది. "చారిత్రాత్మిక యేసు" ను 4సువార్తల సామరస్యము చే తిరిగి కట్టుటకు చేసిన ప్రయత్నాలు చారిత్రాత్మక ఖచ్చితత్వం లేకుండా యేసు జీవితమును కట్టుట అసాధ్యము. సువార్తల సామరస్యము 5వ వ్యాఖ్యానము సృష్టించటంలో విజయం సాధించింది. ప్రస్తుత క్రైస్తవ సమాజ సభ్యులచే అనుకూలమైన సిద్ధాంతాలతో జనుల అభిరుచి ప్రకారం కట్టబడింది.

సినాప్టిక్ సువార్తలలో యేసు యొక్క పరిచర్య గురించి ఒక ఆకారము చూపినది. 'మార్కుసువార్త ప్రకారంగా' అన్యజనుల గలలీయలో ఉంటూ యేసు. తన అద్భుతాలు మరియు పరిసయ్యులతో తన వివాదాలును వేరుపరుస్తూ ఉన్న కొద్ది సమయమును వివరించింది. ఉత్తరానికి వెళ్లినప్పుడు, యోర్దాను నది దగ్గర సీసర ఫిలిప్పి దగ్గర పేతురు యేసే క్రీస్తు అని ఒప్పుకుంటాడు (మెస్సయ్య – మార్కు 8:29) మరియు తన ఒప్పుకోలు వల్ల యేసు తన గుర్తింపు గురించి నిశ్శబ్దం ఉంచమని యేసు చెప్పారు. దయ్యం పట్టినవారి నుండి దయ్యాలను

వెళ్ళగొట్టినప్పుడు - వారు యేసు దేవుని కుమారుడని పలికినప్పుడు, తన గుర్తింపు గురించి నిశ్శబ్దం వహించాలని యేసు ఖచ్చితంగా చెప్పారు. అన్యజనుల ప్రదేశంలో యేసు యొక్క పరిచర్యలో పేతురు ఒప్పుకోలు మార్పు తెచ్చి - యేసు యెరూషలేము వెళ్ళుటకు కారణమయింది. పట్టణములోనికి వస్తూనే, పొంతి పిలాతు అనే రోమా అధిపతి ప్రభావము కలిగి, మందిరమును నియంత్రించే సద్దూకయిలచే వ్యతిరేకించబడడం గమనించాడు. యెరూషలేముకు వచ్చిన 5 రోజులలోనే, పట్టణము వెలుపల ఒక చిన్న కొండ మీద సిలువ వేయబడడం గమనిస్తాం. యేసు జననము, పునరుత్థానము మరియు దాని తరువాత ఆయన కనబడిన సంఘటనల సారాంశము మరియు వాటి ప్రాముఖ్యత మత్తయి మరియు లూకా ప్రకారంలో కనిపిస్తాయి. (మ్యానుస్క్రిప్ట్ ప్రకారంగా మార్కు 16:8 లో ముగుస్తుంది).

యోహాను ప్రకారంగా వేరే విధంగా జన్మించింది మరియు అది చాలా వేరుగా ఉంటుంది : ఇక్కడ యేసు పరిచర్య మొదటి నుండి యెరూషలేము లో ఉంటుంది. పట్టణమలో చివరి ఆరు నెలల ఆయన నివాసము, గుడారాల పండుగ (సెప్టెంబరు) అక్టోబరు నుండి పస్కా పండుగ (ఏప్రిల్/మే) వరకు ఈ సువార్తలో, తనను బహిరంగంగా గుర్తించిన వారిని నిశ్శబ్ధం వహించమనడం కంటే, కేవలం మనుష్య కుమారుడు లేదా దేవుని కుమారుడుగానే కాకుండా దేవునిగా గుర్తించమని ఆయన పట్టుపడ్డారు. ఈ వ్యత్యాసాలను ఉపేక్షించకుండా, సువార్తను ప్రథమ సంఘ పెద్దలు గుర్తించినట్టు ఒక ప్రత్యేకమైనదిగా గుర్తించాలి.

'యోహాను ప్రకారంగా' రెండు విభాగాలను కలిగియుందని వాదన: "సూచనల గ్రంథము" మరియు "మహిమ గ్రంధము" గ్రంధాన్ని వివిధ భాగాలుగా విభజించడం కంటే దాని కూర్పు యొక్క మూలాలని గుర్తించడం అవసరమని కొందరి ఆలోచన. అనేక అద్భుతాలు కలిగిన ఒక మూలాన్ని రచయిత ఉ

పయోగించారు అని ఉదాహరణగా సూత్రీకరించారు. నీళ్ళను ద్రాక్షరసముగా మార్చటం (2:1-11) మరియు శతాధిపతి కుమారుని స్వస్థపరచడం (4:46-54) మొదటి మరియు రెండవ సూచనలుగా ఉన్నాయని మద్దతుగా చూపారు. సూచనల మూలము అంతముగా సువార్తలోని 20-30, 3, గా చూపారు. రెండు సూచనల ఆధారముకు అంతర్లీన మూలము సువార్తలోని మందిరమును శు భ్రపరచుటగా కనిపిస్తుంది - దీనితో రోమా అధిపతి కుమారుడి స్వస్థత మూడవ సూచనగా అవుతుంది.

సూచనల మూలము కాకుండా, ప్రకటన ఉపన్యాసము కలుగజేసినదిగా రెండవ మూలమును గుర్తించబడింది. తండ్రిని కనపరచువానిగా, “నేనే” అని యేసు తనను తాను ప్రత్యక్షపరచుకున్న సంఘటనలు ఇందులో ఉన్నవి. ప్రస్తుత రచనలలోనికి సమర్థవంతంగా ఈ రెండు మూలాలను రూపించి, రచయితలు మౌఖిక సాంప్రదాయం నుండి అతని శ్రమను, మరణమును మరియు పునరుద్థానమును కలిపారని ఒక వాదన.

అద్భుతాలను సూచనలుగా చూపే విభాగాలను మరియు అద్భుతాలను కార్యాలుగా చూపే విభాగాలను వేరు చేస్తూ ఉన్న కొన్ని మూలాలను సిద్ధాంతాలను ఇటీవల కనుగొన్నారు. మన దగ్గర ఉన్న అసలైన సువార్తను తిరిగి కట్టుటకు ప్రయత్నించే వాటితో ఉన్న సమస్య ఏమిటంటే మాటలో, శైలిలో లేక సిద్ధాంత ఆలోచనలో మూలమును కలిగి యుండకపోవడం, అన్ని మూలాల సిద్ధాంతాలకు, వ్యతిరేకంగా, గమనించవలసిన విషయమేమిటంటే, ఈ గ్రంథము చాలా గొప్ప శైలి, పదజాలము మరియు వేదాంత సిద్ధాంతాల సమగ్రతను కనపరుస్తుంది. దీనికి మద్దతుగా సాక్ష్యము లేక ఎక్కువ ఆదరణ పొందలేదు. అయినను, అనేక అద్భుతాల జాబిత ఉండియుంటుందని అది సువార్తకు విశేషము కలుగజేసిందని గుర్తించారు.

ప్రస్తుతము, సువార్త అనేక అసమానతలు మరియు విరమణలు కలిగియుంది. నేను డోసెటిక్ అంశములను మరియు దాని వ్యతిరేక భావాన్ని

కూడా చూపాను. మూడవ సూచనగా ఉన్న సంఖ్యను రెండవ సూచనగా చూపాను. కొన్ని స్థలాలలో వ్యాఖ్యానము మతపరమైన ఒప్పుకోలుచే అంతరాయం కలిగించిందని చూపాను. కొన్ని క్రమాలు ఇప్పుడు వేరుగా కనిపిస్తాయి, 7:15-24 బెతెస్థ కొనేరు యొద్ద పక్షవాయువు గల వాడు పొందిన స్వస్థత (5:1-16) తో స్పష్టంగా కలిసియుండాలి. సబ్బాతు దినమందు స్వస్థపరచబడిన పక్షవయువు కలవానిని తన పరుపును ఎత్తుకుని నడవమని యేసు ఆజ్ఞాపించడముకు రెండు సమర్థనలను ఈ గ్రంథము కలిగియుండడమే కాకుండా శిష్యుల పాదములు కడుగుటకు రెండు హేతుబద్ధతలు కూడా కలిగియుంది. (13:10-17); మరియు రెండు వీడ్కోలు ఉపన్యాసాలు కూడా. 14:31 లో "లెండి,ఇక్కడ నుండి వెళ్లుదము" పదాలతో ముగించబడిన వీడ్కోలు ఉపన్యాసం 18వ అధ్యాయము మొదలులో ఉండాలి. 15-17 అధ్యాయాలు తరువాత ఉండాలి. 5-6 అధ్యాయాలు రివర్స్ చేసినట్లయితే, యెరూషలేము మరియు గలలీయ సముద్రము యొక్క నైసర్గిక సూచన మొత్తము మీద సరిగా ఉంటుంది. సువార్త మొత్తానికి 20వ అధ్యాయములో స్పష్టమైన ముగింపు ఉ ంది. 21వ అధ్యాయము వల్ల 21:24-25 ఒక పరిణామంగా రెండవ ముగింపుగా చూపారు.

పరిస్థితులు మారుతుండగా, సమయానుసారముగా ప్రస్తుతము ఉన్న గ్రంథములోనికి విభాగాలు కూర్చబడి సిద్ధమైన సువార్త అనేక కలవారలును సూచిస్తుంది. 95 మరియు **110CE** మధ్యలో చివరి సవరింపులు జరిగాయని చాలామంది అంగీకరిస్తారు. ఒక సమయములో సువార్త 150 మరియు 175**CE** తేదీల మధ్యలో ఉన్నట్టుగా ఉండింది. ఒక వైపు 17 వ అధ్యాయములోని మాటలు మరియు వెనుకవైపు 18వ అధ్యాయములోని మాటలు కలిగి ఉన్న ఒక ప్యాపిరస్ పత్రము.

నేను వివరించుచున్న 'యోహాను ప్రకారముగా' లక్షణాలు దాని సందేశాన్ని లోతుగా తెలిసికొని మెచ్చుకొనుటకు ఆశను పెంపొందించడానికే. యేసు కార్యాలను యేసును అర్థం చేసుకొనుటకు అనేక సమాజాల వారు చేసిన

ప్రయత్నాలు ఆ క్రైస్తవుల వేదాంత సృజనాత్మకతను బహిర్గతం చేస్తూ మనకు ఒక ప్రలోభపెట్టే మరియు సమస్యాత్మక సువార్తను మిగిల్చింది. దానిని అర్థం చేసుకొనుటకు చేసే ప్రయత్నాలు వినయంతో వర్ణించవచ్చు. దాని సందేశం యొక్క సరియైన అనువాదన ఎవరు నయమించలేదు. అనేకమైన అనువాదనలకు గ్రంథము అనుమతిస్తుంది అయినను, దాని లోతులు తెలుసుకొనుటకు మరియు అన్వేషించుటకు కోరినవారు ప్రస్తుత సమయమున ఏది సరియైనదో తెలుసుకోవాలి. 21వ శతాబ్ధంలో సువార్తను చదివేవారు అసలు సమాజము వారి అర్థమును అర్థం చేసుకొనుటకు బలవంతముగా కష్టపడుతున్నారు. సంపూర్ణముగా దానిని ఎవరు అర్థం చేసుకోలేకపోయారు. మొదటి శతాబ్దంలోని ఆలోచన విధానాల సాంప్రదాయాలు అసలు ఇప్పుడు లేవు. అందరికి అర్థమవ్వాలని ఈ సాంప్రదాయ ఆలోచన విధానాల సమస్య ఉన్నప్పటికి నాకు తోచినంత చెప్పుటకు నేను ప్రయత్నించాను. దానిలో ఉన్నవన్ని. వారి ఆలోచనలకు నా అంగీకారం తెలుపుతున్నానని కాదు లేక దాని ప్రదర్శన సంతృప్తికరమైనదనికాదు. ఉదాహరణకు, బలహీనత పాపము వలన కలుగును (9:2) అన్న ఆలోచన నాకు తగనిది మరియు నిర్ణయాత్మకత మరియు స్వేచ్ఛార్పణ మధ్య ఉన్న పరివ్యాప్త ఉద్రిక్తత: దేవునిచే ఆకర్షించబడినవారు యేసు వొద్దకు వస్తారు. కానీ నమ్ముటకు ఒప్పుకొనని వారు ఖండించబడతారు. స్త్రీ జీవితములో ప్రాముఖ్యమైన ప్రణాళిక పిల్లలకు జన్మనిచ్చుట (16:21) అన్న ఆలోచన కూడా సమస్యాత్మకమైనది. క్రీస్తులో జీవించడమనే ఆలోచనా దృష్టి గొప్పదిగా ఉన్నా, అలాంటి జీవితము ఎలా ఉంటుందో ఒక స్పష్టమైన విధంగా చూపగలిగితే సువార్త బాగుంటుందని నా ఆలోచన.

మనకు అన్యమైన సంగతులను సువార్త కలిగినా, కేవలం యోసేపు మరియు కుమారునిగా అనేకులు చూసిన యేసు మరియు దేవకుమారునిగా ఉండిన యేసు ప్రాముఖ్యతను గొప్పరీతిలో కనపరుస్తుంది. ఆయనను దేవ కుమారునిగా చూచిన వారి దృష్టిని బట్టి అర్థం చేసుకొనుటకు దాని గురించి ఆలోచించుటకు ఒక ఆత్రుతను కలుగజేస్తుంది. క్రైస్తవత్వం చరిత్రలో దాని

పలుకుబడి చాలా గొప్పగా ఉంది, యెహానీయుల ఆలోచనలను మించి. ఆ ప్రపంచములోనికి అడుగు పెట్టాలంటే, యెహోనీయుల భాషను అర్థం చేసుకొని, దాని ప్రాముఖ్యతను తెలుసుకొని, దాని అంతర్గత ప్రతిధ్వనులను తెలుసుకోవాలి. ఆ సమాజము యొక్క వేదాంతమే దాని భాష. సాంస్కృతిక పరిమితిలో వ్యక్తపరచు విశ్వాస ఫలితమే ఈ వేదాంతం. యెహానీయుల వేదాంతమును అర్థం చేసుకొనుటకు నా ప్రయత్నాలే ఈ ధ్యానాలు.

వారి సాంస్కృతిక పరిమితిలో మరియు ప్రపంచంలో ప్రధమ క్రైస్తవులు తమ విశ్వాసాన్ని సంపూర్ణంగా, సృజనాత్మకంగా మరియు శక్తివంతంగా ఎలాగ కనపరిచారో ఇతర బైబిలు పుస్తకాలు చెప్పినట్లే, యెహోను ప్రకారంగా కూడా చెప్తుంది. అన్నీ వ్యక్తీకరణలు మరియు వారి సాంస్కృతిక పరిమితులను క్రైస్తవ సువార్త అధిగమించినదని చెప్పడంలో సందేహం లేదు. అలాగే ఎటువంటి విధముగానైనా ఎలాంటి సంస్కృతిలోనైనా ఎటువంటి ప్రపంచములోనైనా సువార్తను వ్యక్తపరచవచ్చు. లేఖనాలలోని వాక్యమును వానికదే మాట్లాడుటకు స్వరము కలిగియుండుట ఒకరిని ఆశ్చర్యానికి గురిచేస్తుంది యేసు ఏదో దాని గురించి సమాచారమిచ్చుటకు రాలేదు. జీవమును కనుపరచుటకు మరియు తన ఆధీనములో ఉన్నదానిని ఇతరులకు ఇచ్చుటకు వచ్చెను.

జీవము యొక్క శక్తి దాని సత్యమేనని చెప్పుటకు 'యోహాను ప్రకారంగా' సువార్తను అర్థం చేసుకుంది. సత్యము మరి ప్రేమ ఉద్రిక్తతలో ఉన్నప్పుడు ప్రేమకు ఎక్కువ ప్రాముఖ్యత ఇవ్వాలని పౌలు మరియు 'యోహాను ప్రకారంగా' చెప్తున్నారు. ఎందుకంటే దేవుడే ప్రేమ కాబట్టి. విశ్వాసమును జీవించడమంటే విశ్వాసముగా జీవితాన్ని గడపడం, రుద్దబడిన పిడివాద సత్యముగా ఉన్న విశ్వాసముగా ఉండడం కాదు.

ఈ పరిచయాన్ని నేను 'చరిత్ర ప్రకారంగా' అని మొదలుపెట్టాను. యేసు జీవితాన్ని, లేదా యోహానీయుల సమాజాన్ని తిరిగి కట్టుటకు ప్రయత్నించుటకు చారిత్రాత్మకంగా సువార్తని చదవాలన్నది నా ఉద్దేశము కాదు. చారిత్రాత్మక

పరిశోధన మీద నేను ఆధారపడుతాను, అయితే, ప్రేమలో కట్టబడిన యేసుని మరియు క్రైస్తవ సమాజమును చూపే సువార్త యొక్క వేదాంతాలను ఒక లోకంలో బంధించడం దాని ఉనికిని బెదిరించడం. లోకములో నివసిస్తూ, లోకము నుండి తనను తాను వేరుగా చూచుకుంటూ, తండ్రి దగ్గరకు తిరిగి వెళ్ళుటకు ముందు, కుమారుడు తన శిష్యుల మీద తన ఆత్మ ను ఊది లోకములో ఉండుటకు ఒక జీవమును దయచేసిన విధమును ఈ సమాజము అభినందించింది. (20:22). వారి ప్రారంభ పత్రములో చూపబడిన జీవితం గూర్చిన దృష్టి। ఆలోచన శతాబ్ధాలుగా క్రైస్తవులకు శాశ్వతమైన ఆదరణగా ఉ ంది.

పురాతన గ్రంథాల గురించి ఆధునిక విమర్శకుల ఆలోచనలను పరిగణ

లోనికి తీసికొని తండ్రి పంపినవాని యందు ఆధునిక విశ్వాసులుగా ఉ ండుట సాధ్యమే అని తెలియజేయుటకే ఈ ధ్యానాలు పుస్తకము యొక్క ఉ ద్దేశము. ఈ ప్రయత్నం నా ఉత్సుకతను లేదా నా సమకాలీనులను సంతృప్తిపరచే విద్యా అభ్యాసము మాత్రమే కాదు. నేను తెలియజేసినట్లు, తీవ్రమైన కష్టాలు అనుభవించుచున్న ఒక సమాజము యొక్క స్వంత అంతర్గత పత్రము లాగా సువార్త మలచబడినది. శతాబ్దాలుగా క్రైస్తవులకు ఒక బహుమతిగా ఈ పత్రము ఉందని చెప్పటం అతిశయోక్తి కాదు. ఈ సువార్తలోని కొన్ని ప్రాముఖ్యమైన అంశాలను నేను ఉపేక్షించానని కొంతమంది చదవరులు అనవచ్చు. దీనిలోని గొప్ప నిధులను ఖర్చుపెట్టానని నేను అనటం లేదు. ధననిధిలో ఉన్న గొప్ప ధనమును మాత్రమే చూచుటకు ప్రయత్నించాను. నా ప్రయత్నాలు వివరము మాత్రమే కాకుండా అవగాహన వైపు నడుపుటకు, ఇంకను లోతులు తెలుసుకొనుటకు దారి చూపుతాయని నా ఆశ. కొంతమంది ప్రాథమిక క్రైస్తవుల ప్రపంచములోనికి అంతర్దృష్టిని కలుగచేస్తూ, లోకములో ఎలాగు జీవించాలో ఆలోచన చెప్తూ, ఈ ధ్యానాలు ఆశను కలుగు చేస్తే, నా ప్రయత్నాలు విస్తారంగా ప్రతిఫలించినట్లే.

పాఠము - 1

ఆదియందు వాక్యముండెను.

యోహాను సువార్త ప్రారంభములో వ్రాయబడిన ప్రకారము దేవుని వాక్యము శరీరధారియై ఉండుట అనునది ఒక అద్భుతమైన ప్రత్యక్షత. ఈ అద్భుతమైన అనుభవం కొరకు మనం సిద్ధపరచబడలేదు. దీని నిమిత్తము ఈ సువార్త కట్టబడలేదు, అవును, దీని వలన మనం ఆసక్తిపరులమై దీని రుజువుల నిమిత్తము వెదకుచున్నాము. ఈ సువార్తలో జన్మించిన సృష్టి సాదృశ్యాన్ని అర్థం చేసుకోవడానికి ఈ తృష్ణ మనలను తొందర పెడుతుంది. అనగా ఈ విశ్వము తరిగిపోని అనేక భావాల సమ్మేళనం అని స్పష్టమవుతుంది. దాని విలువ సారవంతమైనదని నిస్సందేహంగా చెప్పవచ్చు. పరిశుద్ధ గ్రంథంలోని పుస్తకాలన్నీ సుసంపన్నమైన ఉద్దేశ్యాలను, అర్థసహితమైన భావాలను కోకొల్లలుగా కలిగి వున్నాయి. కానీ ఈ సువార్త ఒక విచిత్రమైన ఉద్దేశ్యంతో వాక్యము దేవుని స్వరూపమని చెప్పుచూ అన్నిటినీ అధిగమించు చున్నది.

ఆదిమ క్రైస్తవ పాటలు రెండు క్రొత్త నిబంధనలో కలుపబడినవై సృష్టికి ముందే ఉనికిని కలిగిన దైవత్వము మానవ స్వరూపమందు యేసుగా వచ్చెనని తెలియజేస్తుంది. కానీ ఆయన దేవుడు అని అవి ఉద్ఘాటించలేదు. ఫిలిప్పీ 2:6-11 వరకు వ్రాయబడినట్టుగా ఆయన దేవునితో కూడా ఉండుట సమానమైన భాగ్యమని ఎంచుకొనలేదు లేదా ఆశపడలేదు అని ఉన్నది దేవుని స్వరూపములో నున్న దైవత్వమే అని వ్రాయబడినది తప్ప ఆయనే దేవుడని వ్రాయబడలేదు. కొలస్సీ 1:15-20 వచనములలో వ్రాయబడిన ప్రకారం ఈయన సమస్త సృష్టిలో ఆదిసంభూతుడు అని వ్రాయబడినదే తప్ప దేవుడని వ్రాయబడలేదు.

ఈ పుస్తకం ప్రారంభం నుండి ముగింపు వరకు దీని భాషా పరిజ్ఞానం తెలియజేస్తుంది. దీని మూలాధారము సామాన్యులకు కూడా అర్థమయ్యే భాషను కలిగి వున్నట్టుంది కానీ కొద్ది భాషా పదములు కలిగి వున్నది. యోహాను సువార్త యొక్క సామాన్యమైన గ్రీకు భాషను బట్టి వేదాంత విద్యార్థులకు ఈ పుస్తకం మొదట అభ్యాసంగా ఇవ్వబడుతుంది. ఈ గ్రీకు భాషలో లోతైన అర్థం ఉందని తెలియనివారు దాని చదివినా వాటిపై శ్రద్ధచూపడంలేదు. ఇది అనుభవ శూన్యమని తెలుస్తుంది.

గ్రీకు సనాతన క్రైస్తవ మతం మరియు దాని అనేకమైన విభాగాలు యోహాను సువార్తలోని ప్రామాణిక సూత్రములు. మానవులకు ఎన్నడూ లేని మరియు తీరని కోరికయైన నిత్య జీవమును యేసు తీసుకురావడం, క్రైస్తవులకు దైవీకరణను సాధ్యం చేస్తుంది. ఆదాము పాపము చేసి తనలో దేవుడు ఇచ్చిన దైవ స్వరూపము, దేవుని పోలికలు పోగొట్టుకొనినందున దానిని సిలువపై మహిమ పరచబడిన కుమారుడు తిరిగి పునరుద్ధరించారు. ఆధ్యాత్మిక తిరోగమనాల ద్వారా దశల వారీగా దైవీకరణ అనేది ఒక ప్రక్రియ మరియు ధ్యానం చేత దేవుని ప్రతిరూపాన్ని తిరిగి పొందుకుంటారు. ఈ క్రైస్తవత్వం కోసం తన తల్లి కౌగిలిలో ఉండే దేవుని పటం ఒక కేంద్ర చిహ్నంగా మారింది.

దేవుని తల్లి మరియు దైవ కుమారుని, అవతారం లేక ప్రత్యక్షత దేవునితో సహవాసమునకు ప్రాముఖ్యమైనవి. సిలువ సనాతన చర్చిలలో ఉన్నప్పటికీ, భయభక్తులు జీవితానికి కేంద్రం కాజాలదు. ఈ ప్రత్యక్షత శరీర ధారిగా మారినప్పుడు నమ్మిన వారికి విముక్తిగా అనుగ్రహించబడింది. యోహాను సువార్త ప్రకారం మొత్తం ఇతివృత్తం నా ధ్యానాల ప్రారంభంలో నేను గుర్తించాను. ఎందుకనగా సువార్త ఏమిటో తెలియకపోతే దానిని అర్థం చేసుకోవడం అసాధ్యం.

యోహాను సువార్త ప్రకారం అది ఒక సిద్ధాంతం మాత్రమే బోధిస్తుంది. ఇది మొదట ప్రకటించినప్పుడు ఈ నియమం విప్లవాత్మకమైనది, అతి తీవ్రమైనది మరియు దీనిని ప్రకటించినందుకు యోహానును వెంబడించు క్రైస్తవులు యూదుల చేత హింసించబడ్డారు మరియు ఇతర క్రైస్తవుల చేత తప్పుగా అర్థం చేసుకోబడ్డారు. ఈ సువార్త యొక్క ఒక సిద్ధాంతం ఏమిటంటే యేసు దేవుడు, దీనిని నిరాకరించే వారికి ఇది అసలు ఉనికిలో లేని సిద్ధాంతం.

19 వ శతాబ్దానికి చెందిన ఒక అసాధారణ పాశ్చాత్య క్రైస్తవులు డేన్, సోరెన్ కిర్క్ గార్డ్ కూడా ఈ సిద్ధాంతాన్ని కేంద్రంగా చేసుకున్నారు. అతడు బ్రతికి ఉండగనే అతని తోటి క్రైస్తవులు కూడా తప్పుగా అర్థంచేసుకున్నారు. అతడు యోహాను సువార్తలోని ఇతివృత్తాన్ని బాగా అర్థం చేసుకున్నాడు. మరణమును జయించిన పురుత్థానుడైన క్రీస్తును దేవునిగా అంగీకరించకూడదని రుజువు పర్చబడిన సాక్ష్యం నుండి వెళ్లాలంటే దానికి చాలా తెలివి అవసరం.

మార్కు సువార్త ప్రకారం యేసును సిలువ వేయడంలో దాని భావావేశం ముగుస్తుంది. గలలియలో నుండి వెళ్ళు ప్రయాణంలో శ్రమానుభవం మూడు విభాగాలుగా కనిపిస్తుంది. (మార్కు 8:31, 9:31, 10:33, 34).

అనేకుల నిమిత్తము తన ప్రాణమును విమోచన కొరకు పెట్టునట్టుగా ఆయన యెరుషలేమునకు వెళ్ళుచున్నాడు (మార్కు 10:45).

ఈ వేధాంత ప్రకటన మరియు సందేశం సిలువను ఆదర్శవంతం చేస్తుంది. పేతురు యొక్క ఒప్పుకోలు తరువాత సిలువ వేయబడిన యేసు కథ అంతటితో అంతం కాలేదు. వాస్తవానికి శ్రమానుభవ అంచనా వేరు పేతురు యొక్క ఒప్పుకోలు భిన్నమైన వాస్తవాన్ని తెలియచేస్తుంది (6:68).

ఈ వాక్య భాగాన్ని చదివే వ్యక్తిని సారాంశం యొక్క ముగింపు ఎదుర్కొంటుంది. ఆదియందు వాక్యం ఉండెను. వాక్యం దేవుని యొద్ద ఉండెను వాక్యం దేవుడై యుండెను (1:1) కొన్ని వచనములు చదివిన తరువాత వాక్యం శరీరధారి అయినది అని చదువరులు నేర్చుకుంటారు. వారికి రెండు ప్రత్యేకమైన సాంకేతిక పదాలు వెంటనే ఎదుర్కొంటాయి. వాక్యము లోగోస్ మరియు శరీరము. ఈ రెండు పదాలను చేర్చుట ద్వారా రచయిత రెండు ప్రత్యేక విషయాలను తెలియజేసెను. మిగిలిన సువార్తలలో మన రెండు విభిన్న ప్రపంచాలను వాటికి సంబంధించిన విషయాలను గమనించగలము.

యోహానును అనుసరించు వారు తలంచిన ప్రకారం దాని భాషా పదములను బట్టి వాక్యం (లోగోస్) పరమునకు చెందినది, శరీరము క్రిందనున్న భూమికి చెందినది. ఈ అసమతుల్యత కొనసాగుతున్న మిగిలిన కథను తెలియజేయడం ద్వారా ఉద్రిక్తతను కలుగ జేస్తుంది మరియు ఆయన శరీర అవతారం ఆయన పరిష్కరించాల్సిన సమస్య యొక్క స్వభావాన్ని తెలియజేస్తుంది.

హెబ్రీ గ్రంథాల వేదాంత వేత్తలు అప్పటికీ యోహోవా మాటకు ముఖ్యమైన పాత్ర ఇచ్చారు. ప్రభువు వాక్యాన్ని స్వీకరించిన ప్రవక్తలు దీనిని స్వతంత్ర ఉనికితో కూడిన ధృఢమైన విషయంగా అర్థం చేసుకున్నారు. వారు యెహోవా మాట యొక్క అతిశయ రాయబారులు. ఈ అనుభంలో మౌఖిక సంస్కృతిలో ఒక పదానికి బలమైన అర్థం వుందని లేక ఆ పదార్థానికి ఉనికి ఉందని గుర్తుంచు కోవాలి. పలుకబడిన మాట శక్తివంతమైనది. ఒకసారి పలుకబడిన తరువాత

దానిని ఉపసంహరించుకోలేము. విల్లునందు సంధించబడిన బాణము ఏలాగున వెనకకు తేలేమో మరి యొకసారి మాటలాడుట ద్వారా దానిని దారి మళ్ళించ లేము. ఏశావు విస్మయానికి తగినట్లుగా యాకోబునకు ఇస్సాకు చేత ఇవ్వబడిన దీవెనను తిరిగి వెనుక కివ్వలేము కదా? ఆ.కా. 27:33-35 వ పరిశుద్ధ లేఖనాలలో దైవ వాక్కు దేవుని యొక్క యితర లక్షణాలవలె పాక్షిక అవ్యక్త హోదాను పొందుకుంది. ఈ అభివృద్ధి దేవుని పురాతనమైన మానవ ప్రదర్శనల ద్వారా సమస్యాత్మకంగా వుండి స్పష్టంగా ప్రోత్సాహించబడింది. అందును బట్టి హెబ్రీయుల సంస్కృతిలో ఆకాశము మరియు భూమి మరింత దూరంగా, దూరంగా వుండటానికి స్పష్టమౌతుంది. ప్రసంగి చెప్పినట్టుగా దేవుడు ఆకాశ మందున్నాడు, నీవు భూమి మీద వున్నావు. ప్రసంగి 5:2. ఈ రెండు ప్రదేశాల వ్యత్యాసాన్ని గమనించుకోకుండా వుండలేము. కనుక జ్ఞానము, మహిమ మరియు దేవుని వాక్కు దైవ సంబంధింతమైన రాయబారులు, త్రియేక దేవుని నుండి వచ్చిన వాక్కుగాను గుర్తించబడింది. జ్ఞాన సంబంధిత సాహిత్యములో వాక్యము మరియు జ్ఞానము సృష్టిలో పాత్ర కలిగిన వాటిగా అంతర్జాతీయంగా గుర్తించబడింది. కీర్తనలు 33:6, సామెతలు 8:12, 27:30. యోహానును, తన భోధను వెంబడించు క్రైస్తవులు దైవ స్వరూపుడు వాక్యమై శరీర ధారియై పుట్టుట గమనించినపుడు సృష్టిని చేయుట యందు వాక్యము యొక్క పాత్రవున్నదని గుర్తించారు. 'ఆదియందు వాక్యముండెను' అను మాటను దీనిలో ఒక భాగంగా తీసుకొన్నారు. సమస్తమును ఆయన మూలముగా కలిగెను. కలిగియున్నది ఏదియు ఆయన లేకుండా కలుగలేదు అనుమాటలు దీనిని స్పష్టపరుస్తున్నాయి (1:3).

అయితే వారు వాక్యము (లోగోస్) అను మాటను తాత్వికార్ధంగా గ్రహించారు. ఈ సంధర్భంలో వాక్యము (లోగోస్) ఆలోచించే సామర్థ్యాన్ని ఆలోచనలను అలరించడాన్ని ఈ ఆలోచనలను పదాలలో వ్యక్తీకరించడానికి మరియు పదాలను ఉపయోగించి ఉపన్యాసాలను తయారు చేసుకోవడాన్ని సూచిస్తాయి. హేతు బద్ధమైన ఆలోచన మరియు మనస్సు హెబ్రీ లేఖనాల్లో రచయితలకు అంతగా తెలియని భావన అనుకోవచ్చు. హేతుబద్ధమైన ఆలోచన మరియు మనస్సు జంతు రాజ్యములో జంతువుల మధ్య వున్న అనుభవంగా కాక మనుష్యుల మనస్సులకు మాత్రమే తెలిసినవిగా వుంటాయి. యేసయ్య

కాలం నాటి తత్వవేత్తలు వాక్యము (లోగోస్) కాలంలో జంతువుల ఉనికి ఉన్నదా అని చర్చించుకున్నారు. కొన్ని జంతువులు వాటి జ్ఞానమును బట్టి ప్రత్యేకింప బడుచున్నవి అని చెప్పుట తప్పేమీ కాదు ఒక పనిని కలిసి ముగించుటకు వాటికి కలిగిన సామర్ధ్యతను బట్టి అవి ఒక క్రమమును ఏర్పరచుకుంటాయి. కొన్ని జంతువులు వాటి స్వంత భాషలో ఒకరితో నొకరు మాటలాడుకుంటాయి. వాటికి వాక్కు వుందా? యేసు కాలం నాటి పేరొందిన యూదుడైన ఫిలో అను అలెగ్జాండ్రియా వాడు ఈ ప్రశ్నను గూర్చిన దర్యాప్తుకు డి. ఆనిమలిబస్ అనే గ్రంథాన్ని అంకితం చేశాడు. లేఖనముల యందు పేరొందిన యూదుడిగా తన సమకాలీనులు వ్యక్తపరచిన అన్ని ఆలోచనల ప్రవాహమును ఈ తత్వవేత్త పూర్తిగా తెలియచేశారు.

దీని ద్వారా ఈ ఫిలో అనే వ్యక్తి నరుడు మాత్రమే దైవత్వములో పాలిభాగస్తుడని చెప్పుటకు వాక్కును (లోగోస్) ఆధారంగా చేసుకున్నాడు. ఈ వాక్కు అత్యంత బలీయమైన తాత్విక అగాథాలను కలిపే వంతెన, ఈ భాగము లక్ష్యాన్ని, విషయాన్ని వేరుపరుస్తుంది. ఈ వాక్కు ఒక సరియైన పదము నిర్మించబడక మునుపే ఒకని మనస్సులో దానిని గురించిన రూపాన్ని నిర్మిస్తుంది. తత్వవేత్తలు వ్యక్తీకరించని వాక్కు నుండి వ్యక్తీకరించిన వాక్కును వేరుచేశారు. ఈ రెండవ భాగంలో వ్యత్యాసమేమనగా ఇతరులు విని అర్థంచేసికొన గలిగిన వాక్కును లేదా మాటను ప్రతిధ్వనించునట్లు చెప్పలేకపోవుట. మన మనస్సు ఆధీనంలో వున్న ఆలోచనను సరిగా వ్యక్తీకరించగలిగిన వాక్కు ఇంకనూ ఏర్పరచబడలేదు. ఇది మనకు అనుభవమే. చాలాసార్లు మనకు కలిగిన తలంపును తెలియపరచడానికి తగిన మాటను ఎన్నోసార్లు వెదికాము. ఒకసారి ఒకమాట లేదా ఇంకొక మాట ఆ తదుపరి మరియొక మాట ఇలా అనుకుంటూనే మన ఆలోచనలకు అవి సరిపోనందున లేదా వ్యక్తీకరించుటకు ఉపయోగ పడనందున వాటిన్నటినీ కాదనుకున్నాము. వాక్కు అనగా ఒక ఆలోచన. దీని విషయములో ఇంకా ఒక పదమును కనుగొనలేదు. పది పదముల సమర్ధతను నిర్ణయించే తార్కిక ఆలోచన దానికి సరియైన పదాన్ని కనుగొనగలగడం ఒక లక్ష్యంగా చేసికోవాల్సి వుంది. ఒక లక్ష్యానికి, ఒక విషయానికి మధ్యవున్న అగాథాన్ని కలుపుట కొరకు వుండే వంతెన ఒక బలమైన

తాత్విక పదం. వాక్కు దైవ సంబంధితమైన గుణం. అర్థం చేసికోవడానికి, సంభాషించడానికి ఇది ఒక గొప్ప అధ్యయనం. ఏ అనుమానం లేకుండా మనం చెప్పగలిగింది ఏమిటనగా దేవుడు ఒక సత్యమైన రీతిలో ఏ విషయాన్నైనా తెలియపరచగలరు. వాక్కు దేవుని జ్ఞానము మరియు దేవుని మనస్సాక్షి. మానవునికి, దైవానికి మధ్య ఇది ఒక వంతెన వంటిదని వాక్కును గురించి యోహాను తన సువార్తలో విశదీకరించాడు. దేవుడు దైవముగా మరియు దేవుడు శరీరధారిగా అనుటే వాక్కు లేక వాక్యము. దేవునిని అర్థం చేసికోవడానికి ఇది ఒక అద్భుతమైన వేదాంతము. ఈ పర్యటనలో దాగిన మర్మమైన ప్రభువు మానవత్వంలో లేదా శరీరధారిగా వ్యక్తీకరించబడ్డాడు.

ఆశ్చర్యకరమైన ప్రత్యక్షత ఏమిటనగా దేవుడు వాక్యమనే శరీరధారిగా వుండుట. అంతే కాకుండా ప్రత్యక్ష పరచబడిన యేసు మర్మమై యున్న యేసు కానీ ఇతర సువార్తలలో వాక్యము శరీరధారియైయున్న యేసు అని ఎక్కడా ప్రస్తావించబడలేదు. అందువల్ల "శరీరధారిగా అవతరించిన వాక్యం దేవుడైయున్నాడు" అనే అసాధారణ వాదన మాకు ఆశ్చర్యాన్ని కలుగచేస్తుంది. పంపబడిన వానిని సువార్తలలో స్పష్టంగా చూడలేముఅనునది దీని భావం, అప్పటికీ యేసు జీవితాన్ని గురించి వ్రాయబడిన ఒక గ్రంథానికి లేక పత్రానికి ఈ సువార్తలో ముందు మాటగా వ్రాయబడిన భాగం తరువాత కలుపబడినదా? అని అన్పిస్తుంది, ఆయివుండవచ్చు. యోహాను భోధను వెంబడించు శిష్యులు లేదా మనుష్యులు యేసును కనుగొనడంలో ఎటువంటి ఇబ్బంది పడలేదు. ఆయనే వాక్యం ఆయన మాటలలోనూ యేసు వారితో మాట్లాడిన వాక్యంలోనూ. మొదటి శతాబ్దంలోని యూదులు దేవుని గురించి మానవ అనుభవాలతో మాట్లాడడం ద్వారా కలిగే ప్రమాదాన్ని ఎరుగుదురు. కాబట్టి వాక్యము సువార్త మొదటి భాగంలో దేవుడు మరియు శరీరధారి అని ప్రత్యక్ష పరచబడింది. ఈ పదాలు హెబ్రీయుల సాంప్రదాయంలో ధృఢమైన వాస్తవాలుగా పరిగణించబడతాయి గనుక వారికివ్వబడిన ఈ కార్యము ఎవరి చేత ఎదిరించబడే అవకాశం లేదు. కనుక వాక్యము పలుక బడినది, ప్రత్యక్ష పరచబడినది, మనష్యుల మధ్య నివసించినది, ఈ లోకములో బ్రతుకు మార్గమును తెలియచేసినది అనబడే ఈ సందేశం నమ్మబడాలి, అంగీకరించబడాలి.

పాఠము - 2

దేవునితో తనను తాను సమానునిగా చేసికొనుట :

ఏదేను తోటలో సర్పము హవ్వను ఎదుర్కొని శోధించుట ద్వారా దేవునితో తనను సమానునిగా చేసుకొనుటకు ప్రయత్నించటమే (ఆ.కాం. 3:5), ఆదిమ క్రైస్తవ పాటలలో క్రీస్తుకు ముందు కలిగిన శోధనలో దేవునితో తనను తాను సమానునిగా చేసుకొనుటకు ఎదుర్కొనుట మరియు తిరస్కరించుట చూడగలం. అయితే యోహాను సువార్తలో దీనికి విరుద్ధంగా యేసు తనను తాను దేవునితో సమానునిగా చేసుకొనుట అనే ఆరోపణను స్పష్టంగా అంగీకరించారు. ఈ అంగీకారమే ఈ వేదాంతానికి మూలమైనది. ప్రారంభంలో మొదటి క్రైస్తవులు యూదులై యుండి యెరుషలేము దేవాలయములో ఆరాధించారు. చాలా మంది సమాజమందిరమునకు చెందినవారై అచ్చటనే ప్రార్థించుట మరియు లేఖనములను ధ్యానించుట నేర్చుకున్నారు. వీరికి యేసును గూర్చిన ఈ భావం కలిగివున్నందున తరువాతి క్రమంలో వీరిని సమాజ మందిరములో నుండి బహిష్కరించారు. ఈ సంఘటన మొదటి శతాబ్దం చివరిలో కానీ 2వ శతాబ్దం ప్రారంభంలో కానీ జరిగివుండచ్చని పండితుల అభిప్రాయం.

పుట్టుగ్రుడ్డివాడు సమాజమందిరము నుండి బహిష్కరించబడుట దీనికి సాదృశ్యం (9:34). పరిసయ్యుల కథనం ప్రకారం ఒకప్పటి పుట్టు గ్రుడ్డివాడు నేడు గ్రుడ్డివాడు కాదు మరియు యూదుడు కాడు. అతని తల్లిదండ్రులు కూడా సమాజమందిరము నుండి బహిష్కరించబడతారన్న భయంతో అతని జీవితాన్ని గురించిన వివరాలు వారికేమీ తెలియదన్నట్లుగానే మాట్లాడారని ఈ కథ తెలియచేస్తుంది (9:22). సమాజ మందిరంలో వారి స్థానాన్ని కాపాడు కోవాలన్నది వారి ఉద్దేశ్యం కానీ వారి కుమారుడు తనకు తెలిసినది ఒప్పుకోవడం ద్వారా బహిష్కరణ సమస్యను ఎదుర్కొన్నాడు. 16వ అధ్యాయంలో యేసు శిష్యులుగా వుండటానికి, సహించడానికి సిద్ధంగా వుండాల్సినవారు సమాజ మందిరం నుండి వెళ్ళగొట్ట బడుట ద్వారా అవమానించబడటానికి సిద్ధపడాలి (16:2). అరిమతయి యోసేపు యూదుల భయంతో రహస్య శిష్యుడుగానే

వున్నట్టు మనం నేర్చుకుంటాం 19:38. అలాగుననే యేసు సిలువ వేయబడిన తరువాత ఆయన శిష్యులు యూదులను గూర్చిన భయము చేత ఒక గదిలో తలుపులు మూసుకొని వుండుట చూడగలం 20:19.

ఈ సంధర్భంగా మనం గమనించవలసినది పౌలు తన జీవిత కాలమంతా నమ్మకమైన యూదుడుగానే తన్ను తాను పరిగణించాడు. దీనిని బట్టి ఆదిమ యూదులుగా నుండిన క్రైస్తవులు. క్రైస్తవులుగా బ్రతుకుచున్నందుకు యూదులుగా నుండుటకు ఆగిపోవాలని తలంచలేదు. పరిసయ్యులు, సద్దూకయ్యులు, కుమ్రాను నిబంధనలో నున్నవారు, బాప్తీస్మమిచ్చు యోహాను శిష్యులు మరియు నజరేతు వారు అనే యూదులు అను క్రైస్తవులుగా మారిన యూదులు కూడా అంతయూదులే, యెరుషలేము దేవాలయమును కేంద్రంగా చేసుకొని ఈ వివిధ రకాల యూదులు, క్రైస్తవులు కూడా, ఒకరితో ఒకరు సమాధానం కలిగి బ్రతికారు. (అ.కా. 2:46, 3:1, 4:1) రోమీయులు దేవాలయమును పడగొట్టిన తరువాత అప్పటి వరకు వున్న యూదా మతం అప్పటితో ఆగిపోయింది. ఈ విపత్తులో నిలదొక్కుకున్న వారు అనేక మందిలో ఇద్దరు మాత్రమే. ఒకరు పరిసయ్యులై యండి (రబ్బైనిక్) రబ్బానీ యూదా మతంగా మిగిలారు. రెండవది యేసు శిష్యులుగా నున్న ఉద్యమకారులు క్రైస్తవులుగా మారడం. వీరిద్దరూ కూడా వారి మతపరమైనటు వంటి, వేదాంత పరమైనటువంటి సమృద్ధి గల తల్లికి న్యాయ సంబంధమైన వారసులమని చెపుకున్నారు. ఈ రెండు సోదర మతాలు వారసత్వం కోసం చేసిన పోరాటంలో తీవ్రమైన వివాదంలో పాల్గొని ఘోరమైన మరియు ధీర్ఘకాలిక పరిణామాలను పొందుకున్నాయి.

చివరికి ఈ వాదానికి కేంద్రం యూదా మత సిద్ధాంతంగా ఆక్రమించ బడింది. యెరుషలేము దేవాలయము యొక్క యూదా మతము మరియు రబ్బానీయుల మతము సిద్దాంతాలను వెంబడించువారుగా కాక సిద్ధాంతాలను అనుసరించే మతంగా తమ్మును తాము ప్రత్యేకించుకున్నారు. అయితే ఒకే దేవుని ఆరాధించే క్రమాన్ని వారు కలిగి వుండాలి. కానీ సొలోమోను కట్టిన దేవాలయము నిలిచి యుండగనే యెరూషలేము వాసులు అనేకమంది దేవతలను

పూజించారు. యెరూషలేము దేవాలయపు బలిపీఠము మీద ఆషేరా దేవతకు మరియు మొలెకు దేవతకు ఇంకా అనేక మంది దేవతలకు వారు బలులను అర్పించారు. ఆనాటి రాజ్యాలు వారికి అండగా నిలిచాయి. ఆ దేశం చుట్టు ప్రక్కల ఉన్న రాజ్యాలలో బయలు దేవతకు బలులర్పించుటకు పచ్చని తోటలను, ఎత్తయిన స్థలాలను ఎన్నుకున్నారు. (బయలు వర్షానికి, తుఫానుకు దేవత) అయితే వారు పవిత్రమైన వ్యభిచారము వెంబడించుట చేత పొలములు, పశువులు సంతానోత్పత్తికి పాల్పడేవారు. 586 క్రీ.పూ. దేవాలయం పడగొట్టబడిన తరువాత యెహోవా వాక్కు వలన కలిగిన ప్రవచనాలను యిర్మియా, యెహెజ్కేలు మరియు యెరుషలేములోని యెషయా శిష్యులు ప్రకటించుట ద్వారా యెహోవా తప్ప వేరొక దేవుడు లేడని వారు వాదించుకొని వెంబడించారు. అందువలన ఇశ్రాయేలీయుల మతం ఏక ధర్మాన్ని వెంబడిస్తూ ఒకే ఒక్క దేవుని కలిగివున్న మతంగా తననుతాను తిరిగి కనుగొనింది. క్రీ.పూ. 515లో కట్టబడి. ప్రతిష్టించబడిన రెండవ మందిరమునకు ఈ సిద్ధాంతము కేంద్రమతంగా మారింది. అయితే ఈ దేవాలయం క్రీస్తు శకం 70 లో నాశనం చేయబడింది.

బబులోను చెరకాలంలో చెర తరువాత చెదరగొట్టబడిన యూదులు వారి చెరలో క్రొత్త సిద్ధాంతానికి వేర్లు కనుగొన్నారు. అదే సమాజమందిరం. ద్వితీయోప దేశ కాండములోని ఆచారములు చెప్పిన రీతిగా యెరుషలేము దేవాలయములోని బలిపీఠము మీదనే అర్పణములు అర్పించుట న్యాయబద్ధమైన ఆజ్ఞ. కానీ ఇప్పుడు యూదులు నివసించుచున్న ప్రదేశమునకు ఈ స్థలము చాలా దూరముగా నున్నందున అక్కడ బలులు అర్పించుట సాధ్యం కాలేదు. సమాజ మందిరములలో అప్పటి యాజకులు సిద్ధపరచిన ప్రతి (తోరా) ధర్మశాస్త్రము అందరి దృష్టికి కేంద్రమయింది. అయితే ఒక సిద్ధాంతాన్ని సరిగా స్థాపించడానికి లేక ఒక మతాన్ని స్థాపించడానికి ధర్మశాస్త్రాన్ని ధ్యానించలేదు. అయితే జీవన విధానాన్ని ఏర్పరచుకోడానికి దీనిని చదువగలిగారు. దేవునితో సమాధానము కలిగి బ్రదుకుట కేవలము ఆజ్ఞలకు లోబడుట మాత్రమే అనునది ఒక మార్గంగా ఏర్పాటు చేసుకున్నారు. ధర్మశాస్త్రమును గూర్చి జ్ఞానము గలిగిన ఒక క్రొత్త తరగతి శాస్త్రుడు. (లోగోస్) షేమ సమాజమందిరము యొక్క

మూలంగా దానిని అంగీకరించారు. అది ద్వితీయోపదేశ కాండం 6:4లో వ్రాయబడినట్లుగా 'ఓ ఇశ్రాయేలు వినుము. మన దేవుడైన యెహోవా అద్వితీయుడగు యెహోవా' మార్కు సువార్క ప్రకారం దీని భావాన్ని క్రైస్తవులు గుర్తించారు ఎందుకనగా యేసు గొప్ప ఆజ్ఞను ఇచ్చినపుడు "నీ పూర్ణ హృదయముతోనూ నీ పూర్ణ ఆత్మతోను నీ పూర్ణ వివేకముతోను నీ దేవుని ప్రేమించవలెను" అను ఆజ్ఞ ఇచ్చుట ద్వారా షేమా (లోగోస్) అను దానిని అంగీకరించినట్లు తెలుస్తుంది (మార్కు 12:29).

యోహాను సువార్త ప్రకారం యూదుల దృష్టిలో యేసు సబ్బాతు ధర్మమును పాటించని వాడు కనుక అతడు ఒక పాపి (9:24). దేవునితో తనును తాను సమానుడుగా చేసికొనుట ద్వారా అతడు దైవదూషకుడని వారి అభిప్రాయం (5:18). ఈ అర్ధరహితమైన వాదన ద్వారా క్రైస్తవులు ఏకధర్మాన్ని ఏక దేవుని వెంబడించే రెండవ దేవాలయపు మతమునకు క్రైస్తవులు వారసులు కాలేరని యూదుల ఉద్దేశ్యం. వారి ఉద్దేశ్యము ప్రకారం క్రైస్తవులకు రెండవ దేవుడు కలడు. సువార్త మొదటి భాగంలో కుమారుడు తండ్రి కుడి ప్వార్శమున ఉన్నాడని తెలియజేస్తుంది (1:18). ఈ రూపాలంకారము దేవునికి కుమారునికి మధ్య వున్న దగ్గర సంబంధాన్ని తెలియచేస్తుంది. నా తండ్రి యందు నేనును, నాయందు తండ్రియు నివసించుచున్నామని యేసు చెప్పుచున్నాడు (10:38). నన్ను చూచిన వాడు నాతండ్రిని చూచినట్టే అని ఫిలిప్పునకు ప్రభువు చెప్పిన మాట. (14:9). నేనును తండ్రియును ఏకమైయున్నామని యేసు చెప్పుట ద్వారా దానిని స్థిరపరచుచున్నారు (10:30) సువార్త చివరిభాగంలో తోమా పశ్చాత్తాపంతో నా దేవా, నా ప్రభువా అని చెప్పిన మాట క్రైస్తవులందరూ చెప్పాలని యోహాను భోధను వెంబడించు వారికి స్థిరమైన నమ్మిక. నేను నా తండ్రి ఏకమై వున్నట్లుగా మీరును ఏకమై వుండవలెనని 17వ అధ్యాయంలో యేసు వారికి భోధపరచారు. "తండ్రీ నా యందు నీవును, నీయందు నేనును వున్నలాగున వారును మనయందు ఏకమై వుండవలెనని మరియు నీవు నన్ను పంపితివని లోకము తెలిసికొనునట్లును" అని యేసు ప్రార్థించారు (17:21).

శిష్యులు తమ మధ్య సమాధానము కలిగివున్నట్లుగా వారు తండ్రికి కుమారునికి కలిగిన సమాధానమందు ఏకపరచబడునట్లుగా చెప్పబడినందున

ఇది స్వజాతీయతను గూర్చి తెలియజేయడం లేదు. ఐక్యముగా నున్న వారి మధ్య భేదములు వుండవచ్చు. కుమారునికి కలిగిన మహిమ తండ్రి చేత యివ్వబడినదని 17:22లో చెప్ప బడింది. ఈ అనుబంధం తండ్రీ కుమారుల దైననూ పంపుచున్న వాడు, పంపబడినవాడు అదే అనుబంధం కనబడుతుంది. ఈ అనుబంధం కేవలం శిష్యులు మాత్రమే కాదు లోకమంతయూ చూచి గ్రహించుకొనవలెను. అందరూ గుర్తించ వలసినదేమనగా ఈయన తండ్రి చేత పంపబడినవాడు ఇందును బట్టి ప్రకటించబడునది ఏమనగా "కుమారుడు దేవుడైయున్నాడు" ఇది యూదా మతానికి విరోధమైన మాట అయిననూ యోహాను సువార్తలో ఇది స్వల్ప భేధాన్ని తెలియచేస్తుంది. యేసు అవతరించిన వేరొక దైవ సంబంధుడు కాదు దేవుడే శరీరధారిగా అవతరించాడన్న సత్యాన్ని (ఉద్దేశ్యాన్ని) క్రైస్తవులు సంపూర్ణంగా అంగీకరించడానికి దాదాపు 2 శతాబ్దాలు పట్టింది. క్రీ.శ. 325 సం.లో నైసియా సమావేశ మండలిలో ఇది ఏర్పడింది.

క్రైస్తవులందరూ యేసుని ఈ విధంగా చూడకపోవచ్చు. వారిలో కొందరు మార్కు సువార్త ద్వారా రుజువు చేయబడిన పౌలు యొక్క భోధకు ప్రభావితమైన వారు. క్రైస్తవత్వంలో లేక క్రీస్తును గూర్చిన భోధలో యోహాను భోధను వెంబడించు వారి యొక్క సారాంశాన్ని అందరి ఎదుటకు తెచ్చిన వ్యక్తి 150 క్రీ.శ.లోని జస్టిన్ మార్టర్. మరియు అతను వ్రాసిన పుస్తకం (డైలాగ్ విత్ ట్రైఫో ఫర్ ద జ్యూ) నైసీయా సమావేశంలో వాక్యము దేవుడై యున్నాడన్న క్రైస్తవ వేదాంతాన్ని ముందుకు తెచ్చిన వారు జస్టిన్ మార్టర్ వాదనలను అభివృద్ధి పరచిన అతనేషియస్, ఏరియష్ వాదనలు చెప్పుచున్న "జేష్ఠుడు కుమారుడుగా పుట్టినవాడు దైవ సంబంధుడు యేసుగా అవతరించాడు" అనే భోధలు నైసియా తరువాత అదృశ్యం కాలేదు. క్రీ.శ.451లోచాల్సోడిన్ పరిపాలక సంస్థ తరువాత కూడా అనేక శతాబ్దాలు ఏరియన్ క్రైస్తవత్వం పాశ్చాత్య దేశాల్లో ఎక్కువగా ప్రబలుచునే యుండింది. వీరి వాదన "దేవుడు మరియు వాక్యము ఒక్కరే అను భావనను అర్థం చేయుట. మొదటి క్రైస్తవ శతాబ్దాలలో ఇటువంటి వాదనలకు చాలా చరిత్ర వుంది. దేవుడు మరియు వాక్యము ఒకే దేవుడైతే వారు తమ కార్యములను ఏ విధముగా చేయగలరు? అనే సమస్య యోహాను భోధను వెంబడించువారు ముందుకు తీసుకు వచ్చిన దానిలో ఇది

ప్రారంభమైంది. దేవునిలో యేసుకు సమానత్వము ఇవ్వడమనే స్వల్ప విభేధాన్ని ఒక సమస్యగా ఇక్కడ మనకు కనబడుతుంది.

5వ అధ్యయంలో యూదులు దేవునితో సమానునిగా తన్ను తాను చేసికొనుట అనే విషయములో యేసును తప్పుపట్టారు. యేసు తాను దానిని తెలియజేస్తూ తనను తాను సమర్ధించుకున్నాడు. ఏక దేవుని గూర్చిన వాదనలో నేనును, తండ్రియు ఏకమైవున్నాము అని పలికిన ఆయన మాటలు ఒక సవాలుగా పరిగణించబడలేదు. ఈ ఏక దేవుడు అనే సమస్యను అర్ధం చేసుకోవాలంటే కొంత నేపథ్యాన్ని మనం గమనించాలి. యూదుల మతభోధ ప్రకారం కొన్ని కార్యములను దేవుడు మాత్రమే చేయగలడు మరికొన్ని కార్యములను చేయుటకు దేవుడు కొంత మంది రాయబారులను నిర్ణయించాడు. న్యాయపు తీర్పు మరియు జీవము నిచ్చుట అనే అంశాలు ఇందులో ప్రాముఖ్యమైనవి. బెతెస్ధ దగ్గర పక్షవాయువు గలవానిని స్వస్థపరచుట ద్వారా యేసు ఈ దైవ సంబంధితమైన ఈ రెండింటిని తనకు సంబంధించినవిగా తెలియజేశారు.

దైవ శాసనాలను వెంబడించుట ద్వారా దేవుని అవసరతను అర్ధం చేసికొనుట ఎలా అను అంశాన్ని దైవ వ్యక్తిత్వ వాదనల విషయంలో పరిసయ్యుల ఆందోళన అని చెప్పవచ్చు. సబ్బాతు ధర్మమును గూర్చిన విషయంలో ఈ సమస్యను గమనించగలము. లోకము తనంతట తాను తన కార్యములను చేయలేదు గనుక సృష్టి సంబంధమైన, ప్రకృతి సంబంధమైన కార్యములను జరిగించుటకు వేరొక దేవుళ్ళు లేరు గనుక విశ్రాంతి దినమున ప్రభువు విశ్రాంతి తీసుకుంటే ఆ దినములలో సృష్టి దేనికదే విడిపోవును గదా, గనుక సబ్బాతు దినమున సృష్టిలోని సమస్తము క్రమముగా తన కార్యములను కొనసాగించు చున్నందున దేవుడు తప్పకుండా ఆ దినములలో పనిచేయు చున్నాడు. అంటే సబ్బాతు దినమున దేవుడు పనిచేయగల అంశాలు కొన్ని వున్నాయి.

ఈ అంశం విషయంలో యేసు మాటలు యూదులను అశ్చర్యానికి గురిచేశాయి. సబ్బాతు దినమున పక్షవాయువు గల వానిని బాగుచేసినపుడు “నీ పరుపెత్తుకుని నీ యింటికి పొమ్మని” అతనితో యేసు చెప్పినపుడు నా

తండ్రి ఇది వరకు పనిచేయుచున్నాడు నేనును చేయుచున్నానని యేసు చెప్పుట ద్వారా ఈ వాదనను ఆయన బలపరచుచున్నాడు (5:17) దీని ద్వారా యూదులు సబ్బాతు దినమున పనిచేయు అంశము దేవుని వలన అతనికి కలిగినదని యేసు చెప్పిన మాటలను అర్థం చేసుకున్నారు. దేవుడు ఇద్దరుగా ఈ కార్యములను సబ్బాతు దినమున చేయుటకు అంగీకరించు చున్నారని ఈ ప్రకటన తెలియచేస్తుంది.

దైవత్వంలోని ఏకత్వం యోహాను సువార్త ద్వారా రెండు మార్గాలలో వాదిస్తుంది. యేసు ప్రభువు పలికిన ప్రతి మాట ఒక విధంగా వాదనలను హెచ్చిస్తుంది. సబ్బాతు దినమున పనిచేయు అంశంలో కుమారుడు కూడా తీర్పును ప్రకటించవచ్చు (5:22,27) మరియు తాను ఎవరికి జీవమివ్వాలను కుంటే వారికి జీవమివ్వవచ్చు అనునవి (5:21,26) ఈ రెండు విషయాలు ఇంతకు ముందు చెప్పిన రీతిగా దేవుడు మాత్రమే చేయదగిన అంశాలు వేరొక విధంగా చెప్పాలంటే కుమారుడు తనకు తానుగా వీటిని చేయలేదు. వీటిని తాను తండ్రితో కలసి లేక తండ్రి చిత్తానుసారంగా మాత్రమే చేయగలడు (5:19,30). యేసు చేయుకార్యములన్నీ సంపూర్ణముగా తండ్రికి లోబడి మాత్రమే చేయగలడు తనుకు వ్యక్తిగతముగా వేరొక చిత్తమును కలిగి వుండడు దీనిని బట్టి కుమారుడు దేవునిగా తండ్రి చిత్తాను సారముగా పనిచేయువాడని నిర్వచనము చెప్పవచ్చు. యోహాను సువార్త ద్వారా యెహోవా మతము అన్ని వైపుల నుండి ఏక దేవుడనే వాదనకు సవాలు విసురుతుంది.

శతాబ్దాలుగా క్రైస్తవత్వం వెంబడించుచున్న ప్రక్రియను ఇక్కడ ప్రారంభించుట గమనించగలం. దైవత్వంలోని వ్యక్తిత్వం వాటి మధ్యనున్న సంబంధాలను ఇది విశదపరచు చున్నట్లుగా గమనించగలము. ఈ వాదన ఒకే దేవుడు మాత్రమే వున్నాడు అనే వాదనను తిరస్కరించని విధముగా ముందుకు సాగుతుంది.

వాక్యము దేవుడైయున్నాడు అను వాదన సాహసోపేతమైనది. యోహాను సువార్త గుర్తించిన ఈ వాదన రుజువుల చేత మద్దతు ఇవ్వబడవలసివుంది. నన్ను గూర్చి నేను సాక్ష్యము చెప్పుకొనిన ఎడల నా సాక్ష్యము సత్యము కాదు

అదే సత్యాన్ని యేసు తన మాటలలో ఒప్పుకొన్నట్టుగా గమనించగలము. ఈ వాదనను స్థిరపరచుటకు దేవుని ప్రత్యేకమైన అంశాలను తండ్రితో కలసి జరిగించు చున్నట్టుగా యేసు తనకు మద్దతు ఇచుచున్న వారి సాక్ష్యములను తెలియజేయుచున్నాడు.

మొదటిగా బాప్తీస్మమిచ్చు యోహాను యూదులు ఇతని పరిచర్యను ప్రారంభంలో "మండుచూ ప్రకాశించుచున్న దీపము" అని అనుకున్నారు. మొదటి అధ్యాయంలో యోహాను ఆయనను గూర్చి సాక్ష్యమిచ్చాడు. ఆయనను కాదనలేదు ఆయనను ఒప్పుకున్నాడు. ఈయనే దేవుని కుమారుడని నేను తెలిసికొని సాక్ష్యమిచ్చితిననెను. యూదా మతము మీద తనకున్న ప్రభావాన్ని బట్టి యోహాను సాక్ష్యము వారిని ప్రభావితం చేసింది. కానీ అతని నిరాకరణ మాటలు (నేను క్రీస్తును కాను, ఏలియాను కాను, ఆ ప్రవక్తను కాను, మొదలగునవి 1:21,22) మరియు యోహాను శిష్యులకు, యేసు శిష్యులకు మధ్య జరిగిన వాదనలో (యోహాను బాప్తీస్మమిచ్చిన వారికంటే యేసు ఎక్కువ మందికి బాప్తీస్మమిచ్చుచున్నాడన్న వాదన 3:26, 4:2)లో యోహాను సాక్ష్యము కొంతమందికి అనుమానాలను రేపింది. కాబట్టి యేసు మరికొంత మంది సాక్షులను కనపరచారు.

రెండవదిగా తండ్రి చేత నాకప్పగించబడిన పనిని నేను నెరవేర్చవలసి యున్నది అని యేసు పలుకుట ద్వారా ఆ క్రియలు తండ్రి చేత పంపబడిన ఏక కుమారుడు తానే అని సాక్ష్యమిచ్చుచున్నది (5:36). ఈ సువార్తలో ఆయన క్రియలను సూచనలు అని చెప్పబడినవి (సూచక క్రియలు). ఈ సువార్త వ్రాసిన రచయిత సువార్త అంతములో అనేకమైన సూచక క్రియలను యేసు తన శిష్యుల ఎదుట చేసెను అవి ఈ గ్రంథమందు వ్రాయబడి యుండలేదు కానీ యేసు దేవుని కుమారుడైన క్రీస్తు అని మీరు నమ్మునట్లును నమ్మి ఆయన నామమునందు జీవము పొందునట్లును ఇవి వ్రాయబడెను (20:30,31). ఈ సూచక క్రియల సాక్ష్యము జీవమును, విశ్వాసమును కలిగించుట యందు చాలినంత బలము కలిగినవని ఒక వాదన. సువార్త అంతటిలో సూచక క్రియల వలన ఆయనను నమ్మిరి. అదే సమయములో యేసు పనులలో ఆ సూచక క్రియలు తెలియని వారు ఆయన యందు నమ్మిక వుంచలేదు. ఈ క్రియల సాక్ష్యము ఇందును బట్టి సందిగ్ధ స్థితిలో వుండిపోయింది.

అన్నింటికంటే ప్రాముఖ్యమైన మరియొక వాదన లేక ఋజువు-నన్ను గూర్చి సాక్ష్యమిచ్చు చున్నవాడు నన్ను పంపినవాడు పరలోకపు తండ్రి. దేవుని సాక్ష్యము తిరస్కరించ వీలులేనిది. ఇక్కడ సమస్య ఏమిటంటే యేసు తన్ను గురించి చెప్పిన సాక్ష్యము యొక్క నిజస్థితిని ప్రశ్నించువారు దేవుని ఎప్పుడూ చూడలేదు ఎప్పుడూ ఆయన స్వరమును వినినవారు కారు (5:37) తండ్రిని చూడని వారు తండ్రి చేత పంపబడిన కుమారుని చూడలేరు ఇది ఒక భాధాకరమైన స్థితి (5:38). కనుక ఈ సాక్ష్యము దీనిని అడుగువారికి వివరింప శక్యము కానిది.

నిత్యజీవము నిమిత్యము వెదకువారు అది దొరకని స్థలము నందు వెదకుచున్నట్లుగా నేటి పరిస్థితి బలహీనముగా నున్నది. యేసు నొద్ద దీనిని పొందుకొనుటకు ఆయన వద్దకు రావడానికి బదులు లేఖనాలలో దానిని వెదకి పొందు కొనవలెనని తప్పు మార్గంలో నడిపించబడ్డారు. లేఖనము జీవము నివ్వలేదు గానీ యేసును గూర్చిన సాక్ష్యము నివ్వగలదు. (5:38) లేఖనము యొక్క ఉద్దేశ్యమును తప్పుగా అర్థం చేసుకున్న వారు లేఖనముల సాక్ష్యము బలమైనదిగా చూడలేక పోయారు. అసలు వారి సమస్య ఏమిటంటే లేఖనాలలో వారికి కలిగిన జ్ఞానము యొక్క అతిశయమును బట్టి వారు ప్రేమను కలిగివుండలేదు (5:42-44).

9వ అధ్యాపు ముగింపు లాగుననే 5వ అద్యాయపు ముగింపు కూడా (దాదాపు ఆలాగుననే) వుంది. ఈ పరిస్థితి మరలా మొదటికి వచ్చినట్లు గానే వుంది. లేఖనములలో నిత్య జీవము వెదకువారిని తండ్రి చేత పంపబడినవాడు ఖండించలేదు. ఆయన జీవము నిచ్చుట అను ప్రత్యేకమైన ఉద్దేశ్యముతో పంపబడినవాడు. ఆలాగుననే తీర్పు తీర్చు అధికారము కలిగినవాడు. వారు "దేవునికిని ప్రజలకును మధ్య గొప్ప మధ్యవర్తి మోషే" అని గుర్తించినవారు. ద్వితీయోపదేశ కాండము (18:15-18) ఆధారం చేసుకొని ఆ ప్రవక్త మోషే వలె వారి మధ్య ప్రత్యక్షుడవుతాడని వేచియున్నారు. యూదులకు ఇది గొప్ప నిరుత్సాహము. ఆయిననూ వారి నిరీక్షణను మోషే మీద వుంచుట ద్వారా లేఖనాలలో వ్రాయబడిన సత్యమును సరిగా ఎరుగక పోవుట వలన మోషే చేత ఖండించబడిరి. దేవునితో ఏకమై యున్నాడన్న వాదన విలువకు వారు

సాక్షులేకానీ ఆయన జీవపు మూలమని వారు ఎరుగలేదు. ఉపోద్ఘాతంలో చెప్పబడిన రీతిగా మోషే ద్వారా ధర్మశాస్త్ర మీయబడెను. యేసు క్రీస్తు నందు కృపయు, సత్యమును కలిగెను (1:17).

సీనాయి కొండ మీద దేవుని కలిసిన వ్యక్తి యందు వారు తమ నిరీక్షణ వుంచిరే గానీ దేవుని కృప మరియు సత్యము యొక్క శరీరధారిని వారు నిరాకరించారు. ఇది చాలా భాధాకరమైనది. లేఖనములను ఆధారం చేసికొని యేసు దైవదూషణ చేయుచున్నాడని తీర్పు తీర్చుట ద్వారా లేఖనముల శక్తిని బట్టి యూదులు ఆయనను ఖండించుచున్నారు.

వాక్యము దేవుడై యున్నాడన్న సంపూర్ణ వాదన చేయు యోహాను భోధను వెంబడించు క్రైస్తవులు కొన్ని హద్దులను ఏర్పాటు చేయవలసిన అవసరమున్నను వారు వ్యంగ్య భావాన్ని కలిగివున్నారని చెప్పుటలో సందేహం లేదు. తండ్రి మరియు కుమారుని యొక్క సంబంధాన్ని వారు స్వల్పంగా చెప్పుట వలన వారి విరుద్ధమైన మనస్సు ఆ సూక్ష్మ భేధం యోహాను భోధను వెంబడించు సమాజానికి అధునాతన సాహిత్య భావం వుందని తెలియజేస్తుంది. ఒకప్పటి ప్రపంచంలోని గ్రామ జీవన విధానం అనగా యేసును గూర్చిన మాటలు నోటి ద్వారా ఆచారములుగా మారుట మరియు సాంప్రదాయముల, గొర్రెల కాపరులు గొర్రెల వెంబడి పోవుట, స్త్రీలు రొట్టెలు చేయుట, పొలములలో పొలము దున్నుట, పనిచేయుట అనునవి కొద్ది సంవత్సరాలలోనే గొప్ప భాషా పరిజ్ఞానంతో వాదనలుగా మారుట, తత్వ సంబంధమైన ద్వందార్ధాలుగా మారుట గమనించగలం ఇది ఆశ్చర్యం. ఆది సంఘ క్రైస్తవులు కొద్ది కాలంలోనే అందరికీ అర్ధమయ్యే భాషలో తమ విశ్వాసాన్ని తెలియజేయగలిగారు మరియు వివిధ సమాజముల మధ్య, ప్రజల మధ్య దానిని తెలియ జేయడానికి సుళువైన మార్గంలో వెళ్ళగలిగారు. దీని కంతటికీ కారణం వారు నమ్మిన శరీరధారియై యున్న కుమారుడు తండ్రితో సమానుడైయున్నాడని తెలియచేయు కళను మరియు రుజువు చేయు కళను కలిగి వుండుటయే.

పాఠము - 3

నన్ను వెంబడించువాడు...జీవపు వెలుగును కలిగి వుండును.

"ఎవడును ఎప్పుడైనను దేవుని చూడలేదు" (1:18) అని సువార్త సమాచారముతో "యోహాను సువార్త ఉపోద్ఘాతంలో" ప్రస్తావించి ముగించబడింది. ఏదేను వనములో ఆదాము హవ్వ దేవుని చూచి, అతనితో సంభాషించిరి అని పాత నిబంధన తెలియజేస్తుంది మరియు నిర్గమకాండము 24:9-11లో మోషే, నాదాబు, అబీహు మరియు 70 మంది ఇశ్రాయేలీయులు సీనాయి పర్వతము మీద దేవునిని చూచి అతనితో భుజించిరి అని తెలియజేయబడింది. కానీ ఇక్కడ, ఈ సమాచారం ప్రక్కకు ఉంచబడి, ఈ సమస్య నూతన పరిష్కారంతో ముందుకు సాగుతుంది. దేవునిని చూచి ఎరుగుటకు అవకాశాలు లభ్యముగా ఉన్నవి కాబట్టి పరిస్థితి ఇప్పుడు ప్రత్యేకముగా ఉన్నది. "తండ్రి కౌగిలిలో ఉన్న ఏకైక కుమారుని ప్రత్యక్షపరచెను". మానవజాతికి భూమి మీద విడుదల కలిగించుట మాత్రమే "లోగోస్" యొక్క ముఖ్య ఉద్దేశం కాదు. ఎవరు చూడని దేవుని ప్రత్యక్షపరచటమే తన ప్రణాళిక.

సువార్త ప్రారంభంలో "ఆయనలో జీవముండెను; ఆ జీవము మనుష్యులకు వెలుగైయుండెను. ఆ వెలుగు చీకటిలో ప్రకాశించుచున్నది గాని చీకటి దాని గ్రహింపకుండెను" (1:4-5) అని తెలియజేయబడింది. ఇది క్లుప్తంగా సువార్త యొక్క పథకము. అనేకమైన గ్రహించు విషయాలలో ఇది ప్రథమమైనది. 'గ్రహించుట' మరియు 'తెలిసికొనుట' అన్న మాటలకు గ్రీకు భాషలో ఒకే అర్థము. మనసుతో అర్థం చేసుకున్నారా లేదా శారీరికంగా అర్థం చేసుకున్నారా అనేది సందర్భం ప్రకారంగా గుర్తించాలి.

బలహీనమైన అగ్గిపుల్లని వెలిగించినపుడు వచ్చే వెలుగు కూడా చుట్టూ ఉన్న అంధకారంపై విజయం సాధిస్తుంది అన్న మాట వాస్తవం. చిన్న జ్యోతినియైన సరే అంధకారం నిర్మూలించడం అనేది అసాధ్యమైన సంగతి. అంధకారం పై ఎప్పటికి వెలుగుదే విజయం. శారీరక ప్రపంచంలో నిజమైనది ఆత్మీయ ప్రపంచంలో కూడా వాస్తవమే. అంధకార సంబంధులు 'లోగాస్' ని గ్రహించరు, తెలిసికొనరు. నాలుగవ సువార్త యొక్క రూపం ఇదే. యేసు

మాటలు వినువారు అనేక మార్లు అవి గ్రహించలేకపోయారని 10:6, 3:9, 16:18 లో మనము చదవగలము మరియు ఆయనను తెలిసికొనుటకు అధికారులు వారి క్రింద ఉన్న వారిని పంపినపుడు వారు వ్యర్థముగా తిరిగివచ్చారు. (7:44, 8:20, 10:31,11:57) కిద్రోను వాగుకు అవతల ఉన్న తోటలో యేసుని బంధించడానికి వచ్చిన సైనికులు యేసు "ఆయనను నేనే" అని చెప్పుట విని వెనుకకు తగ్గి నేల మీద పడిరి. ద్రోహమైన ముద్దు పెట్టుటకు యూదాకు అవకాశం లేదు (18:1-18). ఒక సందర్భమున యేసుని కొందరు రాళ్ళతో చంపగోరినపుడు, యేసు వారి మధ్య నుండి నడచుచు ఆ పట్టణము విడిచి వెళ్తుండగా ఒకరును ఆయన మీద రాళ్ళను విసరలేదు. (8:59). ఆయన వెలుగు గనుక అంధకారము అతనిని బంధించలేదు.

పుట్టు గ్రుడ్డి వాని చూచినపుడు, యేసు "నేను లోకములో ఉన్నప్పుడు, లోకమునకు నేను వెలుగునై యున్నాను" అని చెప్పెను. వెలుగు యొక్క సార్థకతను ఏదియు ఆపలేదు. ఎవడును ఎప్పుడును చూడని దేవునిని వెలుగు ప్రత్యక్ష పరుస్తుంది. కానీ ఆయనను చూచుటకు విశ్వాసం అవశ్యం. యోహాను యొక్క భాషలో చూచుట మరియు విశ్వసించుటకు ఒకే అర్థమున్నది. ముందుగా చెప్పినట్లు, వెలుగును విశ్వసించువారికి ఉన్న మేలు: దానిలోని జీవమును స్వీకరించుట. మానవ రూపంలో దేవునిని బహిరంగపరచుట, లోకమునకు దేవుని గూర్చిన సమాచారమును ఇవ్వడానికో లేక లోకము యొక్క భవిష్యత్తును తెలియపరచటానికో కాదు అని చెప్పవచ్చు. అది మరి ఎక్కువ విలువైన నిత్యజీవాన్ని మనకు ఇస్తుంది. కుమారుని యొక్క వెలుగు జ్ఞానమును మాత్రమే కాదు; జీవమును కలుగజేస్తుంది.

యోహాను సువార్త ప్రకారము యేసు విశ్వాసమును కనుపరచమని అడుగుట మనకు కొన్ని సార్లు కనుబడుతుంది. "నేను..." అని ఆయన ప్రకటిస్తారు "నేను లోకమునకు వెలుగును' (8:12) అని ఒక దగ్గర యేసు ప్రస్తావించారు. యేసు దేవుడై యున్నాడు మరియు జీవమును కలుగజేయు దేవుడై యున్నాడు అని నమ్మినవారికి వెలుగు జ్ఞానమును దయజేస్తుంది. తండ్రి పంపినవాని గుర్తించుట వెలుగును నమ్ముట మరియు వెలుగు సంబంధులగుట (12:36). "నన్ను పంపినవాని" యందు విశ్వసించుట ఆయనను విశ్వసించుటే అని చెప్పవచ్చు.

వెలుగు చేత ఎదుర్కొనబడినవారు తప్పించుకోలేని సంక్షోభంలో తమను తాము కనుగొంటారు. వెలుగును గురించి వారు ఒక అవగాహనకు రావాలి. తండ్రి చేత పంపబడినవాడు వెలుగు అని చూచి నమ్మినవానికి నిత్యజీవము. పంపబడిన వాడు మరియు పంపినవాని మధ్య సంబంధం చూడని వారు వెంటనే దండనకు గురిఅవుతారు. వెలుగు చేత ఎదుర్కొనబడినవారిని లోకమునకు వచ్చిన వెలుగు విశ్వాసులు మరియు అవిశ్వాసులుగా విభజిస్తుంది (9:16).

గ్రీకు భాషలో నామవాచకాలు దాని ముగింపులోనే దాని గుణం తెలుస్తుంది. ముగింపు యొక్క మాట భావం ముగింపును మార్చిన వేరుగా వుంటుంది. 'కీ' అనే మూలపదం'సిన్' అనే ముగింపుతో న్యాయము చేయుట, తీర్పుద్వారా న్యాయమును జరిగించుట అనే భావాలను ఈ విషయంలో గ్రహించవచ్చు. ఒకవేళ వాక్యపు ముగింపు 'మా' అయినట్లయితే దాని భావం తీర్పు యొక్క ఫలితం, అనగా ఈ తీర్పు ప్రతి కూలంగా వుంది లేక ఖండిస్తుంది అనే ముగింపు నిస్తుంది. తీర్పు చెప్పడం నిర్ణయం తీసుకోవడం అనునవి అంతర్గత సంక్షోభాన్ని కలుగచేయుట, వెలుగుతో ముఖాముఖిగా వచ్చువారు సంక్షోభంలో తమను తాము కనుగొంటారు. యేసు దేవుడా లేక దేవదూషకుడా అని వారు నిర్ణయించుకోవాలి. దండన కొరకు కాదు కాని లోకమును రక్షించుటకు తాను వచ్చెను అని యేసు అనేక సార్లు చెప్పెను. అది తన ప్రణాళిక, అందులో ఏమి సందేహం లేదు. కానీ లోకములో అతని ప్రత్యక్షత లోకము యొక్క తీర్పుకు దారి తీస్తుందన్నది సత్యం. కొందరు వెలుగును చూచి, నమ్మి, నిత్యజీవాన్ని పొంది ప్రయోజనం పొందుతుంటే, మరి కొందరు చూడరు, నమ్మరు దండనకు పాత్రులవుతారు.

చూడలేనివారి కంటే, చూపు సామర్థ్యత కలిగియున్నామన్న విశ్వాసముతో చూడగలిగినవారు యేసుని దైవదూషకునిగా తీర్పు తీర్చి, వారు విషాద పరిస్థితిలోకి దిగజారుతున్నారు. లేఖనాలను వెలుగు మార్గముగా చూపుతూ, తండ్రి చేత పంపబడిన యేసుని పాపిగా దూషించి తీర్పు తీరుస్తున్న "యూదుల" పరిస్థితి ఇదే. పుట్టు గ్రుడ్డివాని స్వస్థత యొక్క అంశం ఇదే. యేసు బురదను చేసి, ఆ గ్రడ్డి వాని కళ్ల మీద పూసెను అని ఆ సంఘటనలో గమనిస్తాం, అటు

తరువాత సిలోయము అను కోనేరు దగ్గిరకి అతనిని పంపెను. హెబ్రీ భాషలోని 'షాలోము' పదము నుండి ఆ మాట వచ్చినది. దానికి 'సమాధానము' అని అర్థము. కానీ వ్రాసిన వారు ఆ పదము యొక్క మూలాన్ని మారుస్తూ, ఆ పేరు హెబ్రీ భాషలోని 'షాలాక్' అనగా 'పంపబడిన' అన్న అర్థమున్న పదమునుండి వచ్చినదని చదువుచున్న వారికి వివరించారు. పంపబడిని వాని నీళ్లతో/జలముతో కన్నులు కడుగుకున్న తరువాత, ఆ పుట్టు గ్రుడ్డివాడు చూచెను. ఇది ఇంతకు ముందు ఎన్నడు వినని అద్భుతమని ఆ గ్రుడ్డివాడు పరిసయ్యులకు చెప్పెను. ఇది మునుపెన్నడు జరగలేదు (9:32).

సంఘటన చదివిన తరువాత, ఇది సబ్బాతు దినమున జరిగిందని వ్యాఖ్యాత చెప్తునట్టు గమనిస్తాము. తోరాను ఆధారం చేసుకొని, పరిసయ్యులు యేసుని లేని పాపిగా పరిగణించి ఖండించారు. అత్యవసరమైన విషయం కాదు కాబట్టి ఆయన మరుసటి దినము వరకు వేచియుండి, బురదను చేసి గ్రుడ్డివాని కళ్ళకు పూయవచ్చు. పరిసయ్యులు వారి జ్ఞానము చొప్పున యేసును పాపిగా తీర్పు తీరుస్తున్నారని చదివేవారికి ధృఢంగా తెలియజేయబడింది. "ఈ మనుష్యుడు పాపియని మేమెరుగుదుము" (9:24) "దేవుడు మోషేతో మాటలాడెనని యెరుగుదుము" (9:29). దీనికి వ్యతిరేకంగా, పుట్టు గ్రుడ్డివాడు మరియు అతని తలిదండ్రులు వారు ఎరుగము అని ఒప్పుకున్నారు (9:12, 21, 25).

పుట్టుగ్రుడ్డి వాడు ఒక విషయం అంగీకరించాడు: గ్రుడ్డివాడైయుండి, ఇప్పుడు చూచుచున్నాడు అని (9:25). తను ఎరుగునది అనుభవించి ఎరిగెను. పరిసయ్యులు ఎరిగినది అధికారమును బట్టియే. వీరు మోషే యొక్క గొప్ప శిష్యులు మరియు మోషే న్యాయవిధులను పరిసయ్యులు వ్యాఖ్యానించి, దానిని బట్టి సబ్బాతు దినమందు బురద చేసి ఇంకొకరి కళ్ళమీద పూయటం ద్వారా న్యాయవిధులను అతిక్రమించి పాపి అవుతారు. పుట్టుగ్రుడ్డివాని అనుభవం ప్రకారం పంపబడిన వాని వెలుగు జీవమును చూచుటకును, జీవమును పొందుటకును సహాయము దయజేసెను. లేఖనముల ద్వారా జీవమును పొందుకున్నామనుకున్నవారే, వారి స్వంత స్వయం సమృద్ధి చేత అంధులుగా మారారు. "చూడనివారు చూడవలెను, చూచువారు గ్రుడ్డివారు కావలెను, అను తీర్పు నిమిత్తము (క్రియ=దండన) నేనీలోకమునకు వచ్చితినని" యేసు చెప్పెను (9:39).

తామేమి చేయుచున్నారో ఎరిగియున్నవారే ఒక పథకాన్ని కూర్చారు. ఈ సంఘటనలోని వ్యంగ్యాన్ని లేక వ్యతిరేకతను ఎత్తి చూపించుటకు ఈ పథకాన్ని కూర్చారు. యోహాను కథనాల్లో వ్యంగ్యం/వ్యతిరేకత ఎక్కువ భాగం గమనిస్తాం. బాగా నేర్పరి మరియు గొప్ప తీర్పరులు అనుకున్న వారే తీర్పు తీర్చబడి దండనకు గురవుతారు. తమ విశ్వాసమును ఎరిగి దానిలో సురక్షితను పొందేవారిని గ్రుడ్డి పాపులుగా పరిగణిస్తున్నారు. ఇది ఇలా ఉంటే, పుట్టుకతో గ్రుడ్డిగా ఉన్నవాడు చూచుటకు కన్నులు పొంది, విగ్రహారాధికుడు కాకుండా తనకు వెలుగును ఇచ్చిన పంపబడినవానిని విశ్వసించెను (9:38). వ్యాఖ్యాత కళ్లలోని మెరుపు మరియు తెలివైన నవ్వు చదివే వారందరికి కనిపిస్తుంది. చూస్తున్నామని నటించే వారిని లోకము యొక్క వెలుగు ఎదుర్కొన్నపుడు ఆ నటన బయలు పరచబడుతుంది. దేవునిని కనుపరుచుటకు వచ్చిన కుమారునిలో దేవుని చూచుట ఇతర వెలుగు మూలాల మీద ఆధారపడదు. వాటి మీద ఆధారపడినవారు చీకటిలో వారేమైయున్నారో కనపరుస్తారు.

యేసు యొక్క ప్రత్యక్షత పుట్టు గ్రుడ్డివానికే కాదు కానీ చూచుచున్నామనుకుంటున్న గ్రుడ్డివారికి కూడా వెలుగును ఇస్తుంది. ఎలాగైతే కారు యొక్క లైట్లు రోడ్డుని చూడటానికి డ్రైవరుకి సహాయపడుతూ అవతల వచ్చే వారికి అంధత్వమును కలుగజేస్తుందో, ఆలాగే లోకమునకు వెలుగు తన ద్వారా చూడటానికి ఇష్టపడిన వారికి వెలుగునిస్తూ, తమ స్వంత వెలుగుతో చూడటానికి పట్టుబడే వారిని అంధులుగా చేస్తుంది.

ఈ సువార్తలో, యేసుని బోధ దేవుని రాజ్య స్థాపన మీద కేంద్రీకృతమై లేదు. జీవము యొక్క మూలాన్ని యేసు బహిర్గతం చేశారు. పుట్టు గ్రుడ్డివాడు తనకు చూపు ఇచ్చిన వాని శిష్యుడని పరిసయ్యుల మాట. యోహాను సమూహం వారికి ఇతను నిజమైన శిష్యునకు ప్రతిరూపం, చూపు రావడంతో, వెలుగు మరియు జీవమును ఇచ్చిన ప్రత్యేకమైన దేవుని ఆరాధించడం మొదలుపెట్టెను. దేవుని చేత పంపబడినవాని కోనేటిలో తన కన్నులు కడగబడెను. ఈ విధముగానే, ఎవరు చూడని దేవునిని 'లోగోస్' కనపరుస్తుంది. పంపబడినవాడు

చెప్తున్నట్టుగా, తాను నిందించుటకు లేదా దండించుటకు రాలేదు కానీ రక్షించుటకు వచ్చెను. అదే సమయములో, ఆయన మోషే శిష్యులుగా చెప్పుకుంటూ చూస్తున్నట్టు నటిస్తున్న వారిని అంధులుగా చేసి దండిస్తారు.

వెలుగు యొక్క రాకతో లోకము అంధకారములో ఉన్నవారిని మరియు వెలుగులో నడచువారిని వేరుపరచెను (3:19, 11:9-10, 12:35,46). యోహాను ప్రకారం తీవ్రమైన ద్వంద్వ నిర్మాణం ద్వారా ప్రపంచం తనను తాను వేరుచేసుకుంది. కానీ దాని ద్వంద్వ వాదం తాత్కాలిక ఉద్రిక్తతను కోల్పోయింది. ఇది రాబోయే రాజ్యం యొక్క అంచనాలను తెలియజేస్తుంది. ఇది అపోకలిప్టిసిసమ్ యోహాను సువార్త ప్రకారములో సృష్టి యొక్క మొదటి రోజు; ఆదియందు పునరావృతం జరుగుతుంది. అగాధజలములపై కమ్మియుండిన చీకటి/అంధకారమును జీవమునిచ్చు వెలుగు స్థానభ్రంశము చేస్తుంది. (ఆది 1:1-2) యోహానీయుల యొక్క దైవత్వం రక్షణను అర్థం చేసుకోటంలో కాస్త ఉద్రిక్తతను కలుగజేసింది. వెలుగు జ్ఞానమును కలుగజేస్తుంది, మరియు అంధులుగా చేస్తుంది, జీవమును కలుగజేస్తుంది. మరియు మరణమునకు దండన చేస్తుంది-అన్న మాటలు ఒకనిని ఆలోచింపజేస్తాయి. యేసు జీవమును ఇచ్చుటకు వచ్చెనా లేక తీర్పు తీర్చుటకు వచ్చెనా? అపోకలిప్టిక్ తుదితీర్పును సరిగా గ్రహిస్తే కుమారుడు తండ్రిని బహిర్గతం చేసే వ్యక్తిగా కన్పిస్తున్నాడు. ఈ విషయం ఉద్రిక్తతను కలుగజేస్తుంది. అనగా దేవుడు ప్రేమగల సృష్టికర్త మరియు న్యాయాధిపతి.

విశ్వాసమును కొనసాగిస్తున్నా ఉద్రిక్తత ఇదే. యేసు నుండి ప్రసరించే వెలుగు వల్ల విశ్వసించడం అవిశ్వాసానికి వ్యతిరేకమే కానీ అంధకారమును వర్ణించే అవిశ్వాసములో ఉండే ఉద్రిక్తత కాదు. అంధకారము భయపెట్టినను, వెలుగును అది తెలుసుకొనలేదు మరియు గ్రహించలేదు. లోకమునకు వెలుగు ఆయనను విశ్వసించువారి జీవితాల నుండి సమస్త అంధకార భయమును తొలగించి నిత్య జీవపు వెలుగును దయచేస్తుంది. వెలుగు సంబంధులు భవిష్యత్తు కొరకు కానీ, భవిష్యత్తు కొరకు భయముతో కానీ జీవింపరు. వెలుగు వారికి నిత్య జీవమును కలుగజేస్తుంది.

పాఠము - 4

ఎవరును పరలోకమునకు ఎక్కి పోలేరు :

ఇశ్రాయేలు యొక్క ప్రవక్తలు వారి జీవన విధానాన్ని ప్రాశ్చాత్య నాగరికతకు అప్పగించారు. వారి యధాతధ స్థితి నుండి సమూలమైన మార్పు యొక్క అవసరతను నిర్ధారించి భవిష్యత్తులో ఈ అవసరత కలుగుతుందని ముందుగానే ఊహించి ఉన్నారు. సాంప్రదాయ సమాజంలో వారి జాతీయ వార్షిక సాంప్రదాయంలో స్థిరపడ్డారు. ప్రకృతి సంబంధమైన స్థిరమైన జీవిత పునరావృతంలో దానికి అనుగుణంగా జీవించవలసి ఉంది. ప్రవక్తలు ప్రకృతి సాంప్రదాయాలకు కట్టుబడి ఉన్నారనే భావన నుండి, సమయము నుండి విముక్తి పొందారు. వారు ప్రభువు దినమును మరియు దేవుని రాజ్యమును వచ్చే సమయం భవిష్యత్తులో సమాంతర రేఖగా ఉంటుందని భావించారు. గత వార్షిక ఉత్సవాలను తిరిగి అమలు చేయుటకంటే అనంతమైన గొప్ప దినము కొరకు నిరీక్షణతో జీవించుట మంచిది.

జీవితాన్ని చరిత్రలోను సమయములోను నలుగగొట్టుట కంటే సమయము యొక్క సంభవాలలో మరియు దాని మార్పులలో ఆతురతగా జీవించటం వాస్తవానికి దూరంగా ఉందని ప్లేటో బోధించాడు. వాస్తవానికి దగ్గరగా జీవించడం అంటే వాస్తవముగా మారుట కాదు. జ్ఞానముగా జీవించడం అంటే వాస్తవమైన దాని మీద ఒకరి జీవితం కట్టడం. కాని నిరంతరం మారు చున్న వాటి మీద జీవితాన్ని కట్టకూడదు. సమయానుకూలంగా మార్పు చెందుచున్న లోకానికి దూరంగా తప్పించుకొని నిత్యమైన వాటిమీద పట్టుకలిగి ఉండడం వాస్తవ జీవన విధానం. కనుక అత్యున్నత స్థలాలలో ఉండే బ్రతుకు ఉనికిని గురించి తెలుసుకొని జ్ఞానము కలిగి బ్రతకడం మన నిశ్చయ అవసరత. సమయానికి తగినట్టుగా బ్రతుకుట కాదు అనంతమైన అనుభవములో కట్టబడాలి. ఒకని ఉద్ధేశము నిరంతరం మారుచున్న విధానాలకు మరియు నిరంతరం ఒకే స్థితిలో ఉన్న విషయాలకు మధ్య మారుతూ ఉంటుంది. తెలుసుకోవడం అనగా కాలానుగుణంగా మార్చబడని విషయాలను మేధోపరంగా గ్రహించగలగడం. సత్యమనునది ఆలోచనలలో ఉండే శాశ్వతమైన ఉనికి.

మధ్యదరా ప్రాంత దేశంగా యేసు కాలంనాటి యూదులు గ్రీకు భాష సంబంధితులుగా చేయబడ్డారు. సామాన్య ప్రజలకు ప్లేటో యొక్క తత్త్వ శాస్త్రం మరియు దానిపని మరియు అతని పేరు తెలియక పోయి ఉండవచ్చు కాని ఈ హెలిన్ సిక్స్ ప్రపంచం ప్లేటో ఆలోచన యొక్క ప్రసిద్ధ సంస్కరణలో విస్తరించింది. ప్రవచనాత్మక దృష్టి నిరీక్షణను కలిగించి దేవుని రాజ్యము వాస్తవమైనప్పుడు దేవుని సింహాసనం సీయోను పర్వతముపై స్థాపించబడినప్పుడు నిరీక్షణను ప్రేరేపించిన ప్రవచనాత్మక దృష్టి ప్రధానమైనదికాదు. హెలేనీయుల సంస్కృతిని పాటించు యూదులు హెలేనీయుల రహస్యమైన తప్పుడు మత విశ్వాసాలను మరియు మోర్కాబా ఆధ్యాత్మిక మార్గాలను అన్వేషించారు. మరియు నిత్యత్వంతో ఉండే దైవిక వాస్తవాలకు దగ్గరగా ఉండడానికి పరలోక ఉన్నత స్థలాలకు ఎలా చేరుకోవాలి అనే ఒక మార్గాన్ని వీరు సొంతగా అభివృద్ధి చేసుకున్నారు.

ఒకరి జీవితాన్ని వాస్తవికమైన మార్గాలలో నిలువబెట్టుట మరియు పరలోక సంబంధమైన స్థలాలను అధిరోహించడాన్ని కావాల్సిన ఆధ్యాత్మీక మార్గాలను యూదుల మెర్కోబా మరమ సిద్ధాంతం స్థాపించింది. ఈ లోకంలో జీవించేటటు వంటివారు-ఈ లోక సంబంధమైన జీవితం తెచ్చే కష్టాల నుంచి తప్పించు కోవడానికి పరలోక రాజ్యానికి వెళ్ళాలి అనుకునే వారికి ఎలీషా అధిరోహించిన రథం (2వ రాజులు 2:11) వారికి ఉపయోగకరమైనదని ఎంచుకోవడంలో ఆశ్చర్యమేమి లేదు. మానవ శరీరం కూడా ఆధ్యాత్మిక వాస్తవాలను అధిరోహించ డానికి ఒక అవరోధంగా ఉంది.

పరలోకమునకు వెళ్ళవలెనన్న యాత్ర ఉద్దేశము పరలోకపు వాస్తవ జ్ఞానాన్ని అందించాయి అని యోహాను ప్రత్యక్షతలో ఉన్న వేదాంతాన్ని గమనించగలం యోహాను తన లేఖనాలలో దేవుని సింహాసనం ఉన్న స్థలమునకు మరియు దేవుని పరివారము ఉన్న స్థలమునకు తాను కొనిపోబడినట్లుగా వ్రాసి ఉన్నాడు గదా! తెలియబడు సమయము వచ్చునంతవరకు మర్మమై ముద్రవేయబడి ఉన్న సంగతులను అతడు గ్రహించినాడు (ప్రకటన 4:1, 6:1)
.

అపొస్తలుడైన పౌలు కూడా 3వ ఆకాశమునకు పరదైసునకు కొనిపోబడినట్లుగా చెప్పెను గదా. చెప్పబడిన విషయాలను మనుష్యుడు పలకలేని విషయాలను తనకు తెలియ పరచబడినట్లు పౌలు చెప్పుచున్నాడు (2వ కొరింథి 12:1-4.

ప్లేటో చెప్పిన దాని ప్రకారం పరలోకస్థలములోని మర్మములను చేరుకొనుట చూచుట మరియు వినుట కేవలము జ్ఞానమునకు మనస్సునకు మరియు ప్రాణమునకు మాత్రమే సాధ్యము. హెబ్రీయుల సాంప్రదాయ నాగరికతకు బ్రతకడానికి కావల్సిన ఏ రూపమునకు అయిన శరీరము అనునది అవసరమై యున్నది. ఉన్నతమైన వాస్తవాలను చేరుకునేవారు పదార్థం యొక్క పునాదిని పొందుకొనుట కాదు. ఇది జీవము కలిగిన ప్రతిదానికి అవసరత పుట్టుకకు యూదుడు జ్ఞానము కలిగిన పౌరుడు హెలెనీయుడు పరదైసునకు కొనిపోబడిన పౌలు మధ్య ఆకాశమునకు ఎత్తబడు సమయములో శరీరముతో కొనిపోబడెనో, శరీరము లేక కొనిపోబడెనో అనే సంసిద్ధిగతను తెలియజేయుచున్నాడు. ప్లేటోనీయులకు శరీరము అనర్హమైనది మరియు ఒక అవరోధం శరీరము లేక మధ్యాకాశమునకు ఎత్తబడుట ఎలా సాధ్యమైనదో అర్థం కాని స్థితిలో అలౌకిక వాధి అయిన పౌలుకు తెలియలేదు. ఆశ్చర్యకరంగా శరీరం లేని అరశరీరం కలిగి చేసిన ఈ ప్రయాణంలోని తెలియనితనాన్ని పౌలు ఒప్పుకొనుచున్నాడు.

భవిష్యత్తు కోసం వేచి ఉండవలసిన అవసరం మరియు తీవ్రమైన మార్పులు యోహాను తన సువార్తలో వాటి కొరకు వేచి ఉండాల్సిన పరిస్థితులను తెలియపరిచాడు. అంత్యదినమున లేపబడు పురుత్థానులగుటను గూర్చి ఐదు వాక్యాలను ఈ సువార్తలో చూడగలం (యోహాను 6:39,40,44,54, 11:24) ఈ సువార్తలోని ప్రధాన దృక్పథం తాత్కాలికమైనది కాదు. ఇది సవాలుతో కూడిన ప్రాధేశికమైనది మరియు ఉన్నతమైనది. పరలోకము నుండి దిగివచ్చిన వాడే తప్ప పరలోకమునకు ఎక్కిపోయిన వాడెవడు లేడు. (3:13) పౌలు రాసిన లేఖలో కాని మొదటి 3 సువార్తలలో కాని దీని ఉపదేశాన్ని చూడలేము. దేవుని దినము వరకు వేచి ఉండుట నిరీక్షణ కలిగి ఉండుట అనునది యోహాను

సువార్త చెప్పినది సహకరించినది. పరలోకమునకు ఎక్కిపోయాము అని చెప్పుకునే వారికి ఇది విరుద్ధమైనది (వారితో విభేదించినది).

పరలోకమునకు ఎవరును ఎక్కిపోలేరు అనే ఖండితమైన ప్రకటన మర్మము సంబంధమైన మతమునకు యూదులకు అలౌకిక మతమునకు ధిగ్భ్రాంతిని కలుగజేసెను. ఆకాశమునకు ఎక్కిపోవాలని సిద్ధపడుచున్నవారు కూడా యోహాను సువార్త ప్రకారం పరలోకమునకు ఎవరు ఎక్కిపోలేదని దృవీకరించినపుడు ఆ నియమానికి ఒక మినహాయింపును ఉదహరించారు తండ్రి చేత పంపబడినవాడు పరము నుండి క్రిందికి దిగెను. అతడే పరమునకు కొనిపోబడెను. మరియొక మాటలో చెప్పాలంటే లోకములోనికి దిగివచ్చిన వాడు (క్రిందికి) ఆకాశమునకు ఎత్తబడెను (పైకి) అతడు అక్కడ నుండియే వచ్చెను గదా! క్రిందనున్నవారు ఆరోహణమగుట అసాధ్యము క్రిందికి దిగివచ్చినవాడు మాత్రమే పైకి ఎక్కగలడు. పైనున్న లోకమును మరియు క్రింద నున్న లోకమును ఆత్మ మరియు శరీరము అని ఉదహరించవచ్చు ఆ రెండు వాస్తవాలు పరస్పరం ప్రత్యేకమైనది.

శరీరమును బట్టి జన్మించినది శరీరము ఆత్మను బట్టి జన్మించినది ఆత్మయునై యున్నది (3:6) నరులు శరీరమందు జన్మించినవారు గనుక వారు క్రిందనున్న ఈ లోకమున జన్మించినవారు గనుక వారు పరమునకు కొనిపోబడుట అసాధ్యము. కుమారుని ఈ లోకములోనికి తండ్రి పంపుటలోని ముఖ్య ఉద్ధేశము క్రింది లోకములోని జన్మించినవారు పరలోకములో ఉన్న నిత్య జీవమునకు కొనిపోబడునట్లు పై నున్న మార్గమును తెరుచటయే. ఇది కట్టుబాటు. మరియొక మాటలో చెప్పాలంటే పరమునకు ఎత్తబడు నిమిత్తమే మనుష్య కుమారుడు ఈ లోకములోనికి దిగియున్నాడు. అతడు పరమునకు ఎక్కిపోవుటలోని అధికారము అతడు పరసంబందమైన వాడు అగుటయే కనుక భూమిమీద నున్నవారు మరణించుటకును భూమి మీదే ఉండుటకును నిర్ణయించబడిన వారుగా ఉన్నారు. పర్ణశాలల పండుగ రోజున యూదులతో యేసు మాటలాడినప్పుడు నేను వెళ్ళిపోవుచున్నాను మీరు నన్ను వెదకుదురుగాని మీ పాపములోనే ఉండి చనిపోవుదురు. నేను వెళ్ళుచోటికి మీరు రాలేరు. మీరు క్రింది వారు నేను పైనుండువాడను మీరు ఈ లోక సంబంధులు నేను

ఈ లోక సంబంధుడను కాను కాగా మీ పాపములలోనే ఉండి మీరు చనిపోవుదురని మీతో చెప్పితిని (8:21-24). ఒకడు ఈ లోకంలో పుట్టి, శరీరమందు జన్మించి తన పాపములలో చనిపోవలసి ఉన్నది మనుష్య కుమారుడు శరీరధారియై యుండుట అనుధానికి భావము (శరీరమందు శరీరానుసారముగా జన్మించుట కాదు) (1:14). ఎందుకనగా పరలోక సంబంధ ప్రపంచం నుండి ఇహలోక సంబందమైన ప్రపంచమును వేరు చేయు ఆటంకముల నుండి విడుదల కలుగజేయుట. ఈ లోకములోని జీవితం యొక్క ప్రాథమిక వాస్తవం మార్చబడింది. నిత్యజీవము అను పరలోక సంబంధమైన కట్టుబాటు పరమునకు కొనిపోబడి భూమి మీద నివసించుచున్నవారు ప్రవేశించగలుగునట్లుగా పరలోక ద్వారమును తెరచిన యేసును బట్టి మీరు ప్రవేశించుటకు అవకాశం ఏర్పడినది.

యేసు భూసంబంధ పుట్టుకను కలిగిన వాడు అనునది. యూదుల యొక్క ఉద్దేశం. అతని తల్లిదండ్రులు ఎవరో యూదులకు స్పష్టంగా తెలియ లేదు. ఈయన తల్లిదండ్రులను మనము ఎరుగుదము గదా. ఈయన యేసేపు కుమారుడైన యేసు కాడా-నేను పరలోకము నుండి దిగివచ్చి ఉన్నానని ఈయన ఏలాగు చెప్పుచున్నాడు? అని తమలో తాము అనుకొనుచుండిరి (6:42) తాను చెప్పిన ఈ మాటల వలన సణుగుచున్న తన శిష్యులను ఎరిగిన యేసు అలాగైతే మనుష్య కుమారుడు మునుపు ఉన్న చోటునకు ఎక్కుట మీరు చూచినయెడల ఏమందురు అనెను (6:62). స్పష్టంగా అతని ఆరోహణ అద్భుతమైనది, ఆసాధారణమైనది. ఆయన దిగు వచ్చుట కంటే ఆయన ఎత్తబడుట అత్యంత ఆద్భుతమైనది.

ఈ సువార్తను చదువు ప్రతి చదువరి ఈ ప్రశ్నకు జవాబు చెప్పవలెను. యూదులు బ్రతిమలాడుచున్నట్లుగా ఆయనను చూచి నీవెవరవు? అని అడిగిరి. పిలాతు మరి ప్రత్యేకముగా "నీవెక్కడ నుండి వచ్చితివి" అని అడిగెను. యేసు మౌనముగా నుండుట చూచి విసుగు చెందిన పిలాతు ఆయనను భయపెట్టుచు నాతో మాటలాడవా నిన్ను విడుదల చేయుటకు నాకు అధికారము కలదనియు నిన్ను సిలువ వేయుటకు నాకు అధికారము కలదనియు అని ఆయనతో అనెను.

ఈ అధికార వాదనను ఈ సువార్తీకుడు ఇప్పటి పరిస్థితిని వ్యంగంగా చెప్పుట గమనించగలము. పిలాతుతో యేసు-"పైనుండి నీకు ఇయ్యబడి ఉంటే తప్ప నా మీద నీకు ఏ అధికారమును ఉండదు (19:10,11). శరీరమందు ఒక వ్యక్తిగా యేసు రోమా అధికారమునకు లోబడినవాడు పిలాతు యెదుట ఆయన నిశ్చలముగా నిలువబడినను పరమునుండి ఇవ్వబడిన అధికారము, వలన మాత్రమే అనునది వాస్తవము. ఆయన శరీరమందు మరణించుట ఈ లోక అధికారపు జయముకాదు అది ఈ లోకమునకు ఇవ్వబడిన దేవుని అధికారము నేను పై సంబంధమైన వాడను (8:23) అని చెప్పుట ద్వారా తాను పరలోక సంబంధినని ప్రకటించు చున్నాడు.

యూదులు ఆయనను చంపుటకు బహుగా ప్రయత్నించుచున్నను వారి ఉద్దేశాలలో వారు సఫలులు కాలేదు. ఎందుకనగా యూదుల ధర్మాచారము ప్రకారము ఆయన రాళ్ళతో కొట్టబడి చంపుట కంటే రోమీయుల ఆచారం ప్రకారం సిలువ వేయవలసిఉన్నది. క్రింది లోకం నుండి ఆయన వెడలిపోవుట. ఆరోహణమును ఘనతయునై యున్నది. మనుష్య కుమారుడు పైకి ఎత్తబడవలెను. మనుష్య కుమారుడు పైకి ఎత్తబడినపుడు నేను ఆయనని మీరు తెలుసుకుందురు నీవెవరవు? అని యూదులు అడిగిన ప్రశ్నకు జవాబు 'నేనే' అనుటలో ఇక్కడ కనబడుచున్నది. మనుష్య కుమారుడిగా జన్మించుట అవరోహణము అయితే ఆయన మరణము ఆరోహణము. ఆయన ఎత్తబడుట అను మాట పరలోకమునకు తన ప్రయాణ మార్గమై తెలియజేయుచున్నది.

చూడని మరియు నమ్మని యూదుల స్వభావానికి విరుద్ధంగా కొంత మంది గ్రీకుల వైఖరి యేసు పరిచర్యను మలుపు తిప్పింది. "మేము యేసుని చూడగోరుచున్నాము" అని కొందరు యూదులు అన్నట్లుగా యేసు వినినప్పుడు మనుష్య కుమారుడు మహిమ పొందవలసిన ఘడియ వచ్చియున్నది అని ఆయన ప్రకటించియున్నాడు (12:21-23) నేను భూమి మీద నుండి పైకెత్తబడిన యెడల అందరిని నా యొద్దకు ఆకర్షించుకుందును (12:32). ఆయన ఎటువంటి మరణము పొందనైయున్నాడో దానిని గురించి ఆయన చెప్పుచున్నాడని గ్రంథకర్త రాశాడు. యేసు దానిని గురించి తెలియజేసినపుడు

గమనించగలము. యేసు యొక్క మాటలను అనేక మంది అర్థం చేసుకొనలేదు. మనుష్య కుమారుడు పైకెత్తబడవలెనని నీవు చెప్పుచున్న మాట ఏమిటి (12:34). మనుష్య కుమారుడు ఎత్తబడుట ఒకని ఎంపిక కాదు. అది అవసరత. మనుష్య కుమారుడు ఎత్తబడవలెను లేక పిలాతు చెప్పిన విధముగా సిలువ వేయబడవలెను లేక యేసు చెప్పిన విధంగా మహిమ పరచబడవలెను. ఆయన ఆకాశమునకు ఎత్తబడుట ద్వారా మహిమ పరచబడి యున్నాడని అనునది ఒక మినహాయింపు.

ఈ సువార్తలో ఈ మాటలు యేసు పరిచర్య ముగింపును తెలియ జేయుచున్నది. సిలువ వేయబడుట, ఎత్తబడుట, మహిమ పరచబడుట అను క్రియల ద్వారా వాటిని ముగించి తండ్రి యొద్దకు తిరిగి వచ్చియున్నాడు దీనిని బట్టి తాను ఎక్కడ నుండి వచ్చెనో తిరిగి అక్కడికే వెళ్ళుటకు దానిని తెలియ జేయుచున్నాడు. నేను తండ్రి యొద్ద నుండి వచ్చియున్నాను నేను తిరిగి ఆయన యొద్దకు వెళ్ళుచున్నాను అని యేసు చెప్పెను (16:28) దీనిని ఎరిగిన వారు ఆయన ఎవరైయున్నారో ఎక్కడ నుండి వచ్చియున్నారో ఎరుగుదురు.

విశ్వాసము ద్వారా ఇది గ్రహించబడుచున్నది. ఆయన ఎక్కడ నుండి వచ్చునో మరణము ద్వారా ఆయన ఎత్తబడుట తిరిగి తన ప్రదేశమునకు ఆరోహణము అగుట తండ్రి దీనికి మూలకారకుడై యుండుట అనునది విశ్వాసము ద్వారా మాత్రమే గ్రహించగలము. విశ్వాసము ఒక మూల కారణముపై ఆధారపడి ఉంటుంది. విశ్వాసము ఒక ఖచ్చితత్వాన్ని కలిగి ఉంటుంది. విశ్వాసము ఒక ఆకృతిని ఒక ప్రవర్తను కలిగి ఉండడం బలహీన అనుభవం కాదు. ఇది ఒక అనుభూతికాదు, నిర్థిష్టం లేనిది కాదు అంతర్ దృష్టి కలిగినది కాదు. విశ్వాసమునకు తగిన ఆధారము కలుగ జేయుట మనుష్యకుమారుని మరణములో కనబడుచున్నది. యేసును చూడవలెనన్న కోరికను గ్రీకు దేశస్థులు కనబరచినపుడు యేసు తన సమయం వచ్చెనని ఎరిగి విశ్వాసం దేనిని బట్టి పరీక్షింపవలెనో ఆ సమయం వచ్చెనని గుర్తించెను. ఆయన ఎత్తబడినపుడు మాత్రమే ఆయన అందరిని తన వైపు ఆకర్షించుకోగలడు

గనుక ఆయన పైకెత్త బడినపుడు తన యందు విశ్వాసముంచిన వారిని నిత్యజీవమునకు వారసులగుటకు కలిగి యున్నది. ఇందులోని ఆత్మీయ సత్యాన్ని యేసు నీకోదేమునకు తెలియజేశాడు. అరణ్యమందు మోషే సర్పమును ఏలాగు ఎత్తెనో ఆలాగే మనుష్య కుమారుడు ఎత్తబడవలెను. (3:14).
యేసు సిలువ మరణాన్ని అర్థం చేసుకొనుటకు శ్రేష్ఠమైన మార్గము ఏదనగా-తాప కరమైన సర్పములు ఇశ్రాయేలీయులను కాటు వేయుటవలన మరణించు చున్నవారు జీవము పొందినట్లు అరణ్యములో మోషే ఇత్తడి సర్పమును దూలము మీద మోషే నిలువబెట్టుట ఒక మంచి రూపము. ఇత్తడి సర్పము అరణ్యములో లేపబడుట ద్వారా అరణ్యములోని సర్పములు వేసిన కాటుకు అది విరుగుడు కాదు. కాని ఎత్తబడిన ఈ వస్తువు దాని విషయాన్ని ప్రతిఘటించే ఒక దర్శనం.

ఈ సువార్త యొక్క ముఖ్య వేదాంతము 3:16లో లేదు. కాని 3:14లో కనబడగలదు. మోషే అరణ్యములో సర్పమును ఏలాగు ఎత్తెనో ఆలాగే విశ్వసించు ప్రతివాడు నిత్య జీవము పొందునట్లు మనుష్యకుమారుడు ఎత్తబడవలెను. మానవులు పరమునకు ఎక్కిపోనక్కరలేదు. పైకి ఎత్తబడిన వానిని చూచుట ద్వారా ఆరోహణము అయిన వానిని చూచుట ద్వారా వారు జీవమును పొందుకొనియున్నారు. ఆకాశమునకు ఎత్తబడి భూమిమీదికి తిరిగి వచ్చినపుడు దానిని గురించి మాటలాడలేనివారు పైకెత్తబడి ఉన్నారని మెర్కాబా యూదులు తలంచుచున్నారు. వారు పంచుకోలేని రహస్య సమాచారాన్ని వారు ఎత్తబడడం ద్వారా నేర్చుకున్నారు నూతన జ్ఞానమును కలిగి యుండుట కంటే ఎత్తబడిన యేసును చూచి నిత్యజీవమును పొందుకొనుట కనుగొనిన వారు మాత్రమే జీవమునకు సాక్షులు కాగలరు. ఇతరులతో వారి సాక్ష్యమును పంచుకొని జీవిత సత్యాలను పెంపొందించుకొనుటకు వారి జీవిత విధానాన్ని పంచుకోవాలి. మేము దర్శనములను, ప్రత్యక్షతలను కలిగియున్నాము. మర్మమైన జ్ఞానమును కలిగియున్నామని చెప్పువారికి విరోధముగా వాదించగల జ్ఞానము ఈ సువార్త కలిగియున్నది.

యోహాను సువార్తలోని సువార్త ఏమిటనగా తండ్రి ప్రేమను కనుపరుచుటకు ఎత్తబడిన వాని యందు నమ్మిక యుంచుట. అతడు ఎక్కడ నుండి వచ్చునో

అక్కడికి వెళ్ళుట అతని యొద్దకు ఆకర్షించబడుట. పరమునందు ఉండుటకు ఎత్తబడినవాడు పరము నుండి పుట్టినవాడు ఒక్కడే అయి ఉన్నందున ఆయన ఎత్తబడగా ఆయన యందు విశ్వాసము ఉంచవలెను. ఈ లోక మందు జీవించు చున్న వారికి విశ్వాసులు అనబడు వారికి యేసు జ్ఞానము నిచ్చుట లేదు గాని జీవము నిచ్చుచున్నాడు. నికోదేముతో ప్రభువు మాటలాడుచున్నప్పుడు “ఒకడు క్రొత్తగా జన్మించితినే గాని” అను మాట వాడబడింది. “అనోతన్” గ్రీకు భాషలో ఈ మాటవాడబడింది. ఈ మాటకు రెండు రకాల అర్థాలు ఉన్నాయి. వ్రాయబడిన భాగమును చదువుట ద్వారా మాత్రమే దీనిని అర్థం చేసుకోగలం.

ఈ సువార్తలోని సంభాషణలో యేసు చెప్పిన దానిని ఆ వ్యక్తి తప్పుగా అర్థం చేసుకున్నాడు ఎవరితో మాటలాడుచున్నాడో మనము చెప్పనక్కరలేదు. తిరిగి తన తల్లి గర్భము నుండి మరలా జన్మించవలెనని నికోదేము ఊహించు కున్నాడు. ఇది అర్థము లేని మాట. పై నుండి వచ్చు ఆత్మవలన తిరిగి జన్మించుట అనునది యేసు ఉద్దేశము. భూమి మీద శరీరమందు జన్మించి నివసించు చున్నవాడు మరణమునే అంతముగా కలిగి ఉంటాడు. కనుక పై నుండి జన్మించినవాడు విశ్వాసమందు జన్మించినవాడు. విశ్వాసము నందు సంపూర్ణ నిశ్చయత కలిగియుండుటను తెలియజేయుటకు మనష్య కుమారుడు వచ్చియున్నాడు. పరలోక ప్రయాణంలో మేము వీటిని చూడవలెను అను తలంపు స్త్రీలు, పురుషులు కలిగి ఉండకూడదు. ఎత్తబడిన కుమారుని చూచుట ద్వారా మనకు పై నుండి కలుగు పుట్టుక నిలచి ఉంటుంది. మెర్కాబా మర్మము వాగ్ధానము చేసినట్లు ఎలీషా రథము మీదకి ఎక్కుట పరలోక మార్గాలను ద్వారములను మన కొరకు తెరచియుంచుట. సిలువ మీద మరణించి పైకెత్తబడిన యేసు ద్వారా మాత్రమే పరలోక సంబంధమైన నిత్య జీవం కలిగి ఉంటాము.

ఉపోద్ఘాతము క్లుప్తంగా ఈలాగు చెప్పుచున్నది. తన్ను ఎందరు అంగీకరించిరో వారికందరికీ అనగా తన నామమునందు విశ్వాసముంచిన వారికి దేవుని పిల్లలగుటకు ఆయన అధికారము అనుగ్రహించెను. వారు దేవుని వలన పుట్టినవారే గాని రక్తము వలననైనను శరీరేచ్ఛలవలననైనను మానుషేచ్ఛ

వలననైనను పుట్టినవారు కారు (1:12,13) అనేక రకములైన పుట్టుకను గురించి ఈ క్రింది చెప్పబడినను పై నుండి పుట్టుట వలన అనునది ఒకే మార్గం 20 శతాబ్దాల తర్వాత బ్రదుకు చున్నాము గనుక దిగువ ఇయ్యబడిన 3 మార్గాలలో పుట్టిన వారిని గుర్తించడం కష్టం. నేను తాత్కాలిక సూచనలను మాత్రమే ఇవ్వగలను రక్తమును బట్టి జన్మించుట అను దానిని ఒక తెగ నుండి పుట్టినదిగా చెప్పుకోవచ్చు. శరీరేచ్ఛవలన పుట్టుట అనగా ఉద్రేక పూరితమైన లైంగిక సంబంధం వలన అని చెప్పవచ్చు. భర్త యొక్క వాంఛను బట్టి పుట్టుట అనగా కొన్ని తెగల మనస్తత్వాన్ని బట్టి వారసుడు తమలో ఉండవలెనని భర్త కోరికను బట్టి పుట్టుట యైయుండవచ్చు. భూమిమీద జనులు జన్మించుటకు ఇది మార్గాలుగా ఉన్నాయి. ఆయన యందు విశ్వాసముంచుట, కుమారుడు ఎత్తబడుటను చూచుట అనువారు దేవుని కుమారులని అధికారము పొందియున్నారు. వారు ఇహలోక సంబంధులు కారు. కాని దేవుని వలన పుట్టినవారు ఒక ధ్వజము లేపబడినప్పుడు ప్రజలంతా ఒక్కచోట చేరి ఒక దేశంగా ఏర్పరచబడతారు. అలాగే మనుష్య కుమారుడు ఎత్తబడినప్పుడు ఆయన యందు విశ్వాస ముంచినవారు అక్కడ చేరి దేవుని వలన పుట్టినవారుగా ఏర్పరచబడతారు.

పై నుండి పుట్టిన వారు ఈ లోక మందు జీవించుచున్నను. ఈ లోకమునకు పరిమితులు కారు. వారి విశ్వాసము వారిని నిత్యజీవములోనే బ్రదుకునట్లు చేయును. ఎత్తబడి మహిమ పరచబడిన మహిమలో పాలు పొందుటకు పై నుండి జన్మించిన వారికే సాధ్యం అవుతుంది. మనము ఎవరి యందు మన విశ్వాసం ఉంచవలెనో ఆ కుమారుడు సిలువ మీద నిలువబెట్ట బడినాడు. మన విశ్వాస కేంద్రము సిద్ధాంత పరమైన జ్ఞానం కాదు. తనను పంపిన తండ్రి యొద్దకు సిలువ మీదనున్న కుమారుడు ఎత్తబడుట చూడవలెను. ఆయనను ఆలాగు చూచుట వలన పరలోకమునకు మార్గము సిద్ధపరచబడినది మనకు నిత్య జీవము నిచ్చి పై నుండి జన్మించిన వారముగా మార్గము సిద్ధపరచిన తండ్రి యొద్దకు ఎక్కి వెళ్ళుటయే ఈ మార్గము లేక ప్రయాణ సాధనము. సిలువ మీద మహిమ పరచబడిన మనుష్యకుమారునికి ఎలిషా ప్రయాణించిన రథము ఏ విధముగాను పోటికాదు.

పాఠము - 5

ఆయన సంపూర్ణతను మన మందరము పొందుకొనియున్నాము :

నూతన నిబంధనలోని పుస్తకములన్నిటిలో యోహాను సువార్తకు దగ్గరగా ఉండే పత్రిక 'కొలస్సీయులకు వ్రాసిన పత్రిక'. సువార్తలోని ఉపోద్ఘాతము పత్రికలోని పాఠము యొక్క గీతము ఒకే భావాన్ని ఒకే ఉద్ధేశాన్ని తెలియజేస్తుంది. ఈ రెండు పత్రాలు శరీర సంబంధంగా జీవిస్తూ ఆరోహణ ద్వారా పైకెత్తబడువారి ఉద్దేశమునకు వ్యతిరేకంగా వాదించుచున్నవి.

గత అధ్యాయములో ధ్యానించు రీతిగా మెర్కొబా యూద మతంలోని ఉన్నత ఆకాశములోనికి చేయు మాంత్రిక ప్రయాణమునకు యోహాను సువార్త ఎదురించుచున్నది. అందువలననే ఆకాశమునకు ఎవరును ఎక్కి పోలేదు అని వ్రాయబడి ఉంది. ఆ దినాలలో అనేక తాంత్రికమైన మత విశ్వాసులు ఈ ప్రయా

ణాలను వ్యాప్తింపజేశాయి. ఈ సువార్తలో ఒక నియమానికి ఇది మినహాయింపు మాత్రమే. ముందుగా భూమి మీదకి దిగి వచ్చిన కుమారుడు పైకి ఎత్తబడెను. ఆయన సిలువ మీద మరణించి లేపబడుట లేదా మహిమ పరచబడుట పరలోకమునకు ఎత్తబడుట మాత్రమే కాదు. పునరుత్థానుడైన యేసు దేహము ఒక ఆలయముగా పరిశుద్ధ ఆత్మ వలన కలుగు నూతన ప్రపంచమునకు ఆలయముగా చెప్పబడుచున్నది (2:21). మరియొక ఆకాశమునకు వెళ్ళి వచ్చుట ద్వారా వచ్చు పరిపూర్ణత ఆ తాంత్రిక మార్గమును బోధించే క్రైస్తవ్యమునకు మార్గమునకు కొలస్సీ పత్రిక వ్యతిరేకంగా భోదిస్తుంది. ఇలాంటి ప్రయాణములను చేయుటకు సన్నాహపడువారు సమస్తమును విడిచిన వ్యాయామాలు, దీక్షలు, రహస్య జ్ఞానాన్ని ఇచ్చే మధ్యాకాశపు అధికారమును శక్తులును వెంబడించాలి (కొలస్సీ 2:10-14). ఇటువంటి ప్రయాణములు చేయుటకు ఆశకలిగిన వారు ఈ భూమి నరులకు వాస్తవమైన నివాసం కాదనుకుంటారు. దీనిమీద నరులందరు విదేశీయులు వలె ఉంటారు. నిజమైన గృహము నుండి ఇక్కడికి వచ్చిన యాత్రికులు ఉన్నత స్థలాలలో ఉండే తమ వాస్తవ గృహాలకు తిరిగి

వెళ్ళుటయే వారి ప్రాణమునకు ఆశ. దైవత్వమునకు చేరుటకు ఆధ్యాత్మిక ఆరోహణలు మాత్రమే మార్గమని బోధించే నమ్మకాన్ని తృంచి వేయాలన్నదే యోహాను సువార్త కొలస్సీ పత్రిక యొక్క ఆందోళన. యేసు క్రీస్తు సిలువ వారికి కలిగిన మూఢ నమ్మకాల కారణముగా ప్రత్యేకముగా చూపబడలేదు. సృష్టికి విడుదల అనే దానిని సృజనాత్మకంగా చూపించడానికి ప్రయత్నిస్తారు. సృష్టికి పలు రూపకాలు కలిగిస్తాయి. కొలస్సీ పత్రికలో వ్రాయబడిన మొదటి గీత రూపకాన్ని ఇప్పుడు గమనించుదాం.

- ఆయన అదృశ్య దేవుని స్వరూపము
- సర్వసృష్టికి ఆధి సంభూతుడు సర్వసృష్టిలో ఆది సంభూతుడు
- ఆయన ద్వారా సమస్తమును సృజించబడెను
- శరీరమునకు ఆయనే శిరస్సు
- ఆయన ఆదియై యున్నాడు
- మృతులలో నుండి లేచుటలో ఆది సంభూతుడు
- ఆయన ద్వారా సమస్తమును సమాధానపరచబడెను
- ఆయన యందు సర్వ సంపూర్ణత నివసించుచున్నది (కొలస్సీ 1:15-20)

ఆదిమ క్రైస్తవ గీతం అని చెప్పబడే సువార్తలోని ఉపోద్ఘాతము కొలస్సీలోని ఈభాగము ఒకే భావమును కలిగియున్నది. గనుక కొందరు అనుకున్నట్లుగా ఆదిమ గీతంపై ఆధారపడి ఇది నిర్మంచబడింది. ఈ రెండు కలసి సృష్టి దర్శనములోని క్రైస్తవ ప్రత్యేకతను తెలియజేస్తున్నాయి. సృష్టికి రక్షణను సంపాదించే విషయంలో దైవ సంబంధి దైవిక రాయబారిగా వాడబడినట్లు చూస్తాము. వీరిద్దరు దైవిక రాయభారిని వేరువేరుగా గుర్తించినను వారి రక్షణ శైలి ఒకే నేపథ్యాన్ని తెలియజేస్తుంది. ఆయన స్వరూపము మరియు వాక్యము నిర్థిష్ఠమైన సామర్థ్యాలు మరియు విధానాలను కలిగి దేవుని మూర్తి మత్వాన్ని తెలియజేస్తున్నట్లుగా మొదటి ధ్యానంలో గమనించాము. కొలస్సీ పత్రిక ఈ దైవ రాయభారిని దైవ సంబంధమైన వారని యోహాను సువార్త ఈయనను దేవుడని తెలియజేస్తున్నాయి.

"సృష్టి ప్రారంభమైనపుడు కాలము లెక్కించబడని సమయములో" అని చెప్పినట్లు 'ఆదియందు' అనే మాట సువార్తలో వాడబడింది. అయితే కొలస్సీ పత్రికలో పునరుత్థానుడైన క్రీస్తు కూడా ఆధి సంభూతుడుగా చెప్పబడ్డాడు. ఇది ఒక విచిత్రమైన క్రీస్తు సంబంధమైన కదలికను సూచిస్తుంది దైవ రాయభారి ఈ గీతములో దైవ స్వరూపమని అర్థం చేసుకోగలం? ఎందుకనగా దేవుని పోలిక చొప్పున ఆది దంపతులు సృజించబడ్డారు. అప్పుడు ప్రారంభమైన ఈ ఊహాగానాలు నేటి వరకు అర్థం కానట్టుగానే ఉన్నాయి. అంటే ఈ స్వరూపము కనబడునదేగాని దేవుడు అదృశ్యమైనవాడు అన్న దానిని నిర్థారించడమైనది నేటివరకు (ఇంతవరకు) దేవుని ఎవరూ చూడలేదు. కాని ఈ 2 పుస్తకాలు దైవ స్వరూపము లేక కుమారుడు దేవుని మనకు తెలియజేసెను అని చూపుచున్నారు (1:18).

ఆదికాండము ప్రారంభములో సృష్టి ఈలాగు చెప్పబడినది. దేవుడు తన స్వరూపమందు నరుని సృజించెను. దేవుని స్వరూపమందు వానిని సృజించెను. పురుషుని గాను, స్త్రీని గాను వానిని సృజించెను (ఆదికాండము 1:27). దేవుని స్వరూపమందు సృష్టిలో పురుషుడు, స్త్రీ అనువారు దేవుని వలన సృజింపబడి యున్నారు. కాని సృజించబడిన లోకమునకు బయట ప్రభువు ఉన్నాడు. దేవుని సృష్టిలో దేవునికి ప్రతిరూపంగా యేసుక్రీస్తును గుర్తించి యున్నాము. వాక్యమును గురించి మాట్లాడవలసి వచ్చినపుడు-యోహాను సువార్త ప్రకారం వాక్యమును గురించి మాట్లాడడం ఎంచుకోవడం ద్వారా హెలిన్ స్టిక్ తాత్విక సంప్రదాయంలో వాక్యము యొక్క విలువైన భావాలను మొదటి భాగంలోనే గుర్తించాము. రూపము మరియు వాక్యము లోకములోని దేవుని శక్తిని తెలియజేయుచున్నాయి.

సువార్త మరియు ఈ పత్రిక ధర్మశాస్త్రము నుండి తమ్మును తాము వేరు పరుచుకొనినను అందులోని కథలమీద మరియు వేదాంత దర్శనం మీద ఆధారపడ్డాయి. ఈ పత్రిక పరిపూర్ణత కొరకు ఆశ కలిగియున్నది. మత్తయి సువార్త భావం కూడా ఇంతే (మత్తయి 5:48, 19:21) ఈ సువార్తలోని సంపూర్ణత ధర్మశాస్త్ర సంబంధమైనది. ఐతే ఈ పత్రిక ధర్మశాస్త్రము గురించి ఎక్కడను చెప్పలేదు. యోహాను సువార్త నిత్యజీవమును గురించి మాట్లాడుచు

యూదుల ధర్మశాస్త్రమును బహిష్కరిస్తుంది. ఈ 2 పుస్తకాలు కూడా మోషే మరియు చట్టం ద్వారా పరిపూర్ణత సాధించలేమని నిత్యజీవమును పరిపూర్ణతను పొందుకొనుటకు ఇది అసంబద్ధమైనదని తెలియజేయుచున్నది.

మనం గమనించదగ్గ విషయం ఏమిటనగా పునరుత్థానుడైన క్రీస్తులో సంపూర్ణతను పరిపూర్ణతను తెలియజేసేవిగా కనిపిస్తాయి. పత్రికలోని ఈ భాగము ఆయన యందు సమస్తమును సమాధానపరచబడియున్నది. సంపూర్ణత ఆయన యందు నివసించుచున్నదని తెలియజేయుచున్నది. ఈ రెండూ ఒకే దానిని నిర్థారించుచున్నవి. వాక్యము శరీరధారియై మన మధ్య నివసించును అని సువార్త చెప్పుచున్న భాగము పత్రికలోని మాటలలో కనబడదు. ఆయన యందు నివసించుచున్న సర్వపరిపూర్ణత ఆయనను నివాసముగా చేసుకొనునది. అని పత్రిక చెప్పుచున్నది. ఏమిటంటే దైవత్వము యొక్క సర్వ పరిపూర్ణత శరీరముగా క్రీస్తు నందు నివసించుచున్నది. ఇక్కడ సర్వ పరిపూర్ణత (ప్లెరోమా) నివసించుచున్నవి శరీర మందు అని చెప్పుచు విశ్వమును నింపిన క్రీస్తును చూపుచున్నది. పునరుత్థానుడైన క్రీస్తు దేహము సర్వసంపూర్ణతయై విశ్వ సంపూర్ణతను కలిగి ఉన్నది.

సృజింపబడి క్రీస్తునందు సమాధాన పరచబడిన అన్నిటియందు దేవుని సర్వ సంపూర్ణత కలదని పత్రికలోని గీతము చెప్పుచున్నది. ఏలయనగా ఆకాశమందు ఉన్నవియు భూమి యందున్న

వియు దృశ్యమైనవిగాని అదృశ్యమైనవిగాని అవి సింహాసనములైనను ప్రభుత్వము లైనను, ప్రధానులైనను, అధికారములైనను, సర్వమును ఆయన యందు సృజింపబడెను. సర్వమును ఆయన ద్వారాను ఆయనను బట్టియు సృజింప బడెను. ఆయన అన్నింటి కంటే ముందుగా ఉన్నవాడు. ఆయనే సమస్తమునకు ఆధారభూతుడు (కొలస్సీ 1:16,17) అను దానిని ప్రత్యేకముగా వివరించి అందులో దాగిన వాటిని మనకు కనపరుచుట ఈ పత్రిక వ్రాసిన వాని యొక్క సంపూర్ణ వివరణ. అదే విధంగా సువార్తలో కూడా "కలిగి ఉన్నది ఏదియు ఆయన లేకుండా కలుగలేదు. సమస్తమును ఆయన మూలముగా కలిగెను"

అని చెప్పబడియున్నది. సృష్టి కర్త దేవునితో కలిసి చేసిన సృష్టి పరిపూర్ణతను సర్వసంపూర్ణత అని చెప్పబడింది. ఈ పదం దేవుని ఉనికితో సహా అన్నిటిని కలిగి ఉంది.

క్రీస్తు నందు నివసించుచున్న సర్వ పరిపూర్ణత లేక పునరుత్థానుడైన క్రీస్తు సర్వ పరిపూర్ణత అనునవి మనము పత్రికలోను సువార్తలోను గమనించ గల ఉనికిని కలిగి ఉన్న సమస్తమును తత్వవేత్తలు గ్రహించినపుడు ఆ సర్వసంపూర్ణతకు (ప్లేరోమా) అని పేరు పెట్టారు. క్రీస్తు నందు సృష్టి అంతయు ఉనికిని కలిగి ఉన్నదని చెప్పుటకంటె గొప్ప పదము ఏదిలేదు. సువార్త మరియు పత్రిక విశ్వము యొక్క పరిపూర్ణత క్రీస్తులో దాగి ఉందని అర్థం చేసుకున్నారు. ఆయన తన శరీరము నందు ప్రాదేశిక హద్దులను కలిగిలేడు తన గాయములను మేకుల వలన కలిగిన గాయాలను మరియు ప్రక్కలో బల్లెపు గాయములను తోమాకు క్రీస్తు కనపరిచినపుడు దీనిని మనం గ్రహించవచ్చు.

ఈ దృశ్యం 'దోసెటిజమే' అనే ఒక బలహీన బోదను ఎదుర్కొనడానికి అక్షర అవసరతను కలిగి ఉన్నది. పునరుత్థానుడైన దేవుడు సర్వలోకమును అనగా విశ్వమును తన యందు కలిగియున్నాడు. శిష్యులకు కనపరిచిన శరీరము ఒక దేవాలయము విశ్వము యొక్క నిజ స్వరూపములో దేవాలయములు సూక్ష్మ పదార్థములు మాత్రమే.

కొలస్సీ పత్రికలోను యోహాను సువార్తలోను వారి ముగింపు ఏమిటంటే జీవించుచున్న క్రీస్తును సర్వసంపూర్ణతగా గ్రహించుట. ఈ పత్రిక సిలువ వేయబడిన అనుభవాన్ని సర్వ సంపూర్ణతను శరీరమునకు పరిపూర్ణతగా తెలియజేస్తుంది (2:11). బాప్తీస్మము పొందిన క్రైస్తవులు ఆయన యందు సంపూర్ణులైయున్నారు (కొలస్సీ 2:10) అయితే సువార్త ఈ పరిపూర్ణతను క్రైస్తవులు పొందికొనిన కృప వెంబడి కృపను తెలియజేస్తుంది. ఇది నిత్య జీవములోని సంపూర్ణతకు, విశ్వములో ప్రవహించుచున్న కృపకు క్రైస్తవులను నడిపిస్తుంది. శరీర ధారియై మన మధ్య నివసించిన వాక్యము కృపకు, సత్యమునకు సంపూర్ణతయై యున్నది (1:14). ఈ ఉపోద్ఘాతము యేసు

జీవితములో దేవుని కృప సమృద్ధిగాను బలముగాను కనపరచబడినను మిగిలిన సువార్త అంతటిలో యేసును వాక్య స్వరూపముగా గాని ఆయన ద్వారా పొందుకొనిన కృపను గురించి గాని చెప్పబడలేదు.

వాక్యము దేవుడై యుండెను వాక్యము దేవుని యొద్ద ఉండెను. (1:1) వాక్యము శరీర ధారియై ఆయెను. అర్థము చేసుకోలేని ఈ ఘటన రెండు కోణాల నుండి కనిపిస్తుంది మొదటిది వాక్యము శరీరధారియై మన మధ్య నివసించెను కొలస్సీయులకు వ్రాసిన పత్రికలో క్రీస్తు శరీరము నందు నివసించుచున్న సర్వ పరిపూర్ణత అని చెప్పుచు బలముగా వేయబడిన పునాదులు వేయగా ఇళ్ళుగా వర్ణిస్తున్నాడు (కటోయ్‌క్రైన్).

యోహాను సువార్త ప్రకారం హత్తుకొనియుండుట అనే మాట గొప్ప భావాలను కలిగి ఉంటుంది. కుమారుని యందు విశ్వాసులు ఉనికిని కలిగియుండుట విశ్వాసుల యందు తండ్రి మరియు కుమారుని కలిగియుండుట (కట్టుబడియుండుట (Menein) లేక హత్తుకొని యుండుట అనవచ్చు. విశ్వాసులు సంచరించుటకు దేవుని యొద్ద అనేక నివాస స్థలములు కలవు (14:3). అరణ్యములో తిరుగులాడువారు వారి నిమిత్తము ఒక గుడారమును వేసికొనినట్లుగా వాక్యము శరీరధారిగా నివసించుట అని చెప్పవచ్చు (Skenoein) యోహాను సువార్త ప్రకారం వాక్యము నివసించుచున్న శరీరము తాత్కాలికమైనది కాని పత్రికలో రాయబడినట్లుగా పునరుత్థానుడైన క్రీస్తునందు నివసించుచున్న సంపూర్ణత నిత్యమైనది. యోహాను బోధను వెంబడించు సమాజములో ఈ ఉపోద్ఘాతములోని కొన్ని మాటలు రెండు ప్రత్యేకమైన ఒప్పుకోలు కలిగియున్నాయి. మొదటిగా జనితైక కుమారుని మహిమ వలె మనము ఆయన మహిమను కనుగొంటిమి (1:14) రెండవదిగా ఆయన పరిపూర్ణతలో నుండి మనమందరము కృప వెంబడి కృపను పొందితిమి.

మొదటి ఒప్పుకోలు మోషే ప్రభువు మహిమను చూడాలనుకున్నప్పుడు దేవుడు దానికి అంగీకరించలేదు అను మాటకు విరోధముగా ఉన్నది కాని మనం గమనించవలసిన సత్యం ఏమిటనగా ఎవరును ఎప్పుడైనను దేవున్ని

చూడలేదు జనితైక కుమారుడే ఆయనను బయలుపరచెను (1:18). యెహోవా ప్రాంతమును విడిచి జనులను తీసుకొని వాగ్ధాన దేశమునకు వెళ్ళుమని యెహోవా మోషేతో చెప్పినపుడు అతనితోను ప్రజలతోను నా సన్నిధి వారితో వెళ్ళునని యెహోవా మోషేతో వాగ్ధానం చేసెను. మోషే దేవుని చేత చెప్పబడినది సత్యము అని గ్రహించునట్లు తాను ఊహించుకొనుటలేదని నిశ్చయించి కొనునట్లు తన మహిమను కనపరచమని మోషే దేవుని కోరెను. నీవు నా ముఖమును చూడజాలవు ఏ నరుడను నన్ను చూచి బ్రతుక లేడు గనుక నా మంచినమంతటని నీ యెదుట కనపరచెదను మరియు నా నామమును నీ యెదుట ప్రకటించెదను (నిర్గమ 33:19). యోహాను వలన తనకు చెప్పబడినది ఏలాగు నెరవేర్చవలెనో యోహాను మోషేకు తెలియజేసెను.? (నిర్గమకాండము 33:21-23).

యోహాను బోధను వెంబడించు జనాంగము మనము ఆయన మహిమను కనుగొంటిమి అని ఒప్పుకొనుట ద్వారా యూదా మతములో అధికముగా గౌరవించబడిన మోషే ఆనందించలేని తన కివ్వబడని దానిని వారు పొందుకున్నట్లుగా చెప్పుచున్నారు. అయితే మనం జాగ్రత్తగా గమనించినట్లయితే వారు దేవుని మహిమను చూచితిమని చెప్పుట లేదు ఎవడును ఎన్నడును దేవున్ని చూసియుండలేదు అనునది నేటికిని సత్యమే. వాక్యము శరీరధారియై యుండుట కలిగిన మహిమను వారు చూచిరి. చూడగలిగిరి. కనుక ఈ సాక్ష్యము ప్రకటించిరి. తండ్రియొద్ద నుండి పంపబడిన ఏక కుమారుని మహిమలో వారు దేవుని మహిమను చూచిరి. మరియొక మాటలో చెప్పాలంటే కుమారుడు సిలువమీద మహిమ పరచబడినప్పుడు తండ్రి తనకు ఇచ్చిన మహిమను వారు సీనాయి అని చెప్పుకోవచ్చు. కాని సిలువ మీద శరీరధారియైన

ఎ ా క ౕ ు ౕ

మహిమ పరచబడింది. దేవుని మహిమ కుమారుని యందు మహిమగా ప్రత్యక్షపరచబడెను. జనుల మధ్య కుమారుడు నివసించినపుడు దేవుని మూర్తి త్రయాన్ని మాత్రమే కుమారుడు కనపరచలేదు గాని దేవుని మంచితనమును పేరును మరియు ఆయన కనికరమును కనపరిచినాడు. నరులు దేవుని

యెరుగవలెను దేవుని మహిమను చూడవలెను. కుమారుడు దానిని వారికి కనపరచినాడు. ఆయన కృప సత్య సంపూర్ణత. ఇది సూక్ష్మముగా ఉన్నప్పటికి ఖచ్చితముగా సాహసోపేతమైనది.

రెండవది కూడా సాహసోపేతమైనది. ఆయన సంపూర్ణతలో నుండి మనము కృప వెంబడి కృప పొందితిమి. మొదటిది లేఖనములలో ఉనికిని కలిగి ఉన్నను రెండవది హేల్లేనీయుల మతములోని తాత్వాక లోకములోను కనబడుచున్నది అని ముందుగానే గ్రహించాము. క్రీస్తు నందు సృష్టియు సృష్టిలోను సమస్తమును సంపూర్ణతను మరియు శాశ్వతమైన గృహమును కలిగి ఉన్నందున కృప వెంబడి కృపను పొందగలిగాము. తండ్రి చేత మహిమ పరచబడిన క్రీస్తునందు స్థిరపరచబడి బ్రతుకు చున్నాము అని చెప్పుచున్నారు. ఇందును బట్టి యోహాను బోధను వెంబడించు సమాజము నిత్యజీవము కలిగిన వారమై ఆయన శరీరమను ఆలయములో ఆరాధించుచున్నామని చెప్పుచున్నారు (2:21) మరియు సత్యముతో ఆత్మతో ఆరాధించుచున్నామని చెప్పుచున్నారు (4:24). సృజింపబడి సమాధాన పరచబడి కృపపొందిన విశ్వములో సంపూర్ణతలోని కృప వెంబడి కృపను పొందువారముగా బ్రదుకుచున్నాము. దీనిని ఒప్పుకొనువారికి ఏ లోటులేదు విశ్వమంతయు నిండిన క్రీస్తునందు వారు పరిపూర్ణులై యున్నారు. ఈ వాదన యోహాను బోధను వెంబడించు సమాజానికి ఒక వైఖరిని కొనసాగించే ధైర్యాన్ని ఇచ్చింది కాని ఇప్పుడే ఉద్భవిస్తున్న రబ్బీనిక్ ప్యారిసిజమ్‌తో విభేదిస్తుంది మరియు కొంతమంది క్రైస్తవుల అపనమ్మకముగా మారిపోయింది.

పాఠము - 6

సత్యమునకు సాక్ష్యమిచ్చుట :

అబద్ధము నుండి సత్యమును వేరుపరుచుటకు అవసరమైన పుస్తకము పరిశుద్ధ గ్రంథములోని అన్ని పుస్తకముల కంటే యోహాను సువార్త సహాయపడును. అవస్తవికత నుండి సత్యమును వేరు పరచగలదు సత్యమును సరిగ్గా గుర్తించుటకు ఇది పూర్తి సారాంశము కలిగియున్నది. యేసు జీవిత చరిత్రను నరుల మధ్య తెలియజేయు విధానము ఏది సత్యమో ఏది కాదో తెలియజేయును. వాస్తవికమైన వివరములను నేటి దినాలలో గుర్తించుటకు సత్యము విషయమైనటువంటి తృష్ణ నేటి దినాలలో చూడగలము. అయితే ఖచ్చితత్వమును గురించి మాట్లాడుట కంటే వాస్తవికతను గురించి ఈ సువార్తలో తెలుసుకోవచ్చు. దీనిలో నమ్మదగిన సమాచారము కంటే నిజమైన గుర్తింపును కనుగొనగలము. వాస్తవిక ప్రకటనలు తెలియజేసే సారాంశము కాదు. సత్యమనగా జీవమైయున్న దేవుని సారాంశము.

సువార్త ప్రారంభములో రచయిత వాక్యమును నిజమైన వెలుగు గుర్తించాడు (1:9). ఆదియందు మొదటి 3 దినములలో ప్రకాశించుచున్న దైవిక వెలుగును గురించి ఇది తెలియజేయుచుండవచ్చు. నాలుగవ దినమున సృజింపబడిన సూర్యుడు అటువంటి వెలుగు నిచ్చుట లేదు గాని దినములు మాసములు సంవత్సరములను లెక్కించుటకు అవకాశం కలిగించుచున్నది. సూర్యుని ద్వారా కాని చంద్రుని ద్వారా కాని నిజమైన వెలుగు కలుగదు. ఆదియందు వాక్యమై యున్న సృష్టికర్త తన నోటిమాట చేత కలిగించినదే దేవుని వెలుగు అయితే లేఖనము మరి యొక్కువగా చెప్పుచున్నది. ఆయన దానిని కలుగజేయుట మాత్రమే కాదు ఆయనే నిజమైన వెలుగైయుండును. శరీరధారియైన వాక్యమును వెలుగుగా ప్రకటించుట స్వారూప్య భాషగా చెప్పవచ్చు. మనము అనుసరించవలసిన మార్గమును వెలిగించగలిగినట్లు చేయగల వెలుగు మరియు యేసు ఏక స్వభావము కలిగెను కనుక యేసు నిజమైన వెలుగు ఆయన తండ్రి యొద్దకు ఎక్కుటకు తగిన మార్గమును వెలుగించు చున్నాడు.

అరణ్యమునందు నిర్గమము సమయములో ఆకాశము నుండి వచ్చిన ఆహారము మన్నాను తినిరి. ఈ మన్నా అను ఆహారము క్షయమైనది (6:27,49). ఈ మన్నా మరియొక రోజుకు ఉంచదగినది కాదు. ఇది ఈ లోక సంబంధమైన ఆహారము. శరీర మందలి జీవమును పోషించు నిమిత్తమే మన్నా. అయితే పరలోకము నుండి దిగివచ్చు నిజ ఆహారము నిత్యజీవము నిమిత్తము అది పోషించును. ఇది అరణ్యములో మోషే ఇశ్రాయేలీయులకు ఇచ్చినది కాదు. కాని తండ్రి పంపిన పరలోకము నుండి వచ్చిన జీవాహారము (6:32) శ్రమలలో ఉన్న జనులను ఒక మహాత్కార్యము రక్షించినట్లుగా పరము నుండి క్రిందికి వచ్చిన మన్నా పరము నుండి దిగివచ్చిన మనుష్య కుమారునితో పోల్చదగినది కాదు. ఇక్కడ మరలా సారూప్యమైన భాషను చదువుచున్నాము. మన్నా మరియు కుమారుడు దిగివచ్చినది పోషించు నిమిత్తమే కాని ఒకటి శరీరమునకు బలమునిచ్చి లోకములో మనలను పోషించగల శరీర సంబంధమైనది మరియొకటి ఆత్మీయ జీవితానికి శక్తినిచ్చుచు ఆత్మీయ లోకములో సత్యసంబంధ శక్తిని కలుగజేయునది జీవాహారమై యున్న కుమారుని మాటలు ఆత్మయును జీవమునై యున్నవి (6:63) తండ్రి పంపెను మోషే ఇచ్చెను అను వాటి మధ్య బేధమును గమనించగలము. నిశ్చయముగా నిజమైన ఆహారమును తినువాడు మరియు నిశ్చయముగా నిజమైన పానమును త్రాగువాడు జీవమును కలిగినవాడై నాయందును నేను వాని యందును నిలిచియుందుము అను ఆశీర్వాదమును కలిగి ఉన్నవాడు (6:53-56).

ఆయన శిష్యులను పిలిచినపుడు నతానియేలును కనుగొని ఇతని యందు ఏ కపటమును లేదని చెప్పి దేవుని వలన ఇవ్వబడిన వాడుగా మాటలాడెను (1:47) యూదులకు నిజమైన ఇశ్రాయేలీయుడు యాకోబు ఇశ్రాయేలులోని 12 గోత్రములకు ఇతడు తండ్రి. ఇతడు దేవుని దూతతో పోరాడి జయమొందెను. ఇతడు యాకోబుగా పిలవబడుట మాని ఇశ్రాయేలుగా మారెను (ఆదికాండము 32:27,28) యాకోబు తన తండ్రిని మోసం చేసెను. అతడు తన మామ చేత మోసగించబడెను. కాని తాను నిద్రించుటకు ఉపక్రమించిన రాత్రి ఒక రాయిని దిండుగా చేసుకొనుట ద్వారా పరలోకమునకు శరీర సంబంధమైన ద్వారముగా

దానిని గుర్తించాడు. నతానియేలు ఒక నిజమైన ఇశ్రాయేలీయుడుగా ఎటువంటి కపటము లేనివాడుగ నిశ్చయించుకున్నాడు. ఆకాశము తెరువబడుటయు దేవుని దూతలు మనష్యకుమారుని పైగా ఎక్కుటయును దిగుటయును చూతురని యేసు వాగ్దానం చేయుట చూస్తాము (1:51). నిచ్చెనకు పైగా దేవదూతలు ఎక్కుట దిగుట ఇక్కడ ప్రభువు చెప్పిన దర్శనమునకు సరిపోల్చకూడదు (ఆది 28:12).

అనేక మంది ఇశ్రాయేలీయులు ఉన్నను అందరూ నిజమైన ఇశ్రాయేలీయులు కానట్లుగా అనేక మంది శిష్యులలో యాకోబు వంటివారు ఉన్నను కొందరు బలహీనులుగా ఉన్నారు. నిజమైన శిష్యులు వాక్యమందు నిలిచినవారు (8:31) యోహాను సువార్తలో ఇది ఒక వింతైన నిర్వచనం. ప్రభువును కలుసుకొనుట, ఆకర్షించబడుట, యేసుతో మాట్లాడుట ఆయనతో వెళ్ళుటకు జీవితములోని సమస్తమును పోగొట్టుకొనుట అనుట కంటే దేవుని వాక్యమందు నిలిచియుండుట ప్రాముఖ్యమైనది. ఈ సువార్తలో కొనసాగుట, మరియు హత్తుకొనుట అనునవి. సాంకేతిక పదములు నిజమైన వాక్యమును ఆయనను హత్తుకొనుట నిలిచి ఉండుట కొనసాగుట చేయువారు నిజమైన శిష్యులు అలాంటి శిష్యులు వారు. ఊహించని రీతిగా నరులకు ప్రత్యేక మార్పును చెందుట లేక చారిత్రక ఘటనలు జరుగుట అనే స్థితిలో యేసును మరియొక మానవునిగా గ్రహించరు ఆయన ఎక్కడ నుండి వచ్చునో ఎక్కడికి వెళ్ళుచున్నాడో ఎరిగి ఉన్నవాడై తనను గూర్చి సత్యమనే సాక్ష్యం ఇచ్చుచున్నందున అది సత్యం (8:14). సత్యమనగా తండ్రి చేత పంపబడి పరలోకమునకు కొనిపోబడి వాస్తవమై యున్న ప్రభువును హత్తుకొనుట నిజమైన శిష్యరికం.

హేతుబద్ధమైన ప్రకటనతో సత్యమును గూర్చి ఒప్పించబడుట ఇప్పటి ప్రశ్నకాదు కాని నజరేతులోని వడ్రంగి వాని కుమారునిగా పాలస్తీనాలోని మట్టితో నిండిన రహదారులు మీద నడిచిన వానిగా యేసు వ్యక్తిత్వం తెలియపరచబడుట ప్రాముఖ్యమైనది. తండ్రి చేత పంపబడి తాను వచ్చిన ఎక్కడ నుండి వచ్చునో ఆస్థలమునకు తిరిగి వెళ్ళువానిగా ఈయన కనబడుచున్నాడు. తాను వెళ్ళు స్థలమునకు ఎవరును తమంతటతాము రాలేరు అందుకని హత్తుకొని యుండుట అనుమాట నిజమైన శిష్యులకు కలుగుతుంది.

సాతానును గురించి మాట్లాడుతూ ఆది నుండి వాడు నరహంతకుడు సత్యమందు నిలిచినవాడు కాడు వానియందు సత్యమే లేదు. వాడు అబద్ధికుడును అబద్ధమునకు జనకుడునై యున్నాడు. వాడు అబద్ధ మాడునపుడు తన స్వభావమును అనుసరించి మాటలాడవలెను (8:44). యూదులు యేసుతో మేము వ్యభిచారము వలన పుట్టినవారము కామని చెప్పిరి. యేసు యూదులను చూచి అబద్ధమునకు జనకుడైన సాతానును వారి తండ్రిగా చెప్పినాడు ఇందును బట్టి యేసు సత్యము సాతానుడు అబద్ధికుడు అనే విషయాన్ని సరిగ్గా నిర్వర్తించగలిగాడు.

దేవుడే అంతిమ సత్యం. యేసునకు తండ్రితో ఉన్న సంబంధమును బట్టి యేసే సత్యము, ఆయన సత్యమే మాటలాడెను. నన్ను పంపినవాడు సత్యవంతుడు (7:28) అని యేసు పలికెను తనను పంపినవాని మహిమను వెదకుచున్నాను గనుక స్వకీయ మహిమను వెదకుట లేదు గనుక ఆయన సత్యవంతుడు (7:18) నేను సత్యమునే చెప్పుచున్నాను (8:45) మరియు నన్ను పంపిన తండ్రియు నేనును ఉన్నాము గనుక నేను తీర్పు తీర్చినను నా తీర్పు సత్యమే (8:16).

సామాన్యమైన వ్యత్యాసం కలిగియుండు ధర్మశాస్త్రము మోషేకు ఇయ్యబడెను. కృపాసత్యములు క్రీస్తు ద్వారా కలిగెను (1:17) సత్యమనునది ఈ లోకమునకు సంబందించినది కాదు. అది ఒక వాస్తవము. ఇది ధర్మ శాస్త్రము వంటిదికాదు. సత్మమనునది ఇవ్వబడునటువంటిది కాదు. దీనిని గ్రహించవలెను, అనుభవించవలెను, మరియు దీనియందు జీవించవలెను. ఏలయనగా సత్యము ఆత్మ యొక్క వాస్తవం ఈ ఆత్మ కొలతతో ఇవ్వబడినది కాదు (3:34). ఆత్మ నరులను పైనుండి జన్మించిన వారుగా చేయును (3:3) దేవుని వలన పుట్టినవారుగా చేయును (1:13) ఆత్మమూలముగా జన్మించునట్లు చేయును (3:8) అందరికి పైగా నుండి పరలోకము నుండి వచ్చి వారి వలన సాక్ష్యము పొందువాడు, ఆత్మయందు జన్మించినవాడు, (3:31) పరిశుద్ధ గ్రంథము మీద తన కుడిచేతినుంచి ప్రమాణము చేయువాడు దేవుడు సత్యవంతుడని ముద్ర వేయుచున్నాడు (3:31,32). ఏ మానవుడు అయిన అంతకంటే ఎక్కువ దృవీకరణకు ఘనత పొందలేదు.

పై నుండి జన్మించిన వారికి దేవుడు ఒక ప్రతేకమైన ప్రత్యక్షత నిచ్చియున్నాడు. వారు పొందుకొనునది నూతన ధర్మము కాదు నూతన సిద్ధాంతము కాదు వ్యక్తియై యున్న యేసు నందు బయలుపరచబడిన కృపా సత్యములను అనుభవించుటకు అవకాశము పొందుకొనుట ఆయనే మార్గము, సత్యము, జీవమై యున్నాడు (14:6) సత్యమను లోకములోనికి మార్గమును కల్పించుటకు ఆయన జీవమార్గమై యున్నాడు. ఆత్మయందు జన్మించిన వారు బ్రదుకు జీవితములో ఆయన యందలి సత్యము బయలు పరచబడుచున్నది. ఆయన తన పరిచర్యను తెలియజేస్తూ గొర్రెలకు జీవము కలుగుటకును అది సమృద్ధిగా కలుగుటకును నేను వచ్చియున్నాను అనెను (10-10) వేదాంత పరమైన ప్రకటనను సిద్ధాంత పరమైన ప్రావీణ్యతను కొనసాగించువారు దేవుని వాక్యమునందు నిలిచి యుండు నిజ శిష్యులు కారు. కుమారుని వ్యక్తిత్వమునకు తండ్రి కనపరిచిన జీవములో హత్తుకొని బ్రదుకుట. ఎవడైనను ఆయన చిత్తము చొప్పున చేయుట నిశ్చయించుట వలన ఆ బోధ దేవుని వలన కలిగినదో లేక నాయంతట నేనే బోధించుచున్నానో వాడు తెలుసుకొనెను (7:17). న్యాయపరమైన తీర్పులో యేసు ప్రకటించుకొనిన నిజజీవమును గూర్చి వర్ణించజాలము. దేవుని చిత్తమును జరిగించు ఉద్దేశమును కలిగి ఉన్నవారై ఆయన ప్రకటనను వాస్తవికముగా అంగీకరించెదరు. దేవుని చిత్తమును జరిగించుట క్రైస్తవ జీవితానికి ముందుగా అవసరతయై యున్నది. యేసు చెప్పిన ప్రకటన యొక్క విలువను అర్థం చేసుకొనుటకు మానసిక పరిపక్వత చాలదు కాని జరిగించు చిత్తమును కలిగియుండుట ఇది విశ్వాసమునకు సారాంశమైన చిత్తము మరియు జ్ఞానముల కలయిక సత్యసంబంధమైన జీవితం.

అటువంటి శిష్యుడు అందకార సంబంధమైన లోకమందు తిరుగజాలడు తన క్రియలు చెడ్డవికానందున అతడు తన క్రియలను దాచుకొన వలసిన అవసరం లేదు పట్టుబడుదునన్న భయం ఉండదు. సత్యవర్తనుడు తన క్రియలు ప్రత్యక్షపరచబడునట్లు వెలుగునొద్దకు వచ్చును (3-21) సత్యం అనునది మనస్సులో దాచిపెట్టబడునది కాదు. సత్యం ప్రకటించబడాలి క్రియారూపం చెందాలి ఆయనను వెంబడించుచు చీకటిలో నడువక జీవపు వెలుగును కలిగి ఉండును (8-12).

యేసు జీవమును గురించి మరణం గురించి తనకు కలిగిన అధికారంను బట్టి వె(్రితనంతో గర్వించిన పిలాతు ఎదుట ఈ లోకములోనికి తన సన్నిధి యొక్క ప్రణాళికను ఈలాగున తెలియజేసినాడు. "సత్యమును గూర్చి సాక్షము ఇచ్చుటకు నేను పుట్టితిని" (18-37). వాస్తవమైన నిత్యజీవమునకు సాక్ష్యముగా, ఆత్మ సంబంధమైన జీవమునకు తాను సాక్షిగా నిలిచెను. జీవమై ఉన్న దేవుడు ఆత్మయని తాను సాక్షం ఇచ్చెను (4-24) ఈ మాటలు వినిన పిలాతు తల ఊపి చేతులను గాలిలో లేపి భారి సైగలను చేయుచు విసుగుచెంది "సత్యము అనిన ఏమిటి" అని అడిగినాడు (18-38).

ఈలోక సంబందులు ఈ లోకమును గూర్చిన మాటలే మాట్లాడుదురు (3-31) సత్యమును గూర్చిన జ్ఞానం వారు గ్రహించలేరు. దేవుని యొద్దనుండి వరమును పొందిన వారు మాత్రమే సత్యమును గ్రహించగలరు. వారు జీవజలమును త్రాగినవారై నిత్యజీవమునకు అవసరమైన జీవపు ఊటలను కలిగి ఉందురు (4:10-14) ఆకాశమునుండి దిగివచ్చి లోకమునకు జీవమును ఇచ్చు జీవాహారమును తినినవారై ఉందురు (6-33).

కుమారుని చేత విడిపింపబడి (8:35-36) దాసులుగా ఉండుట మాని 'తండ్రి చేత పంపబడిన కుమారుడే సత్యము' అను సాక్ష్యం కలిగిన వాడు బలము కలిగినవాడు. అటువంటివారు సత్యం ను గ్రహించి వాక్యము నందు నిలిచిఉందురు. దానికి ఫలితముగా సత్యము వారిని స్వతంత్రులుగా చేయును (8:31-32) సత్యం అబద్ధము నుండి వారికి విడుదల కలుగచేయదు గాని సత్యమును ఎరుగుటవలన వారు సత్యముతో సత్సంబందంను కలిగిఉండి జ్ఞానం చేత దానిని గ్రహించుదురు నిజ విశ్వాసులకు సత్యము మరణం నుండి విడుదల నిచ్చును. సత్య స్వరూపియగు ఆత్మ కుమారుని గూర్చిన సాక్షం ఆయన శిష్యులలో నివసింపజేయును (14:17, 15:26, 16:13) సత్యము పాప దాస్యత్వం నుండి విడుదల కలుగజేసి మరణం నుండి విడిపించి కుమారుడు దేనినుండి సాక్ష్యం ఇచ్చుచుండెనో దానియందు నిత్యజీవము కలుగజేసెను యోహాను సువార్త ప్రకారం కుమారుడు సత్యము మరియు జీవము ఒకటై యుండి ఒకే భావం ఇచ్చుచున్నది.

యోహాను సువార్త ప్రకారం సత్యము తాత్విక ఆందోళనలను అసంకల్పిత ఉద్దేశాలను భిన్న సందర్భాలలో సార్వత్రికంగా ఉండకుండ చేస్తుంది. ఇది సత్య సందర్భమైన కార్యమని నేటి తృష్ణలో సరియైన ఉద్దేశ్యములను కలిగి ఉండలేదు. శాస్త్రవేత్తలు ప్రకృతి సంబందమైన విషయాలను ప్రకృతిలో దాగిన విషయాలను తెలుసుకొనుటకు మనస్సు కలిగి ఉంటారు. చరిత్రకారులు చరిత్రలోని సత్యములను వెలికి తీసి గతించిన వాటి గురించి తెలుసుకొనుటకు ఆశ కలిగి ఉంటారు. వీరిరువురు ఆదిమ క్రైస్తవుల జ్ఞానసంబందమైనవి గ్రహించలేరు.

ఈ భౌతిక ప్రపంచంలో సత్యమును కనుగొనలేము అనబడే ప్లేటో సిద్ధాంతాన్ని యోహాను బోదను వెంబడించు సమాజం గుర్తించరు ఇది రెండు విషయాలలో సరిచేయవలసి ఉన్నది ఒకవైపు సత్యమును గ్రహించలేని ఆలోచన జ్ఞాన సంబంధమైన వాటిలో సత్యమును ఉంచు ప్రయత్నం ప్లేటో సిద్ధాంతములలో ఉండదు. నరుల మధ్య కుమారుని యొక్క జీవితంలో ప్రత్యక్షపరచబడిన దైవ సంబంధమైన సత్యాన్ని ప్రకటించవలసి ఉన్నది (1-18). మరియొక వైపు దైవ సంబంధమైన రాయబారి ద్వారా నిర్మించబడిన ఈ భౌతికలోకంలో అసమర్థతగాని లోపంగాని ఈ సృష్టిలో కనబడదు దేవుడైవున్న వాక్యం చేత నేరుగా సృజింపబడినది ఈ భౌతిక లోకాన్ని నిత్యజీవము చేత నింపుటకు ఆయన మన మధ్య నివసించెను.

చారిత్రక మరియు శాస్త్రీయ వాస్తవాలు ప్రత్యక్షపరచుటకు రుజువులు ఎంతో అవసరమై ఉన్నది. వాటి అవసరతను బట్టి నూతనమైన సాక్ష్యం కలిగినపుడల్ల వాటి స్వారూపం మారుచున్నది. మత సంబందమైన అవసరత ఆత్మ సంబంధమైన రాజ్యంలో నివసించడానికి ఆధారమును మించిపోయింది. సాక్ష్యములను అధిగమించడం దానిని తిరస్కరించడం కాదు సృష్టికర్త కూడ ఆత్మయై ఉన్నాడు ఆత్మ పనిచేసే రాజ్యం ఆయన చేత ధృవీకరించబడుతుంది (4:24) ప్రకృతిని శాస్త్రీయముగా గమనించినపుడు దాని రుజువులు మానవ ప్రయత్నాలు లోకములో జీవితాన్ని మరింత ఆనందంగా అర్థవంతంగా ఉంచుతాయి సువార్త యొక్క సత్యమును ప్రకటించినపుడు శాస్త్రీయంగా

చారిత్రకంగా ఏవిభేదాలు కలిగిఉండలేవు. మతసత్యం భౌతిక ప్రపంచాన్ని ఆత్మ ప్రపంచాన్ని దృవీకరించడానికి మించి పోయినప్పటికి ఇది భౌతిక ప్రపంచంలో ఆత్మయొక్క సత్యాన్ని ప్రకాశవంతం చేసే సారూప్యాలను కూడ కనుగొంటుంది.

ఆత్మతోను సత్యముతోను ఆరాధించే నిజ ఆరాధికులను తండ్రి వెదకుచున్నాడని సమరయ స్త్రీతో మాటలాడుచున్న సంభాషణలో యేసు చెప్పిన సత్యం (4-24) కొండమీద నిర్మించబడిన మందిరములలో మాత్రం కాదు భౌతిక సంబంధమైన లోకములో ఉన్న హద్దులను దాటి తండ్రిని గూర్చిన ఆరాధన ఉంటుంది. ఈ ఆత్మీయ లోకంలో తండ్రిని ఆరాదించువారు తండ్రి కుమార జీవితాలలో సత్యమును కనుగొంటారు.

సువార్త యొక్క సత్యము ఆత్మ సంబందమైనది అందుకు యేసు సాక్షమై ఉన్నాడు ఆయన సాక్షమును బట్టి విశ్వాసులైన నరులు ఆత్మ యందు సత్యమునందు ఆయనను ఆరాదించుచు బ్రతుకుచున్నారు.

పాఠము - 7

మనుష్య కుమారుడు ఎవరు?

యేసుకి ఇవ్వబడిన వివిధ బిరుదులు ఆయనకు తగిన గుర్తింపు నివ్వడానికి చేసిన గొప్ప ప్రయత్నంగా మనము గుర్తించగలము. ఈ బిరుదు లేక శీర్షికలు లేఖనము నుండి తీసుకొనబడినవి. మత పరమైన ఉపన్యాసాలలో ఇవి చాలా ప్రత్యేకతను సంతరించుకున్నాయి. దేవుని లక్షణాలను లేక దేవుని కార్యములను వ్యక్తీకరించిన వ్యక్తిత్వాన్ని సాధించాడు. ప్రాముఖ్యంగా చెప్పబడే ఈ పేర్లలో మహిమ, ఆత్మ, నామము, జ్ఞానము, వాక్కు మరియు దేవుని ముఖము అని చెప్పవచ్చు. ఈ సువార్త రచనలో ముఖ్యమైన ప్రవచనాలు ఆత్మ మరియు మహిమ ఇశ్రాయేలీయుల భవిష్యత్తును గూర్చిన ముఖ్యమైన కార్యములను నెరవేర్చుటకు ప్రత్యేకమైన వ్యక్తిత్వాలను లేఖనము అంచనా వేసే వారిలో ముఖ్యులు మెస్సయ్య, మోషే ప్రకటించిన ఆ ప్రవక్త మరియు శ్రమపడుచున్న దాసుడు. యోహాను తన సువార్తలో ఆయనను మెస్సయ్య గాను, ప్రవక్తగాను తెలియ జేశారు. క్రీస్తును గూర్చిన వేదాంతంలో తాను పోషించినపాత్రను గమనించి నట్లయితే అది శ్రమపడే సేవకుని సూచించుట లేదని ఖచ్చితముగా చెప్పవచ్చు. మెస్సయ్యా మరియు ప్రవక్త అను సూచనలు కొన్ని అస్పష్టంగా కనిపిస్తాయి. యోహాను బోధనలు అనుసరించు సమాజం యొక్క బోధ అంత్యదినాలకు సంబంధించిన వ్యక్తులకు భిన్నంగా ఉంటుంది. కొన్ని సార్లు రాజు అను పేరు పెట్టుట ద్వారా యూదుల హృదయాలలో దీనిని గూర్చిన అంచనా పెరుగుతుంది.

యేసు శిష్యులను తన కొరకు ఏర్పరచుకొను సమయములో వ్రాయబడిన దేమనగా ఫిలిప్పు నతానియేలును కనుగొని ధర్మశాస్త్రములో మోషేయు ప్రవక్తలను ఎవరిని గురించి వ్రాసిరో ఆయనను కనుగొంటిని ఆయన యోసేపు కుమారుడైన నజరేయుడగు యేసు అని అతనితో చెప్పెను (1:45) ఇదే అనుభవము ప్రారంభంలో యూదుల మధ్య కూడా ఉండినది (6:42) యూదా చేత తోటకు నడిపించబడిన సైనికులు కిద్రోను లోయ అవతల తోట యొద్దకు వచ్చినపుడు యేసు వారిని ఈలాగు అడిగియున్నాడు. మీరు ఎవరిని వెదకు

చున్నారు వారు ఆయనను గురించి తెలియచెప్పవలసి వచ్చినపుడు నజరేయుడగు యేసు ఐతే ఈ గుర్తింపు సరిపోయినంత గొప్పది కాదు. ఫిలిప్పు మాటలకు నతానియేలు వేసిన ప్రశ్న ఒక అలంకారాన్ని తెలియజేస్తుంది. నజరేతులో నుండి మంచిది ఏదైనా రాగలదా? స్పష్టంగా జవాబు చెప్పాలంటే రాలేదు అని చెప్పాలి ఐతే వాస్తవానికి పిలిప్పు మరియు నతానియేలు గ్రహించవలసినది ఏమిటనగా యేసు నజరేతు నుండి రాలేదు పై నుండి తండ్రి చేత పంపబడిన వాడు (8:23) యూదులను మరియు సైనికులను తోటలో ఆయన కొరకు వెదకినపుడు ఈ సత్యమును వారు అర్థం చేసుకోలేదు.

సువార్త అంతటిలో తరుచుగా యేసు ఈ విధంగా గుర్తించబడ్డాడు. "ఈయన" (6:52, 7:31-35, 10:4, 18:17,29,30, 19:12,21) నజరేయుడైన యేసును గురించిన ఉద్ధేశము ఆయన తీర్పు ఎదుట నిలబడినప్పుడు దైవత్వ ఆరోపణగా కనబడుతుంది. ఆయనను సిలువవేయుడని యూదులు ఆయనను గురించి చెప్పినపుడు పిలాతు యేసును కనపరుచుచు చెప్పిన మాట ఇదిగో ఈ మనుష్యుడు (19:7). ఈ క్రింది లోకము నందు రోమీయుల పరిపాలనలో నజరేయుడైన యేసు కేవలము ఒక మనుష్యుడు లేక ఈయన నజరేతు నుండి వచ్చిన యేసు .

యోసేపు కుమారుడు లేక ఈయన అను మాటలు ఆయనను ఎరిగి కాదు.

నతానియేలు యేసును మొదట కలిసినపుడు 'నీవు దేవుని కుమారుడవు ఇశ్రాయేలు రాజువు' అని ప్రకటించెను (1:49) నజరేయుడైన యేసు లేక ఈయన అను మాటల కంటే దేవుని కుమారుడు ఇశ్రాయేలు రాజు అనునది ఉన్నతమైన పదములు. నతానియేలు యేసును గురించి ఒక ప్రత్యేకతను చూచుటకు అవకాశం ఏర్పడింది. యేసుకు తాను ఇచ్చిన బిరుదులు ఒకే ఉద్ధేశాన్ని కలిగి ఉన్నాయి. పురాతన కాలములలో రాజు దేవుని కుమారునితో సమానం. దేవుని చేత అభిషేకం పొందినవాడు. అయినను సువార్త చదువువారికి ఈ బిరుదులు సంపూర్ణమైనవిగా చాలినంతగా అంగీకరించబడుతుంది. రెండు సంధర్భాలలో ప్రజలు ఆయనను రాజుగా నియమించాలని అనుకున్నప్పుడు వారి ప్రయత్నాలకు యేసు ఒప్పుకోలేదు. అనేక జనాంగమునకు ఆయన భోజనమును ఇచ్చినపుడు వారు ఆయనను బలవంతముగా రాజును

చేయచూచిరి. అయితే యేసు వారిని తప్పించుకొని కొండకు ఒంటరిగా వెళ్ళెను (6:15). లాజరును మరణము నుండి లేపిన తర్వాత జనాంగము ఆయనను ఇశ్రాయేలు రాజుగా ప్రకటించిరి. యేసు ఒక గాడిద పిల్లను కనుగొని దాని మీద కూర్చుండెను. గుంపు కూడిన జనులు చేయుచున్న ఈ క్రియలను ఆయన అంగీకరించకపోగా శిష్యులకు అర్థం కాలేదు. కాని ఆ తదుపరి ఈ క్రియలు నూతన భావాన్ని ఇవ్వగలిగే లేఖనాన్ని శిష్యులు కనుగొనిరని గ్రంథకర్త తెలియజేశాడు (12:12-18). యోహాను సువార్త ప్రకారము ఆయనను రాజుగా ప్రకటించుచున్న గుంపుతో కలసి ఆయన నగరములో ప్రవేశించుట, ఆయన ఆలయమును రాజుగా తన ఆధీనములో తీసుకొనుట కాదు. మొదటి 3 సువార్తలలో వ్రాయబడినట్లుగా యూదులు ఆయనను చంపునట్లుగా ఈ సంఘటనను బట్టి నిర్ణయించుకున్నారు. లాజరు మృతులలో నుండి లేపబడిన సమయము నుండే ఆలయములో ప్రవేశించుటకు కొన్ని రోజుల ముందే యూదులు ఆయనను చంపుటకు ఆలోచించుచున్నారని ఈ సువార్తలో వ్రాయబడినది (11:53). యేసును వారి రాజుగా చేసుకొనుటకు జనాంగము చేసిన ప్రదర్శనలు వారి యొక్క నిర్ణయానికి మరి యెక్కువ జ్ఞానాన్ని జోడించాయి (12:19).

సిలువ నిమిత్తము ఆయనను విచారించుచున్నప్పుడు రాజు అని బిరుదు నిచ్చుట ఒక మలుపును త్రిప్పింది. పిలాతు యేసును జనులు ముందుకు తెచ్చినపుడు "ఇశ్రాయేలు రాజు" అనకుండా "యూదుల రాజు" అని ప్రకటించుట గమనిస్తాము. నతానియేలు యేసును మొదట చూచినపుడు నజరేతువాడుగా గుర్తించి తరుపరి ఇశ్రాయేలీయుల రాజు అని గుర్తించారు. ఆలాగుననే పిలాతు మొదట జనుల యెదుట ఇదిగో ఈ మనుష్యుడు అని చెప్పి తదుపరి ఇదిగో మీరాజు అని చెప్పుట గమనించగలము (19:14). ఈ రెండు సందర్భాలలో ఆయన తన అమాయకత్వాన్ని కనపరుస్తున్నాడు. పస్కా పండుగ ఆచారంలో భాగంగా యూదులు 'బరబ్బాని విడుదల చేయమని' కోరినపుడు "మీ రాజును సిలువ వేయుదునా"? అని పిలాతు అడుగగా యూదులు యేసును తమ రాజు అని ఒప్పుకొనక యోహాను బోధను అనుసరించు సమాజం ప్రకారం వారు మత భ్రష్టులై కైసరయ మాత్రమే రాజుగా ఒప్పుకొనిరి (19:15).

పిలాతు యేసు స్థితిని రాజుగానే పట్టుబట్టి సిలువమీద హెబ్రీ, రోమా మరియు గ్రీకు భాషలలో "యూదుల రాజు నజరేయుడగు యేసు" అని వ్రాయించెను (19:19) ప్రారంభంలో ఫిలిప్పు ఆయనను గుర్తించిన విధానము, అంతిమమున పిలాతు ప్రకటించునది ఏకీభవించినట్లుగా కనబడుతుంది. అయితే రోమీయుల విషయానికి వస్తే ఒక దేశద్రోహిని, ఒక మోసగాడిని సిలువ వేసింది అని చెప్పవచ్చు. ప్రభుత్వ అధికారము గొప్పదిగా ఎంచబడినపుడు తీర్పుకు అప్పగించబడినవారు దేవుని కుమారులని, రాజులని, మరియు రాజకీయ శక్తిమంతుడని చూడరు. యేసును యూదులరాజుగా గుర్తించుట ఆయనను పూర్తిగా గ్రహించుట, ఎరుగుటకాదు.

యోహాను సువార్త ప్రకారము"క్రీస్తు" అను బిరుదు కూడా సమస్యాత్మకమైనది. ఈ బిరుదును మొట్టమొదట బాప్తిస్మము ఇచ్చిన యోహాను మాటలలో కనుగొనుట ఆసక్తి కరంగా ఉంది. తాను క్రీస్తును కానని వారందరు అర్థం చేసుకున్నట్లు వారికి తెలియజేయుట 2 సార్లు చెప్పబడినట్లుగా చూస్తాము (1:20, 3:28) వాస్తవానికి ఈ రకమైన నిరసన అనుమానాలకు తావునిస్తుంది. యోహాను సువార్తలో గమనించినట్లయితే యోహాను బోధలు వినుచున్నవారిని యేసు తన వైపునకు త్రిప్పికొనుచున్నాడని బాప్తిస్మమిచ్చు యోహాను శిష్యులు తమ అసంతృప్తిని వ్యక్తం చేసినట్లుగా గమనించగలము. బాప్తిస్మమిచ్చు యోహాను పరిస్థితులలో మెస్సయ్యను గూర్చిన సౌరభం ఖచ్చితంగా కనిపిస్తున్నట్లు జనుల దృష్టిలో చూడగలం. ఇందువలననే ఈ సత్యమును బట్టి హేరోదు భయపడి యోహానును చెరసాలలో వేయించి, యేసు పరిచర్యలో కూడా మెస్సయ్యను గూర్చినటువంటి గుర్తులు ఉండుట వలననే రోమా అధికారులు ఆయనను సిలువ వేసిరి. మెస్సయ్యను గూర్చినటువంటి పాత్రలు మొదట రాజకీయ సంబంధమైనదిగా ఉన్నను తదుపరి మత సంబంధమైన రూపాన్ని సంతరించుకున్నాయి. మృత సముద్రం దగ్గర దొరికిన చుట్టలలో "రాజైన మెస్సయ్య" మరియు "యాజకుడు" అను వాటిని సూచిస్తున్నాయి.

సమరయ స్త్రీతో ప్రభువు సంభాషించిన దానిలో ఆసక్తి కరమైనది ఏమిటనగా ఆమె గతంలో 5 గురు భర్తలను కలిగియున్నది. అయితే ఇప్పుడు ఉన్నవాడు తన పెనిమిటి కాడని అతను చెప్పినపుడు ఆ స్త్రీ అతనితో "అయ్యా!

మీరు ప్రవక్తవని గ్రహించుచున్నాను" అనెను (4:19). అయితే యేసు "యదార్థముగా ఆరాధించువారు దేవాలయములలో ఆరాధించరు అను కాలము వచ్చుచున్నది" అని చెప్పినపుడు ఆ స్త్రీ-క్రీస్తు అనబడిన మెస్సయ్య వచ్చునని "నేనెరుగుదును అని చెప్పగా యేసు ఆమెతో నీతో మాటలాడుచున్న నేనే ఆయనని చెప్పెను. (4:26) ఆయనను వెదకుచు నజరేయుడగు యేసు ఎక్కడ అని తోట యొద్దకు వచ్చిన వారు సైనికులతో ప్రభువు చెప్పిన జవాబు కూడా ఈ విధముగానే ఉన్నది. అయితే ఆ స్త్రీ ఆయన మాటలను నమ్మక ఊరిలోనికి వెళ్ళి బావి యొద్ద యేసును కనుగొనిన దానిని ప్రకటిస్తూ ఒకమనుష్యుడు నాతో నేను చెప్పినవాటిన్నిటిని చెప్పియున్నాడు. "ఈయన క్రీస్తు కాడా"? అని ఊరివారితో చెప్పుట గమనించగలము (4:29) ఆమె కేవలము ఊహించినది. కాని సుఖారను ఊరి వారు 2 దినములు యేసుతో ఉండిన తరువాత ఆమె చెప్పిన మాటను బట్టి కాక వారికి కలిగిన విశ్వాసమును బట్టి యేసు క్రీస్తు అని ప్రకటింపక "లోక రక్షకుడు" అని ఆయన గూర్చి చెప్పుట గమనించగలము (4:42). ఇశ్రాయేలీయులకు మాత్రమే రక్షకుడు ఈ క్రీస్తు కానీ ఈ భాగంలో ప్రవక్త నుండి క్రీస్తుగా క్రీస్తు నుండి లోక రక్షకుడిగా చెప్పబడుచున్నది. నతానియేలు ఎక్కిన నిచ్చెన కంటే సమరయులు పైకి ఎగబ్రాకుట చూడగలం.

యూదులకు కూడా ఈలాగుననే జరుగుచున్నది. విసుగుచెందిన యూదులు యేసును "నీవు క్రీస్తువైతే మాతో స్పష్టముగా చెప్పమనిరి". అయితే సమరయ స్త్రీతో మాటలాడినట్లుగా యేసు వీరితో మాటలాడక వారి అవిశ్వాసమును బట్టి వారితో మాటలాడుచు మీరు నా గొర్రెలలో చేరినవారు కారు అని చెప్పెను (10:26).

ఇక్కడ యేసు క్రీస్తుగా గుర్తించబడుటకు ఇష్టపడలేదు. యూదులు ఎదురు చూచుచున్న మెస్సయ్య తానేనని యేసు చెప్పుటకు ఇష్టపడలేదు. మెస్సయ్య అను పాత్రను గూర్చిన అనుసరణ తప్ప మార్గంలో వెళ్ళుచున్నట్లుగా గమనించగలము. క్రీస్తును గూర్చిన యూదుల తలంపులకు తగినట్లుగా యేసు ఉండలేదు అని యూదుల ఆలోచన. ధర్మ శాస్త్ర ప్రకారము క్రీస్తు నిత్యము వారితో ఉండెను కాని యేసు వారిని విడిచి వెళ్ళుటను గూర్చి మాటలాడుచున్నారు (12:34). క్రీస్తు దావీదు వంశస్థుడై యుండి బెత్లేహేము నుండి వచ్చువాడై

దావీదు పట్టణస్థుడై యుండవలసి యుండగా యేసు గలిలయ నుండి వచ్చినట్లుగా చూస్తున్నాము (7:41,42). "యేసే క్రీస్తు" అని చెప్ప బడిన ప్రత్యక్ష సాక్ష్యం మార్త ఒప్పుదలలో చూడగలము. "నీవు లోకమునకు రావల్సిన దేవుని కుమారడవైన క్రీస్తువని" నమ్ముచున్నాను (11:27) నతానియేలు ఒప్పుదలను కోరి 'రాజు' అని పిలువబడుటకంటే 'దేవుని కుమారుడైన క్రీస్తు' అని చెప్పబడుట గమనించాలి. "ఎవరి కొరకు ఎదురు చూచుచున్నామో ఆయన వచ్చుచున్నాడు" అనుటకు గుర్తుగా 'నీవు లోకమునకు రానైయున్న' అను వార్త వివరణ గ్రహించాలి. మార్త మరియు యేసుకు మధ్య జరిగిన సంభాషణలలో సాంప్రదాయమైన మార్గాల ద్వారా ఆమె అన్వేషించుచున్న లేఖ ఆశించుచున్న భవిష్యత్తు ఇప్పటికే ఇక్కడ ఉన్నదని యేసు ఆమెకు సైగ చేసి చెప్పినాడు. పునరుత్థానమును జీవమును నేనే (11:25) లోకము ఎదురుచూచుచున్న ఒకరిని దేవుడు పంపియున్నాడని నీవు లోకమునకు రానైయున్న క్రీస్తువని నమ్ముచున్నాను అని మార్త చెప్పిన మాటలలో గ్రహించగలము. నిత్యజీవ నిర్వచనాన్ని యేసు తన మాటలలో "అద్వితీయ సత్య దేవుడవైన నిన్నును నీవు పంపిన యేసు క్రీస్తును ఎరుగుటయే నిత్యజీవము"లో గ్రహించగలం (17:3) మార్కు 8:29లో పేతురు నీవు క్రీస్తువు అని ఆమెతో చెప్పినట్లుగా యోహాను తన సువార్తలో మార్త ఒప్పుకోలులో యేసును క్రీస్తుగా చెప్పుచున్నారు. పేతురు ఒప్పుకోలులో యేసు జవాబిస్తూ ఆ బిరుదుకు వేరు నిర్వచనం చెప్పిరి. క్రీస్తు అనగా సింహాసనం మీద అభిషేకించబడి కూర్చుండి పాలించువాడు కాదు. కాని శ్రమ పొంది ఉపేక్షించబడి హేళన చేయబడి ఉమ్మి వేయబడి, కొరడాలతో కొట్టబడి చంపబడెను (మార్కు 8:31, 9:31. 10:33,34) మార్త ఒప్పుకోలు ఇక్కడ విడిచి పెట్టబడింది.

అనేక సార్లు తనను గురించి యేసు మాటలాడుచు తండ్రి చేత పంపబడి తండ్రికి సన్నిహితంగా ఉండే కుమారుడు చెప్పబడ్డాడు. అయితే తండ్రి ఈ లోకములోనికి కుమారుని పంపిన తండ్రిగా చెప్పబడతాడు. తండ్రి కుమారుల సాన్నిహిత్యం స్పష్టమై యున్నది. తండ్రి కుమారుని ఎరిగియున్నాడు కుమారుడు తండ్రిని ఎరిగియున్నాడు. నన్ను చూచిన వాడు తండ్రిని చూచినట్లే (14:9) తండ్రి నాయందు నేను తండ్రియందును ఉన్నాము (10:38) మరియు యేసు

ప్రకటించినది ఏదనగా నేనును తండ్రియునై ఏకమైయున్నాము (5:18). యేసు కూడా వారితో అంగీకరించుచున్నాడు. నేనును తండ్రియు ఏకమైయున్నాము అని చెప్పినపుడు యూదులు ఆయనను రాళ్ళతో కొట్టచూచిరి. వాటిలో ఏ క్రియ నిమిత్తము నన్ను రాళ్ళతో కొట్టుదురని యేసు వారినడిగెను (10:32) కాని వారు నీవు మంచి క్రియ చేసినందుకుకాదు, నీవు పలికిన మాటలను బట్టి నిన్ను రాళ్ళతో కొట్టి చంపుదుము అనిరి. నీవు మనుష్యుడవై యుండి దేవుడనని చెప్పుకొనుచున్నావు. ఇది దైవదూషణ గనుక నిన్ను రాళ్ళతో కొట్టుదుము (10:33). అయితే యేసు వారితో అంగీకరించక తిరిగి మాటలాడుచు నేను దేవుని కుమారుడనని చెప్పినందుకు (10:36) తండ్రి ప్రతిష్ఠ చేసి ఈ లోకములోనికి పంపినవానితో నీవు దేవదూషణ చేయుచున్నావని చెప్పుదురు.

ధర్మశాస్త్రము మీద ఆధారపడక యూదుల సొంత ధర్మప్రకారము 82వ కీర్తనలో వ్రాయబడినట్లుగా వారు చేయుచున్నారన్నది యేసు వాదన. ఈ కీర్తనలో దైవముల మధ్యను దేవుని సమాజములో దేవుడు తీర్పుతీర్చుటకు కూర్చుండి అన్యాయపు తీర్పును సరిచేయుచున్నాడు కాని ఈ లోకపు సమాజము దుష్టుల వైపు పక్షపాతము చూపుచున్నారు. అయితే దేవుడు వారిని హెచ్చరించుచు వారు దైవములనియు సర్వోన్నతుని కుమారులనియు తానే సెలవిచ్చియున్నాడు. అయినను ఇతర మనుష్యులు చనిపోయినట్లు మీరును చనిపోవుదురు గనుక శ్రమ గలవారిని, దీనులను పేదలకును తల్లిదండ్రులు లేని వారికిని న్యాయం తీర్చండి. దరిద్రులను నిరుపేదలను విడిపించుడి భక్తిహీనుల చేతిలో నుండి వారిని తప్పించుడి అని చెప్పినను వారు అన్యాయపు తీర్పుతీర్చుచున్నారు (కీర్తనలు 82:6,7). మనుష్యులు చేయుచున్న అన్యాయపు తీర్పునకు దేవుడు ఇచ్చుచున్న జవాబు ఈ కీర్తనలో చూడగలం. పరలోక దూత ఘనమునకు యెహోవా అధిపతియై యున్నాడు. కాని ఈ కీర్తనలో పౌరాణిక సంబంధమున అనేక దేవతల గుణమును తెలియజేస్తుంది. అన్యాయపు తీర్పును ప్రకటించుచున్నారు గనుక వారు మనుష్యులు చనిపోవునట్లు చనిపోదురు అని తీర్పును దేవుడు ప్రకటించుచున్నాడు. మొదటి శతాబ్దములో క్రీ.శ. యూదులు

ఏక దేవుని ఆరాధించువారుగా ఉండుట వలన ఈ వాక్యము దేవుని వాక్యము ఎవరికి వచ్చునో వారే దైవములని చెప్పుటగా మార్చబడినది (10:35) యోహాను సమాజము ఈ కీర్తనలో నరులే దైవములని చెప్పుట గమనించగలము.

ఈ కీర్తనను హృదయమందు కలిగిన వారు సర్వోన్నతుని కుమారుడు దైవములని గుర్తించి వినువారికి దానిని స్థిరపరచుచున్నారు. ఇందును బట్టి యేసు యూదులందరు దైవములని సర్వోన్నతుని కుమారులని చెప్పుచున్నారు తాను దేవుని కుమారుడనని చెప్పుకొనుట దైవ దూషణగా ఎంచబడకూడదు తండ్రితో ఏకమైయున్నాడని తన వాదన ఆయనే దేవుని కుమారుడై యున్నాడని దానిని వివరింప వీలుగానిదిగా మిగిలింది.

దేవుని కుమారుడు అను బిరుదు, క్రీస్తు అను మాటకు రాజు అను మాట యేసు ఉద్దేశము. ఈ కీర్తనను చదువు యూదులందరు వారి ధర్మ శాస్త్రానుసారముగా దేవుని కుమారులు అనబడుచున్నారు. క్రీస్తు అను శీర్షికను ఆధారం చేసుకొని దేవుని కుమారులు అనుమాట నరులకు ఆపాదించబడినది.

4 సువార్తలలో కేంద్రంలో యేసుని మనుష్య కుమారునిగానే తెలియజేశారు. ఎంతో కాలం జరగక ముందే దేవుని కుమారునిలో యేసు యొక్క దైవత్వాన్ని మనుష్య కుమారునిలో మానవ స్వభావాన్ని ప్రకటించటం యొదలు పెట్టారు. అయితే ఋజువులు లేని ఈ అస్థిరత్వాన్ని కొట్టి తీసి నరులకు దేవుని కుమారులని బిరుదులిచ్చాడు దైవ సంబంధికుని మనుష్య కుమారుడు అని పిలుచుట గమనించగలం. 5వ శతాబ్ద వరకు క్రైస్తవ వేదాంతంలో నరుడిగాను దేవునిగాను స్వభావం కలిగిన వ్యక్తిగా యేసును అర్థం చేసుకోలేము. మనుష్య కుమారుడు అనుపదం దైవ సంబంధికునికి సరిగ్గా సరిపోయినది అది ఆయన హోదా. కాని దేవుని కుమారుడు బిరుదు మెస్సయ్య వంటి వానికిని రాజునకును ఇవ్వబడింది.

దానియేలు దర్శనంలో దీని మూలం చూడగలం మనుష్య కుమారుని వంటి వాడు అతడు తన దర్శనములో 10 కొమ్ములు కలిగిన జంతువును చూచెను. ఒక చిన్న కొమ్ము వాటి మధ్యను లేచెను. దానికి స్థలమిచ్చుటకు 3 పెరికి వేయబడినవి అను అధికారమును తెలియజేయుచున్నవి. ఆకాశమేఘారుడై

మనుష్య కుమారుని పోలిన ఒకడు వచ్చి ఆయన సముఖమునకు తలబడెను. ఆయన యొద్ద నుండి శాశ్వతమైన ప్రభుత్వమును ఇతడు పొందుకొనెను. (దానియేలు 7:7-14) ప్రకటించబడిన ఈ వ్యక్తి భూమిపై దేవుని న్యాయము యొక్క వ్యక్తిత్వముగా మారాడు. ఈ లోక అధికారి పాలనలో నివసించే బలహీనమైన రక్షణలేని దేవుని ప్రజలు అనుభవించే అన్యాయానికి ఇది అంతం కలుగజేస్తుంది.

మొదటి 3 సువార్తలలోని అలౌకిక దృశ్యంలో మనుష్య కుమారుని పాత్రను చూడగలం. భూమిమీద న్యాయమును స్థాపించుటకు మనుష్య కుమారుడు ఆకాశమేఘముల మీద దిగివచ్చుట గమనించవచ్చు. ఈ పేరు ఇతరమైన విధులను కూడా కలుపుకుంటుంది. మేఘముల మధ్య భవిష్యత్తులో మహిమతో తన్ను తాను మహిమపరచుకొను ఈయన పునరుత్థానమందు నిందారహితుడుగా కనపరచబడుటకు ముందు మనుష్యుల చేత శ్రమ పెట్టబడవలసి ఉంది. (మార్కు 9:31, 8:31, 10:30) తన గురించి తాను 3వ వ్యక్తిగా మనుష్య కుమారుడు మాట్లాడుచున్నప్పుడు దైవిక హక్కులను అమలు చేసే అధికారం ఆయన కలిగి యున్నాడు మనుష్య కుమారుడు పాపములు క్షమించి (మార్కు 2:11) ఆయన సబ్బాతునకు ప్రభువు (మార్కు 2:28).

యోహాను సువార్తలో మొదటి 3 సువార్తలలోని మెస్సయ్యను గూర్చిన మర్మముల విషయమై కొనసాగుచు ఇంతకు ముందు చెప్పబడినట్లుగా మనుష్య కుమారుని గూర్చిన మర్మములను మరల కట్టుచున్నాడు. మేఘములను వంచి భూమి మీదకు తిరిగివచ్చి లోక అన్యాయమునకు ముగింపు పలికి మహిమోన్నతుడు అవ్వాల్సిన ఆయనను మోషే అరణ్యములో సర్పమును ఎత్తినట్లు మనుష్య కుమారుడు కూడా ఎత్తబడవలెనని చూపుచున్నాడు (3:13,14) (6:62, 8:28, 12:34, 13:31). దేవదూత గణముల మధ్య మహిమ తేజస్సుతో కనబడవలసిన మనుష్య కుమారుడు సిలువ మీద పైకి ఎత్తబడుట ద్వారా మహిమ పరచబడెను (12:23). మొదటి 3 సువార్తల ప్రకారం మనుష్యుల చేతిలో మనుష్య కుమారుడు శ్రమ పరచబడుట కొట్టబడుట హేలన చేయబడుట 3 దినముల తర్వాత పునరుత్థానుడగుటకు ముందు పొందవలసిన అనుభవమని చెప్పుచున్నారు (మార్కు 3:31, 9:31, 10:32).

యోహాను సువార్త ప్రకారము ప్రతి పురుషుడు స్త్రీ మనుష్య కుమారుని శరీరము తినుట బ్రదుకు నిమిత్తమై తెలియజేయబడుచున్నది (6:27,53). యోహాను వాడిన పదములలో భుజించుట అనగా నమ్ముట మనుష్య కుమారుని యందు విశ్వాసం ఉంచుట ద్వారా ఆయనను చూచి బ్రతుకు అవసరత ఏర్పడుచున్నది (9:35,37).

నిత్య జీవము నిమిత్తము అవసరమైన ఆహారమును మనుష్య కుమారుడు దయచేయును. తండ్రియైన దేవుడు ఆయనకు ముద్రవేసియున్నాడు గనుక ఆయన ఈ కార్యము నెరవేర్చును (6:27). యేసు యొక్క సాక్ష్యం మీద నమ్మిక యుంచినవాడు సత్యమై ఉన్న దేవుడు ఆయనకు ముద్ర వేసియున్నాడని సాక్ష్యమును నమ్ముచున్నారు. మనుష్య కుమారుడు నిత్య జీవమును ఇచ్చినట్లుగా తండ్రియైన దేవుడు ముద్రవేసియున్నాడు అను మాట సత్యం. దేవుని కార్యం నెరవేర్చు సంపూర్ణత అగు యేసు పరిచర్యను మనుష్య కుమారుడు పొందుకొనుటలో గొప్ప ధన్యత కలదని స్పష్టపరచుచున్నాడు.

మొదటి 3 సువార్తలలో వ్రాయబడినట్లుగా మనుష్య కుమారుడే తీర్పుతీర్చువాడుగా ఉన్నాడన్ని అను దృశ్యము చాలా దగ్గరగా ఉన్నట్లు కనిపిస్తుంది. వారి మధ్యకు తండ్రి చేత పంపబడిన వాని సన్నిధి మనుష్య కుమారుని తీర్పును ఇప్పుడే జరిగించుచున్నట్లుగా గమనించాలి. పుట్టు గ్రుడ్డివాడు చూపు పొందిన తర్వాత నీవు మనుష్య కుమారుని యందు నమ్మిక యుంచుచున్నావా అని యేసు వానిని అడిగెను (9:35). దానిని అతడు ఎరుగనని చెప్పుచున్నాడు. ఆయన యందు విశ్వాసముంచునట్లు ఆ మనుష్య కుమారుడు ఎవడు అని ఆతను తెలుసుకొన గోరెను. అప్పుడు యేసు "నీవు ఆయనను చూచుచున్నావు నీతో మాటలాడు చున్నవాడు ఆయనే" అని చెప్పెను (9:37). రాబోవు మెస్సయ్యను గురించిన జ్ఞానము కలిగిన సమరయి స్త్రీకి నజరేయుడైన యేసును తోటలో వెదకు చున్న సైనికుల అనుభవానికి ఈ పరిస్థితి ఏకముగా ఉన్నది. ఈ విషయంలో మనుష్య కుమారుడు తానేనని యేసు తెలియపరచుకున్నప్పుడు ఇంతకు ముందు గ్రుడ్డివాడైన వాడు "నేను నమ్ముచున్నాను" అని చెప్పి యేసును ఆరాధించారు. న్యాయమైన ఆరాధనకు ఇది ఒక మంచి ఉదాహరణ కాని అందుకు భిన్నంగా ఆశ్చర్యపడుచున్న

యూదులు ఈ మనుష్య కుమారుడు ఎవరు అనే అయోమయ స్థితిలో ఉన్నారు (12:34).

నీవు దేవుని కుమారుడవు మరియు ఇశ్రాయేలు రాజువు అని సువార్త ప్రారంభంలో ప్రకటించిన నతానియేలు ప్రభువు చెప్పిన మాట ఒక వాగ్దానం లాంటిది. ఆకాశం తెరువబడుటయు పైనుండి క్రిందకి పైకి దిగుట మనుష్య కుమారునికి పైగా ఎక్కుటయు దిగుటయు చూతురని మీతో చెప్పుచున్నాను అనే వాగ్దానం ఇవ్వబడింది (1:51). యాకోబు దర్శనం మరియు దానియేలు దర్శనం సువార్తను చదువు వారికి సృజనాత్మకమైన జవాబు ఇచ్చింది. మనుష్య కుమారుడు, మేఘముల మీద దిగివచ్చినట్లు ఆకాశములు తెరువబడలేదుగాని దేవదూతలు మనుష్య కుమారునికి పైగా ఎక్కుటకు దిగుటకు ఆకాశము తెరువబడెను. తండ్రి యొద్దకు విశ్వాసి చేరునట్లు ఆయన మన నిచ్చెనయై యున్నాడు. యాకోబునకు దర్శనం కలిగినపుడు అతడు నమ్మెను ఆరాధించెను మరియు తనకు తలగడగా తీసుకున్న రాయి మీద బలిపీఠమును కట్టెను. నతానియేలుకు ఇవ్వబడిన వాగ్ధానము ఈ సువార్త చదువుచున్నవారికి ఇవ్వబడినది. ఆకాశము తెరువబడుటయు వారు విశ్వసించి ఆరాధించినట్లు తండ్రి ప్రత్యక్షమగునట్లు మనం చూడగలం ఎత్తబడవలసిన వారు కనుక మనుష్య కుమారుడు శరీరమును ఆత్మను వేరు పరచు అగాథమును జయించును. ఆకాశములు తెరువబడినప్పుడు పైలోకమునకు క్రింది లోకమునకు దేవదూతలు (పయనించుచుండగా) ఎక్కుచూ దిగుచుండగా తండ్రియందు పంపబడిన వానిని శరీరమందు బ్రతుకుచున్నవారు చూచుచు ఆరాధించెదరు. ఈ సమయము నందు మాత్రమే యేసునందు మనుష్య కుమారుని గుర్తించి నరులు ఆయనను ఆయనగా కనుగొందురు.

పాఠము - 8

ఘడియ వచ్చుచున్నది, ఇప్పుడే వచ్చియున్నది :

మొదటి 3 సువార్తలలో తెలుపబడిన పత్రానికి భిన్నంగా క్రొత్త పత్రాన్ని నమోదు చేయమని యోహాను సువార్త ఆహ్వానిస్తుంది. ఈ సువార్తలలో ఉపమానముల ద్వారా దేవుని రాజ్యమును గూర్చిన క్రియలను అనుదిన గ్రామీణ జీవన విధానాన్ని యేసు బోధించుట చూచుచున్నాము మునుపటి ధ్యానంలో చెప్పబడినట్లుగా యోహాను సువార్తలో తాను తండ్రి చేత పంపబడిన ఒకనిగా యేసు ప్రకటించెను. ఆయన ఉపదేశము మనం 3 సువార్తలలో యేసు యొక్క పరిచర్య గలలియలో జరుగుచున్నను తన జీవితంలో చివరి వారం మాత్రం యెరూషలేములో ఉండుట చూడగలము. యోహాను సువార్త ప్రకారము తన పరిచర్యలో ఎక్కువ కాలం యెరూషలేములో ఉన్నట్లుగా చెప్పుచున్నారు. 4 సువార్తలలో "ప్రవక్త తన స్వదేశంలో ఘనత నొందదని" యేసు చెప్పినట్లుగా గమనించగలం. కాని యొదటి 3 సువార్తలలో యేసు ఘనపరచబడినది గలలియ అయితే (మార్కు 6:4) యోహాను సువార్తలో అది యెరూషలేము (4:44).

మొదటి 3 సువార్తలలో యేసు యొక్క ధైర్యం దేవాలయములో రూకలు మార్చువారిని పశువులను అమ్మువారిని వెళ్ళ గొట్టుటలో కనబడగా ఈ కార్యమును బట్టి అధికారులు ఆయనను చంపుటకు నిర్ణయం తీసుకున్నారు. ఈ లోకంలోని దేవాలయములో అటువంటి శక్తి ప్రదర్శన అంగీకరించ బడలేనిదిగా ఉంది. ఇది అధికారులుకు ఎదురైన బహిరంగ సవాలు. అయితే యోహాను సువార్తలో ఇదే కార్యము రూకలు మార్చువారిని, పశువులను అమ్మువారిని వెళ్ళగొట్టుట మరింత అలజడిని మరియు హింసను ప్రేరేపించి నట్లుగా చూడగలము. పశువులను తరుముచున్నట్టుగా యేసు కొరడాను చేత పట్టుకొని వారిని తరిమి వేయుచుండెను. రాత్రివేళ దర్శించుటకు వచ్చిన నికోదేముతో ఉన్న సంభాషణను పోలి కానా వివాహములో వడ్డించబడిన మంచి ద్రాక్షారసమును పోలి ఈ కార్యము కూడా చక్కగా వర్ణించబడెను అయితే

ఆయన అప్పగించబడుటకు ముందు 2,3 సంవత్సరములకు ముందే పస్కా సమయములో దేవాలయములో ఈ అధికారమును చూపించు కార్యం జరిగినది కనుక ఆయనను చంపుటకు ప్రయత్నించుటలో అర్థం లేదు. ఐతే ఈ సువార్తలో యేసు లాజరును లేపినందున జనులు ఆయనకు గౌరవమును, అధికారమును ఇచ్చినందున పరిసయ్యులు మరియు దేవాలయ అధికారులు ఆయనను చంపుటకు నిర్ణయించుకొనిరి (11:48).

మనుష్య కుమారుడు మహిమతో వచ్చినపుడు జరగబోవు కార్యములను భవిష్యత్తు సూచనలుగాను ఈ 3 సువార్తలలో యేసు తెలియజేసినట్లుగా చూడగలం అయితే యోహాను సువార్తలో అంత్య దినములను గూర్చిన సంభాషణ మనకు కనబడుచున్నది. భవిష్యత్తులో జరగబోవు దానిని వర్తమానంలోనే కనబరుచుచున్నందున ఈ సువార్తలో వేరుగా కనబడదు. దేవుని రాకడను గూర్చినటువంటి విషయాలలో మనకు కనబడే ప్రత్యేకమైనది కోతకాలం. వారి పనికి తగిన ప్రతి ఫలమును పొందుకొను విషయములో రైతులు సహనమును, నిరీక్షణను కలిగి ఉండవలెనని మొదటి 3 సువార్తలు చెప్పుచున్నవి అలాగుననే వీటిని గూర్చిన ఉపమానములు భూమి యొక్క నాణ్యతను, గోదుమల నుండి గురుగులను వేరుచేయుటను, విత్తనముల నాణ్యతను తెలియజేయుట ద్వారా కోతకాలము వచ్చుట తెలియును.

యోహాను సువార్తలో ప్రకృతిని గురించి 2 ఉపమానములలో మాత్రమే చెప్పబడింది (3:8) గాలి తన కిష్టమైన చోటునకు విసురును. నీవు దాని శబ్దము విందువు గాని అది ఎక్కడ నుండి వచ్చునో ఎక్కడికి పోవునో నీకు తెలియదు. ఆలాగుననే గోదుమ గింజ భూమిలో పడి చావకుండిన యెడల అది ఒంటిగానే ఉండును అది చచ్చిన యెడల విస్తారముగా ఫలించును .(12:24) పుట్టినవారిలో పైనుండి వచ్చినవాడు అది ఎలా జరుగునో ఎరుగడు. మరియొకడు జీవితములో ఫలరుచులుగా ఉండడానికి మరణము ప్రవేశించుట అవసరమని చెప్పుచున్నాడు. ఈ రెండు కూడా జరగబోవు దాని విషయముగాని, దేవుని రాజ్యము గూర్చి గాని సంబంధం లేనివ. ఈ రెండు ప్రస్తుతమును తెలియజేయుచున్నవి.

ప్రకృతిలో జరుగుచున్నవాటిని మరియు చరిత్రలో జరిగిన వాటిని యేసు వేరుపరిచి చెప్పుట సాధారణంగా చూడగలం, శిష్యులు భోజన సమయానికి భోజనం నిమిత్తం చింతించుచుండగా ప్రభువు వారితో 'నన్ను పంపిన వాని చిత్తము నెరవేర్చుటయు, ఆయన పని తుద ముట్టించుటయు నాకు ఆహారమై యున్నది'. ఇంకా నాలుగు నెలలైన తర్వాత కోతకాలము వచ్చెను అని మీరు చెప్పుదురుగదా. ఇదిగో మీ కన్నులు ఎత్తి పొలమును చూడుడి అవి ఇప్పుడే తెల్లబారి కోతకు వచ్చియున్నవని మీతో చెప్పుచున్నాను. విత్తువాడును కోయువాడును కూడా సంతోషించినట్లు కోయువాడు జీతము పుచ్చుకొని నిత్యజీవార్థమైన ఫలము సమకూర్చుకొనుచున్నాడు (4:34-36) అయితే నిత్యజీవము నిమిత్తమైన పంటను కోసుకొనుటకు 4 నెలలు వేచి ఉండవలసిన అవసరం లేదు. ఈ విషయములో విత్తువాడును కోయువాడును కలసి ఆనందింతురు కనుక ప్రస్తుతమనునది విత్తుటకు కోయుటకు సాక్ష్యమైయున్నది.

మన శరీరం పోషించబడుటకు అవసరమైన ప్రకృతి సంబంధమైన ఆహారము పొందుకొనుటకు సమయము అవసరమైయున్నది. తండ్రి చిత్తమును నెరవేర్చుట ఆయన పనిని తుద ముట్టించుట జరుగుచున్నట్లుగా అది యేసు ఆహారమైనట్టుగా చూడగలం. ఎప్పుడో జరగబోవు తీర్పుదినములోని సమయము నకు యేసు పని చేయు సంపూర్ణతకు ఎటువంటి సంబంధం లేదు. ఆయన పని జరుగుచున్నది, ముగించబడుచున్నది సిలువ మీద మాత్రమే !ఇది యెరుగని యేసు తన ఊపిరిని చివరిగా విడిచినపుడు సమాప్తమైనదని పలికినాడు (19:30). తండ్రి చిత్తమును సంపూర్ణముగా నెరవేర్చినాడని ఆయన అప్పగించిన పనిని తుదముట్టించినాడని సిలువ మీద ఆయన చేసిన ఈ ప్రకటనలు తెలియు చేయుచున్నవి. ఈ మాటతో భవిష్యత్తు నిరాయుధమైనట్టుగా చూస్తాం. ఆయన క్రిందకి వచ్చుట ద్వారా, పైకి ఎక్కుట ద్వారా నిత్య జీవమును సాధ్యపరచినాడు. జనుల మధ్య సమృద్ధి అయిన జీవం అప్పటికే వాస్తవమై యున్నది. నిత్యజీవమును విత్తనము విస్తరించి పంటను ఫలములను కలిగియున్నది. ముందుగా నిర్ణయించ బడిన క్రమం ప్రకారం మనుష్య కుమారుని జీవితం భూమి మీద కొనసాగింది. ఒక వ్యక్తికి ఇష్టమైనట్లుగా జరుగునట్లు ఇది

రూపొందించబడలేదు. భూమి పునాదులు వేయబడక మునుపే ఆయన జీవితం ఒక క్రమములో స్థాపించబడింది (17:5,24). అనేక సార్లు జరగబోవుచున్నట్లుగా ఉన్నవి జరుగలేదు కారణం తన ఘడియ ఇంకను రాలేదు (7:5,30, 8:20). కొన్ని సంధర్భాలలో ఆయనను గూర్చిన శత్రుత్వం దాదాపుగా ఆయన మీద పగ తీర్చుకొను స్థితికి వచ్చినను వారి కోపమే బలమైనదై ఆయనను చంపుదురేమో అన్నంతగా ఏర్పడినను ఇక దీనిని తప్పించుకొనలేము అనుకొనుసమయంలో అది జరుగలేదు. ఆయన సమయము ఇంకను రాలేదు కాని ఇతరులకు ఆయన సహోదరులకు సమయము ఎల్లప్పుడు సిద్ధముగా ఉన్నది (7:6).

యేసు సమయము అది నిర్ణయించబడిన సమయములోనే అనుమానం లేకుండా జరుగును మరియు యేసుకు దానిని ఎదుర్కొనుట తెలియును యెరూషలేములో పస్కా పండుగ సమయములో "మనుష్య కుమారుడు మహిమ పొందవలసిన ఘడియ వచ్చియున్నది" అని యేసు ప్రకటించెను (12:23). పస్కా పండుగకు కొన్ని రోజుల ముందే, రచయిత చెప్పుచున్నట్లుగా తన ఘడియవచ్చునని యేసు ముందే ఎరిగి (13:1) తాను లేచి శిష్యుల పాదములు కడుగుటకు ఆయుత్త పడినట్లుగా చూస్తాము. యజమానునిని తన సేవకునికి మధ్య ఈ కార్యము మరణముకుముందు పటిష్ఠమైన భందంగా మార్చింది. ఆయన యూదాను గుర్తించి "నీవు చేయుచున్నది త్వరగా చేయుమని" అతనితో చెప్పెను (13:27). సమయం ముందుగానే నిర్ణయించబడినందున సమయము జరుగువాటిని జరిగించుటకు తగిన కార్యములను యేసు చేయుచున్నాడు. సమయము ఇంకను రాకముందే శిష్యుల కొరకు తాను చేయ వల్సినది చేసి నీవు చేయుచున్నది త్వరగా చేయుమని యూదాకు ఆజ్ఞ ఇచ్చెను. జరుగవలసిన వాటిని జరుగుచున్నవాటిని ఒక క్రమములో జరిగించుట ద్వార సమస్తమును జరుగుచున్నవి. శిష్యులు తమ యజమానునితో కలిసి గుర్తించబడ వలసియుండగా వారి ఘడియ కూడా ఒక దినము వచ్చునని చెప్పుట ఆశ్చర్యం కాదు. అందువలననే యేసు వారిని హెచ్చరించుచు మిమ్మును చంపు ప్రతివాడు తాను దేవునికి సేవచేయుచున్నాను అనుకొను కాలము వచ్చుచున్నది. అవి

జరుగు కాలము వచ్చినపుడు నేను వాటిని గూర్చి మీతో చెప్పితినని జ్ఞాపకము చేసికొనుడి (16:2,4) మరియు తన పిలుపును పరిచర్యను ఎరిగినవాడుగాను దానిని జరిగించుట ముగించుట తెలిసిన వాడైన యేసు-లోకంలో శిష్యుల పాత్రను ఎరిగిన వాడుగాను వారికి సంభవింపబోవు ఘడియను గూర్చి హెచ్చరించుచున్నాడు. కనుక వారు ఇప్పుడు ఒక ఖచ్చితమైన ప్రణాళికను కలిగియున్నారు. ఒక స్థితి నుండి మరియొక స్థితిలోనికి ప్రవేశించుట వాటియందలి అయోమయములను కనుగొనుట రచయిత చెప్పిన దానిని గుర్తించినపుడు యేసు తరువాత శిష్యులు సమాజమందిరములో నుండి వెలివేయబడుదురు అని యేసు ప్రవచించినాడు. వారు యేసుతో ఉండిన వారైనందున వెలివేయబడు కాలమునకు యేసు ఉండడు. వారు శ్రమ పెట్టబడుదురని యెరిగి ప్రభువు వారిని ముందుగా హెచ్చరించెను.

నిర్ణయించబడిన ఘడియ వచ్చినపుడు యేసు జీవితములోను ఆయన శిష్యుల జీవితాలలోను ప్రాముఖ్యముగా ఏమి జరుగును?. ఆయన సిలువ మరణమునకు సాక్ష్యులుగా ఉండి చూచిన శిష్యులు వేదన పొందుదురు గాని ఆయనను మరలా సజీవునిగా చూచినపుడు ఆ వేదన ఆనందమగును. స్త్రీ ప్రసవించినపుడు ఆమె ఘడియ వచ్చెను గనుక ఆమె వేదన పడెను. అయితే శిశువు పుట్టగానే లోకమందు నరుడొకడు పుట్టెను సంతోషం చేత ఆమె ఆవేదన మరి జ్ఞాపకము చేసుకొనదు (16:21).

స్వారూప్యములు ఒక ఉద్దేశ్యాన్ని తెలియజేసినను అవి రూపుమార్చు కుంటాయి. ఒక స్త్రీ కుమారునికి పుట్టుక నిచ్చినపుడు వాటి పోలిక 2 విధాలుగా ఉంటుంది. సిలువ మీద బాధపడుచున్న యేసు ప్రసవించుచున్న స్త్రీ వారి ఘడియలో ఉన్నారు. శిష్యులు మరియు ప్రసవించుచున్న స్త్రీ దుఃఖపడుదురు గాని వారి వేదన సంతోషంతో ముగియును. ఈ సమయములో ఈ స్వారూప్యములో 3వ పోలికను గమనించాలి. తన ఘడియలో స్త్రీ ఒక శిశువుకు (కుమారుని) జన్మనిచ్చెను తన ఘడియలో యేసు సిలువ మీద ఎత్తబడి తన యందు విశ్వాస ముంచిన వారికి పై నుండి పుట్టిన వాడుగా జన్మనిచ్చెను.

అదే సమయములో ఆయన శరీరము నూతన దేవాలయముగా మారి నూతన సృష్టికి ప్రాతినిధ్యం ఇస్తుంది. నూతనముగా జన్మించినవారు సత్యము మరియు ఆత్మసంబంధమైన లోకంలో బ్రదుకుచున్నారు. ఇక్కడ దేవుని సహవాసమందు ఆరాధనలో ముఖాముఖి అనుభవం కలదు మరణ ఘడియ ఫలము ఫలించు ఘడియ.

స్వారూప్యత నాటి దినాలలో స్త్రీ తత్వము యొక్క పరిమిత దృక్పథాన్ని సూచిస్తుంది. స్త్రీ కేవలం బిడ్డలకు జన్మనిచ్చు నిమిత్తమే బ్రదుకుచున్నదని అభిప్రాయములో జీవించుచున్నది. ఒక పురుషునికి జన్మనిచ్చు సమయము స్త్రీ యొక్క ఘడియ ఒక వ్యక్తి తన బ్రతుకు కారణమును ప్రత్యక్ష పరచినపుడు స్పష్టంగా అది తన ఘడియగా చెప్పవచ్చు. అక్కడ ఒకని ఉద్దేశం బయలు పరచబడుతుంది. పస్కాపండుగలో ఆరాధన నిమిత్తం యెరూషలేమునకు వచ్చిన కొందరు గ్రీకులు ఫిలిప్పు నొద్దకు వచ్చి "అయ్యా మేము యేసుని చూడవలెనని కోరిరి". పిలిప్పునకు ఏమి చేయవలెనో తోచలేదు. అతడు అంద్రియను సంప్రదించినాడు. వారు యేసు నొద్దకు వెళ్ళి దీనిని తెలియజేసిరి. అప్పుడు యేసు–"ఇప్పుడు నా ప్రాణము కలవరపడుచున్నది .నేనేమందును? ఈ ఘడియ తటస్థింపకుండా నన్ను రక్షించుము. అయినను ఇందుకోసమే నేను ఈ ఘడియకు వచ్చితిని" అని తెలియపరిచెను (12:27).

ఇక్కడ గ్రీకులతో కలసిన సన్నివేశం 3 సువార్తలలో వ్రాయబడిన గెత్సమనే తోట దృశ్యంలాగా కనిపిస్తుంది. కాని ఇక్కడ వేదన మరియు విజ్ఞాపన కనబడదు. వ్యక్తిగత ప్రాముఖ్యతను మనం చూడగలం. ఆయన ఎందు నిమిత్తము ఈ లోకములోనికి వచ్చెనో, ఆయన వ్యక్తిగత నిర్ణయం ఇక్కడ తెలియపరచబడుతుంది. గ్రీకులు ఆయనను చూడవలెనని చెప్పగానే వెంటనే యేసు ఇచ్చిన జవాబు "మనుష్య కుమారుడు మహిమ పొందవలసిన ఘడియవచ్చియున్నది" (12:23). యేసు తన చివరి ప్రార్థనలో ప్రారంభంలో పలికిన మాట తండ్రీ, నా ఘడియ వచ్చియున్నది నీకుమారుని మహిమ పరుచుము (17:1) ఆయన ఈ లోకములోనికి వచ్చిన ఉద్దేశము నెరవేర్చబడవలసి ఉన్నది. తాను ఎక్కడ నుండి వచ్చెనో యేసు అక్కడికి వెళ్ళ

వలసి ఉన్నది. ఆయన ఈ లోకములోనికి వచ్చిన కారణమునకు తగిన ఘడియ వచ్చియున్నది. ఈ సువార్తలో జీవము మీద మరణము మీద అధికారం పైనుండి ఇవ్వబడవలసి యున్నది (19:11).

ఘడియ వచ్చుచున్నది మరియు ఇప్పుడే వచ్చియున్నది అని 3 సార్లు మనం చదువుచున్నాము ఈ ప్రకటనలు ప్రత్యేక ఆకర్షణను కలిగియున్నవి. అయితే ఈ విషయములో యేసు జీవితమును గూర్చి చెప్పుటలేదు మనుష్య కుమారుని మహిమ తర్వాత బ్రతుకు క్రైస్తవుల అనుభవములను గూర్చి ప్రత్యేకముగా చెప్పుచున్నది.

పునరుత్థానము తర్వాత ఆయన తన శిష్యుల మీద పరిశుద్ధాత్మను ఉంచిన (20:22) తర్వాత క్రైస్తవులు తండ్రిని ఆత్మతో సత్యముతో ఆరాధింపవలెనను (4:23) ఘడియ వచ్చియున్నది. మరియు ఇప్పుడే వచ్చియున్నది అనునది మరింత శక్తివంతంగ, ఎప్పుడు అవును అనగా తండ్రి కోరుకొనిన నిజ ఆరాధన జరిగించువారు ఆరాధన జరిగించినప్పుడే ఈ అంగీకార యోగ్యమైన ఆరాధన పునరుత్థానుడైన క్రీస్తు దేహమును ఆలయములో జరిగించినపుడు పునరుత్థానము తర్వాత జీవించుచున్న క్రైస్తవుల ఉనికిలో ఇది సాధ్యం అవుతుంది.

ఆలాగుననే పురుత్థానం తర్వాత ఘడియ వచ్చుచున్నది మరియు ఇప్పుడే వచ్చియున్నది అనుమాట మృతులు మనుష్య కుమారుని స్వరము వినినపుడు మరియు దానిని వినివారు జీవింతురు జీవించుచున్నప్పుడు (5:25) 28వ వచనం సమాధులలో ఉన్నవారు మరణించిన వారుగా ఉన్నారు. వారి పాపముల యందు మరణించిన వారు కుమారుని స్వరము విని నమ్మి మరణములో నుంచి జీవములోనికి వచ్చెదరు. తమ పాపముల యందు మరణించిన వారు కోతకాలము వరకు వేచి ఉండాల్సిన అవసరం లేదు. నిత్యజీవం అనునది క్రైస్తవుల మధ్య వాస్తవమై యున్నది.

నిజమైన శిష్యుల యొక్క గుర్తింపును సూచించడానికి ఈ వ్యక్తీకరణ ఉపయోగించవచ్చు ఘడియవచ్చుచున్నది. నిజముగా వచ్చియున్నది మీరు చెదరి పోవుదురు (16:32). సత్యమునకు సాక్షమిచ్చుటకు వచ్చినవాడు ఆయనను

వెంబడించువారందరికి సత్యము నిమిత్తమైన సాక్ష్యం ఇచ్చినట్లుగా శిష్యులు ఉన్నారు. వారిని రక్షించుటకు ఈ లోకములోనికి వచ్చిన వానిని లోకము తృణీకరించినట్లుగా వారు కూడా లోకము చేత తృణీకరించబడుటకు ఇష్టపడవలెను. మనుష్య కుమారుడు ఎత్తబడు ఘడియను గురించి యోహాను సువార్తలో వ్రాయబడినట్లుగా "ఘడియ వచ్చుచున్నది మరియు వచ్చేయున్నది" అన్న అనుభవాన్ని శిష్యులు తమ బ్రతుకులలో ఆలాగుననే కనుపరచవలెను. వారి బ్రతుకులు ఉద్దేశాన్ని నెరవేర్చవలసి ఉంది.

యేసు జీవితము మరియు మరణము అనునది శరీర ధారియైన వాక్యమునందు ప్రతిబింబించుచుండగా క్రైస్తవులు ఈ వేదాంతము నందు మలచబడవలసి యున్నది. మనుష్య కుమారుడు తనకు అప్పగించబడిన పనిని పూర్తి విజయముతో ముగించినందున దాని వలన లాభం పొందు క్రైస్తవుడు ఆశీర్వదించబడవలసియున్నది. అయితే ఈ నమ్మకము దాని సభ్యులను ఖండించ దగిన అహంకార వేడుకలతో పొంగిపోలేదు. దానికి వ్యతిరేకముగా ఒకరిని ఒకరు ప్రేమించగలుగుట అను ధన్యత మీద కేంద్రీకరించిరి. శరీర సంబంధమైన మరణము ఎదుర్కొన వలసి వచ్చినపుడు క్రీస్తునందు కలిగిన ఐక్యములో ఒకరి పాదములను ఒకరు కడుగుట క్రమముగా చేసుకొనిన. పద్ధతిని మొదటి 3 సువార్తలు పట్టించుకోలేదు. రక్షణ యొక్క సాధనను భవిష్యత్తు నుండి వాస్తవ ప్రస్తుతాన్ని అనగా క్రైస్తవ జీవితం యొక్క అంతిమ ఉద్దేశం భవిష్యత్తు జీవితములో వెల్లడి కానిది తండ్రిని ఆత్మతోను సత్యముతోను ఆరాధించే సమయం వచ్చినపుడు వారి అంతిమ గురి లేక లక్ష్యం ప్రేమ సమాజములను కొనసాగింపజేయుటయే! అనగా విశ్వాసము ద్వారా బలపరచబడిన జీవితాన్ని ఈ లోకం నందు జీవించుటకు ఆధారాలను ప్రోత్సహించుట కంటే పరలోక రాజ్యములో ప్రవేశించుటను ప్రోత్సాహించుట అవసరమైయున్నది. యోహాను సువార్తయందు విశ్వాసులు వారు బ్రతుకు కాలమంతటిలో యేసు వాక్యమును వెంబడించు వారుగాను వారు బ్రతుకులో దానిని నెరవేర్చువారుగాను వారు నివసించవలెనని పైనుండి జన్మించిన వారుగా మనస్సాక్షి కలిగి పూర్తి జీవితమును జీవించవలెనని చెప్పుచున్నాను.

పాఠము - 9

మూడవ దినమున :

యోహాను సువార్తలోని ప్రత్యేకతలలోని ఒక గుణం, యేసు జీవితములో జరిగిన ముఖ్య భాగములు; యూదుల పండుగలతో లేక ప్రత్యేక సమయములతో ముడిపడి ఉంటుంది. రూకలు లెక్కించువారిని వ్యాపారులను దేవాలయము నుండి పారద్రోలుట పస్కా దినమున జరిగినది (2:13). ఐదువేల మందిని పోషించుట కూడా వేరోక పస్కా పండుగ రోజున జరిగింది (6:4). అయితే యేసు యెరూషలేమునకు వీటి నిమిత్తం వెళ్లలేదన్నది స్పష్టమైనది. బెతెస్థ కోనేటి దగ్గర పక్షవాయువు గలవానిని స్వస్థపరచుట యెరూషలేములో యూదుల పండుగ దినమున జరిగినది (చదువరులు అనేకులు ఇది కూడా పస్కా అనుకుంటారు) అన్ని సువార్తలు అంగీకరించగలిగే సత్యం పస్కా సమయములో యేసు మరణించుట మే(11:55).

యోహాను సువార్తలో ఉదహరించబడిన 4 పస్కా సమయములలో (5వ అధ్యయంలో రాయబడిన పస్కా పండుగ అనుగుణంగా యేసుని పరిచర్య 3.5 సం.రాలుగా పరిగణించబడింది. పస్కాను గూర్చిన వచనములు కాలక్రమాను సారంగా ఎన్నిక చేయబడినది. (మొదటి 3 సువార్తలలో యేసుని పరిచర్య ఒక సం.లోగానే ముగిసింది.) ఈ సందర్భంలో యోహాను తన సువార్తలో ప్రతి దానికి సమయాన్ని లోతైన నిల్వలు కలిగిన తాత్కాలికతను మించిన క్రమమును ఇచ్చాడు. ఏమి జరుగుతుందో అర్థం చేసుకోవడానికి సరైన సందర్భం ఇవ్వడానికి సమయాన్ని సూచించాడు.

ఉదాహరణకు పర్ణశాలల పండుగ సమీపించినపుడు యేసు యెరూషలేమునకు అజ్ఞాత వ్యక్తిగా వెళ్ళియున్నాడు. అరణ్యములో ఇశ్రాయేలీయులు ప్రయాణం చేయుచున్నప్పుడు దేవుని సహాయములను జ్ఞాపకము చేసుకునే పండుగే ఇది. ఎండిపోయిన దేశంలో వారి దాహమును తీర్చుటకు రాయిలో నుండి నీటిని రప్పించుట ప్రాముఖ్యముగా జ్ఞాపకము చేసుకొనదగిన అద్భుతం. ఈ పండుగ 7 రోజులు జరుగుతుంది. ఈ సమయము నందు ఉన్నత స్థలము నందు

యాజకులు దేవాలయము నుండి సిలోయము ఊట యొద్దకు వచ్చి బాన పాత్రలలో నీటిని నింపుకొని, అన్యజనుల దేశములు అనబడిన స్థలములో బలులు నిచ్చి బలిపీఠమునకు తీసుకొని పోవుదురు ప్రజలు కూడా పాత్రలలో నీళ్ళు మోసుకొని వారిని వెంబడించిరి. అన్య జనుల స్థలములోని బలిపీఠము నొద్దకు వచ్చినపుడు వారందరు ఆ పాత్రలోని నీరు దానిమీద పోసిరి. ఆ నీటితో ఆ ప్రాంగణమంతయు ప్రవహిస్తూ ఉంటుంది ఈ విధంగా పండుగ దినమున బలిపీఠమును రాయిగాను, అందులో నుండి ప్రవహించు నీరు అరణ్యములో ప్రవహించుచున్నట్టుగాను ఆలాగుననే యెహెజ్కేలు ప్రవచనంలో చెప్పినట్లుగా మందిరపు గడప క్రింద నుండి నీళ్ళు ఉబికి తూర్పుగా పారి మృత సముద్రములోని నీటిని మంచినీళ్ళుగా చేయును (యెహెజ్కేలు 47:1-12).

యోహాను తన సువార్తలో ఆ పండుగలో మహాదినమైన అంత్యదినమున యేసు నిలిచి "ఎవడైనను దప్పిగొనిన యెడల నా యొద్దకు వచ్చి దప్పి తీర్చుకొనవలెను. నా యందు విశ్వాసముంచువాడు ఎవడో లేఖనము చెప్పినట్లు వాని కడుపులో నుండి జీవజల నదులు పారునని బిగ్గరగా చెప్పెను" అని వ్రాయుచున్నాడు (7:37,38). రచయిత చదువరికి చెప్పుచున్నది ఏమనగా తన యందు విశ్వాసముంచువారు ఉండబోవు ఆత్మను గూర్చి ఆయన ఈ మాట చెప్పెను యేసు ఇంకను మహిమ పరచబడి ఉండలేదు గనుక ఆత్మ ఇంకను అనుగ్రహింపబడియుండలేదు (7:39). పర్ణశాలల పండుగ యొక్క సందర్భం యేసు మాటలను అర్థం చేసుకొను అవకాశం ఇస్తుంది. అరణ్యములో రాయి నుండి వచ్చిన నీరు, మృత సముద్రమునకు జీవము నిచ్చు నదిలోని నీరు ఆత్మ వలన కలుగు నీటితో పోల్చకూడదు (3:5 తో 4:14 ను సరిచూసుకొనవలెను)

ఆ నీరు మహిమ పరచబడిన వాని శరీరం నుండి ప్రవహించునది. యేసు సిలువ మీద వ్రేలాడుచుండగా "ఒక సైనికుడు బల్లెముతో పొడవగా రక్తమును నీళ్ళును కారెను" అని వ్రాయబడినది సత్యం. (19:34) దీనిని పర్ణశాలల పండుగలో యేసు మాటలు నెరవేర్చబడుట అను ప్రదర్శన. ఇదంతయు పర్ణశాలల పండుగ దినమున జరిగినదని చదువరికి తెలియ జేయబడని యెడల యేసు మాటలను అర్థం చేసుకొనుట కష్టమే.

ఒకనికి చెప్పబడిన వాక్యం అర్థం చేసుకును నిమిత్తం వేదాంతపరంగా తాత్కాలిక వచనములు ఇయ్యబడినవి. 6వ అధ్యాయంలో రాయబడిన 5 వేల మందికి భోజనం పెట్టుట పస్కా పండుగను ఉద్దేశించినది. నిజమైన ఆహారమును గూర్చిన సంభాషణలో మన్నా అనే అద్భుతాన్ని మహిమ పరచబడినవాని జీవితం వలన కలిగిన ఆహారంతో పోల్చలేం. ఆత్మయే జీవింపజేయుచున్నది. శరీరం కేవలం నిష్ప్రయోజనం(6:63).ఆలాగుననే నిర్గమములో జరిగిన సంఘటన యేసు చెప్పిన వాటి సందర్భంతో ప్రాముఖ్యతను తెస్తుంది.

యోహానులో వ్రాయబడిన మిగిలిన సంఘటనలు వేదాంత పరమైన భావంతో రుజువు పరచబడినవి. గతంలో నేను చెప్పినట్లుగా యేసు శిష్యుల పాదములు కడుగుట అను సందర్భాన్ని క్రీస్తుతో కలసి బ్రదుకుచున్నాము అని చెప్పుటకు శిష్యులు దానిని వెంబడించవలసి ఉన్నది. ఈ లోకమును విడిచి వెళ్ళుటకు తనకు సమయము ఆసన్నమైనదని యేసు యెరిగి, గ్రహించి దేవుని యొద్ద నుండి వచ్చినవాడు గనుక దేవుని యొద్దకు వెళ్ళుచున్నాడు గనుక ఈ కార్యములు జరిగించును (13:1,3) మరియొక మాటలో చెప్పాలంటే యేసు శిష్యుల పాదములు కడుగుట ఆయన మరణమును, లోకమును విడిచి వెళ్ళుటను దేవుని యొద్దకు తిరిగి వెళ్ళుటను సూచించుచున్నట్లుగా అర్థం చేసుకొనవలెను. ప్రతి విషయములోను ఈ తాత్కాలిక వచనములు అర్థం చేసుకొను జ్ఞానం కలుగజేయును.

ద్రాక్షారసములో ముంచబడిన రొట్టెను యేసు యూదాకు ఇవ్వగా అతడు దానిని తిని యేసు మరియు ఆయన శిష్యులను భోజనం చేసిన గది నుండి అతడు వెళ్ళిపోయెను. మరుసటి దినమున జరుగు పస్కాను జరుపుకొనుటకు కావల్సిన వుస్తువులను కొనుటకు అతడు వెళ్ళుచున్నాడని శిష్యులు తలంచిరి. అయితే అది రాత్రివేళ (13:30) అని గ్రంథకర్త చదువరికి తెలియజేయుచున్నాడు. ఈ తాత్కాలిక వచనములను గ్రహించిన మనం ఆ దినపు సమయాన్ని గుర్తించుటకు తెలియజేయుచున్నాడు. ఈ సువార్తలో దినమునకు రాత్రికి కలుగు బేదమును చీకటికి వెలుగునకు కలుగు బేధమును వాటికి ఇవ్వబడిన వేదాంత ప్రాముఖ్యతను చూచియున్నాము. జరుగువలసినది

జరుగునట్లుగా యేసును శిష్యులును నిలిచి ఉన్న ఆ స్థలమును విడిచి చీకటిలోనికి వెళ్ళుచున్న యూదా వెళ్ళిన విధానాన్ని శిష్యులు తప్పుగా అర్థం చేసుకున్నారు.

సువార్త అంతటిలో యేసు నొద్దకు రాత్రి వేల వచ్చిన నికోదేమును గూర్చిన వచనములను గమనించగలం (13:2, 7:50, 19:39) రాత్రివేళ నడుచువాడు తొట్రిల్లునని యేసే స్పష్టపరిచెను (11:10) సబ్బాతు దినమున సిలువ మీద వ్రేలాడుచున్న వారు వ్రేలాడు కుండనట్లు యూదులు పిలాతు దగ్గరకు వచ్చి వారి కాళ్ళను విరగగొట్టమని అడిగిరి. ఒక సారి ఇది జరిగిన తర్వాత కాళ్ళకు కొట్టబడిన మేకు మీద బరువు ఉంచి తన శరీరమును పైకి లేవకుండా ఉంచగలరు. శరీర భారమంతయు చేతులు మీద వ్రేలాడుచుండగా క్రింది భాగము బరువుతో సాగిపోవుట వలన ఊపిరి తిత్తులలోనికి గాలి వెళ్ళుట అసాధ్యంగా మారుతుంది. సిలువ వేయబడిన వారు ఎక్కువగా గుండెపోటు వలన గాని లేక ఉక్కిరి బిక్కరియై గాలి అందక గాని మరణించెదరు.

ధర్మ శాస్త్రము కోరువాటిని నెరవేర్చుటకు ఇద్దరు వ్యక్తులు మనకు కనబడచున్నారు. అరిమతయి యోసేపు యూదులకు భయపడి దాగుకొన్న క్రైస్తవుడు,

నికోదేము రాత్రివేళ ప్రభువును దర్శించినవాడు. చీకటి పడకముందే వారు ఈ కార్యములను చేయుటకు తొందర పడుటను రచయిత కొంచెము హేళనగా వ్రాసియున్నాడు. సూర్యుడు అస్తమించక మునుపే యేసు శరీరమును పాతిపెట్టుటకు యోసేపు పిలాతు నొద్ద యేసు దేహమును ఇమ్మని కోరినాడు. నికోదేము 150 సేర్ల ఎత్తుగల బోళముతో కలిపిన అగరును తీసుకొని వచ్చి సుగంధ ద్రవ్యములు పూసి పాతిపెట్టిరి (19:40) మరుసటి దినము విశ్రాంతి దినము అను మహాదినము (19:39) నేటి వరకు వ్రాయబడిన ఏ గ్రంథములోను మహాదినమును విశ్రాంతి దినమును గూర్చి ఎక్కడ వ్రాయబడలేదు. 150 సేర్లు బరువుగల అత్తరు దాదాపుగా 12 శరీరములకు పూయవచ్చును. యూదుల ఆచారం ప్రకారం ఆయన శరీరమును పాతిపెట్టుటకు సిద్ధపడినవారు ఈయన

కొలత లేకుండా ఆత్మను అనుగ్రహించువాడని సత్యము గుర్తించలేదు (3:34). రచయిత తెలియచెప్పినది ఏమనగా తండ్రి చేత పంపబడినవానికి శరీరముతో రాత్రివేళ మనుష్యుల చేత దాచిపెట్టుబడుటకు ఎటువంటి సంబంధంలేదు.

మొదటి 3 సువార్తలలో భక్తిగల స్త్రీలు యేసు మృత దేహమునకు అత్తరు వ్రాయవలెనని దయచూపిరి. యేసు దేహమును అభిషేకించుట పాతిపెట్టుట అనువాటిని జరిగించు అనుభవాలు ధర్మ శాస్త్ర పద్ధతులను హేళన చేయుటయే. చీకటి పడక ముందే జరిగించవలసిన వాటిని సరిగ్గా జరిగించుట ద్వారా నివసించుట గడియను ఎరుగరైరి.

ఆలయ ప్రతిష్ఠిత పండుగ దినమున యెరూషలేములో శీతాకాలమున యేసు దేవాలయములో సోలొమోను మంటపములో తిరుగుచుండగా (10:22,23) యేసు నిజముగా ఎవరు? అను ఆశను కలిగిన యూదులు అక్కడ పోగైనట్లుగా చూడగలం. నేటి దినమున ఆలయ ప్రతిష్ఠితము 'హనుక్క' అని పిలుస్తాము. ఈ పండుగ యాంటియోకస్ ఎఫెపన్నీస్ పరిపాలన కాలములో బలిపీఠము మీద పంది రక్తమును చిందించుట ద్వారా అపవిత్రపరచబడిన దేవాలయమును తిరిగి ప్రతిష్ఠించుటను జ్ఞాపకం చేసుకోగలం. మక్కాబీయుల యుద్ధ సమయమున (క్రీ.పూ. 167-164) యెరూషలేములో సిరియనుల పాలన ముగిసి అస్మోనీయుల పాలన మొదలైనప్పుడు అనుదిన బలి నిలుపుచేయునది మొదలుకొని నాశనము చేయు హేయమైన దానిని నిలువబెట్టు వరకు (దానియేలు 12:11)లో వ్రాయబడినట్లుగా దేవాలయమును తిరిగి పవిత్రపరచడం గమనించవలెను. మార్కు 12:44లోను మత్తయి 24:15లోను ఇది వ్రాయబడియున్నది. యెరూషలేములో బలిపీఠము మీద గ్రీకు దేవుడైన ఎలితిరీ నకు బలులు అర్పించవలసిందిగా యాంటియొకయస్ ఆజ్ఞాపించాడు. సువార్తలోని ఈ భాగములు యూదుల అవిశ్వాసమును బయటపెట్టిన యేసు" నేనును తండ్రియు ఏకమై యున్నాము" అని చెప్పెను (10:30) అందువలన రాళ్ళు ఏరి ఆయనను రాళ్ళతో చంపుటకు ప్రయత్నము చేసిరి (10:31) నిజమే అవును ఇది నిజమే. శీతాకాలంనందు ప్రతిష్ఠిత పండుగ దినమున యెరూషలేము దేవాలయములోను బలిపీఠమును నూతన పరుచుట యూదుల పండుగ

చేసికొందురు. ఆత్మ జ్వాల ఆసమయములో లేదు దేవాలయములో పరిస్థితులు చల్లారిపోయి ఉండెను. అందువలననే తాత్కాలిక వచనములలో దాని ఉద్దేశములు తెలియజేసినారు.

కానా వివాహవిందులో తాత్కాలిక మైనది మరియు ప్రాముఖ్యమైన కథనం ఏమిటి అనగా గలిలయలోని కానాలో మూడవ దినం ఒక వివాహం జరిగెను (2-1) కాలక్రమేన ప్రకారం ఇది ఒక సందిగ్ధమైన విషయం రోజులను ఎప్పటినుండి లెక్కించవలనో చదువరికి తెలియజేయబడలేదు మనము కలత చెందకుండ సరిగా గ్రహించవలెను మొదట క్రైస్తవులకు మూడవ దినం అనగా యేసు పరిచర్యను ప్రారంభంనుండి అని అర్థం చేసుకొనవలెను.

పౌలు చెప్పినట్లుగా వారి సంఘములలో ప్రతి ఒక్కరు తెలుసుకొనవలసిన క్రైస్తవ ప్రమాణములు:

లేఖనుసారముగా క్రీస్తు మన పాప విషయమై మరణించెను
ఆయన పాతిపెట్టబడెను
లేఖనము నెరవేరబడునట్లు ఆయన మూడవ దినమున లేపబడెను
ఆయన ప్రత్యక్షుడయ్యెను (1కొరింథి 15:3-5)

ఇక్కడ మూడవ దినము మన పాపముల నిమిత్తం అన్నదానికి సమాంతరముగా ఉంచవచ్చు. ఆయన మరణించెను, లేపబడెను, పాతిపెట్టబడెను, ప్రత్యక్షు డాయెను అనునవి మిగిలిన సమాంతర అనుభవాలు మన పాపముల నిమిత్తం మూడవ దినముగా విమోచన. జరిగించినట్లుగా లేఖనములలో ముందుగానే చెప్పబడింది. కానా వివాహం గురించి వ్రాయబడిన పరిచయంలో మూడవ దినం అనునది కథను అర్థం చేసుకొనగలిగిన ఘటన గూర్చి తెలియజేస్తుంది. జరిగిన వివాహం గూర్చి గాని కొనసాగిన విందు గూర్చి గాని మనము ఎక్కువగా గ్రహించలేము .ఖచ్చితముగా జ్ఞాపకము చేసుకొనవలసిన విషయం వివాహపు విందులో ద్రాక్షరసం ముగిసినది ,యేసు తల్లి ఆయన దగ్గరకు వచ్చి ద్రాక్షరసం లేదని ఆయనతో చెప్పెను. వివాహం మరియు ద్రాక్షరసం కలిసి కొనసాగినట్లు కనపడుచున్నది. ఒకటి లేకుండ మరియొకటి ఉండునని ఊహించలేము.

ద్రాక్షరసం లేదని ఆయన తల్లి తెలియచేయగా యేసు యొక్క జవాబు వేరొకటి తెలియజేస్తున్నది. మూడవ దినమును గూర్చిన వచనంను గ్రహించలేక నా తర్జుమా ప్రకారం ఓస్త్రీ (అమ్మా) ఇది నీ సమస్య, నా సమస్య కాదు నా కాలము ఇంకను రాలేదు అని చెప్పబడింది.

దీనిని బట్టి చదువరి అర్థం చేసుకొనునది ఏమనగా వారి యొద్ద లేని ద్రాక్షరసం ఆయన సమయం వచ్చిన మూడవ దినమున యేసు చేత ఇవ్వబడినది ఆరు రాతి బానలు అక్కడ ఉండెను. యూదులు శుద్దీకరణ ఆచారం ప్రకారం ఒక్కొక్క రాతి బాన రెండేసి మూడేసి తూములు కలిగినవి (2-6). ప్రతి ఇల్లు వారి శుద్దీకరణ ఆచారం ప్రకారం నీటితో వాటిని శుభ్రం చేస్తారు. కొలనులోని లేక తొట్టిలోని నీళ్లు కాదు ఆ బానలు రాతితో చేయబడినవి అని చెప్పబడుచున్నది. కనుక అవి పగిలిపోవు మట్టితో చేయబడినవి కావు వాటి సామర్థ్యం కూడ ప్రశంశనీయం, గ్రీకులు చెప్పినట్లుగా ప్రతి రాతి బాన రెండేసి మూడేసి తూములు పట్టును, ఒక్కొక్క తూము నలుబై లీటర్లతో సమానం. ఒక్కొక్క రాతి బాన దాదాపుగా వంద లీటర్లతో సమానం. శుద్దీకరణం చేయునిమిత్తం రాతి బానలు ఖాళీగా ఉండవలెను. ఆరాతి బానలు నీటితో నింపమని యేసు వారితో చెప్పగా వారు వాటిని అంచుల మట్టుకు నింపిరి (గ్రీకు బాషలో అంచులకు పైగా) దీని భావము దాదాపు ఆరు వందల లీటర్ల నీరు యూదుల శుద్దీకరణ ఆచారమునకు సిద్దముగా ఉన్నది. కానీ పనివారు నీటిని తీసుకొనినపుడు అది నీరు కాదు ద్రాక్షరసము విందు ప్రధాని యొద్దకు తీసుకొని వెళ్ళి అతడు ఆమోదించిన దానిని అతిథులకు వడ్డించాలి ఇక్కడ ఒక ముఖ్యమైన సమాచారం రచయిత చదువరులకు తెలియజేయుచున్నాడు. ఆ ద్రాక్షరసం ఎక్కడ నుండి వచ్చెనో ఆ నీళ్ళు ముంచి తీసుకొని పోయిన పరచారకులకే తెల్సినది కానీ విందు ప్రధానికి తెలియక పోయెను ప్రధాని రుచి చూచిన ద్రాక్షరసము పై నుండి పంపబడిన నీరు యేసు ఎక్కడ నుండి వచ్చెనో తెలుసుకొను సారాంశము ఇదే.

ఈ ద్రాక్షరసం రుచి చూసిన తరువాత విందు ప్రధాని మోసపరచబడినట్లు తలంచెను. అటువంటి ద్రాక్షరసం మొదటి నుండి కలిగినదని ముందుగానే

అతనికి చెప్పి ఉండవలసినదని అతడు తలంచెను ఈ ద్రాక్షరసమును ముందు వడ్డించిన ఎడల అతిథులు వారిని మెచ్చుకొందురు అతడు ఈ అసమర్థ ఆరోపణలకు బాధ్యత వహించినట్లుగా తలంచెను అతడు తన ఉద్యోగ ధర్మాన్ని మరచిపోవడమే కాకుండ తన యజమాని వస్తువులని కూడా వ్యర్థ పరుస్తున్నాడు.

ఆ విందు ప్రధాని ద్రాక్షరసం వచ్చాక మత్తుగానున్నవారు మంచి ద్రాక్ష రసమును పోసినపుడు దానిని ఆనందించలేని వారు. ఇటువంటి సమయములో మంచి ద్రాక్షరసమును వడ్డించుట దానిని వ్యర్థపరచుటే అనుకొనుచున్నాడు అతిథులు వారికి అందించబడిన ద్రాక్షరసము పూర్తిగా ఆనందించగలిగినపుడే మంచిది వడ్డించవలెను. ఒక్కసారి వారు మత్తులైన తరువాత వారికి జబ్బు ద్రాక్షరసం ఇచ్చినను తమ పరువు పోవునన్న భయపడనక్కరలేదు పెండ్లికుమారుడు ఇది వరకును మంచి ద్రాక్షరసమును కలిగి ఉన్నావు అని చెప్పబడుట ద్వారా విందు ప్రధాని అతనిని జ్ఞానం లేని వాడిగా చూచుచున్నాడు.

ఈ వివరణ మనము వివాహం గురించి ఎక్కువగా తెలుసుకొనుట లేదుగాని మంచి ద్రాక్షారసంను వడ్డించవలసిన సమయములో దాని కలిగి ఉండియు వడ్డించని పెండ్లి కుమారుని గురించి ఇది వరకును మంచి ద్రాక్షారసమును వడ్డించుటకు కలిగియున్నాడు. దాని నిమిత్తం అతడు వేచియున్నాడు యేసు చేసిన సూచక క్రియగా రచయిత చెప్పుచున్నాడు ఆయన సమయం ఇంకను రాలేదు గనుక మూడవ దినమున ఆయన సిలువ మీద మరణించుటకు బదులు ద్రాక్షారసం ఆయిపోయిన స్థలములో మంచి ద్రాక్షారసమును వారికి ఇచ్చు విషయములో తన మహిమను కనపరచెను (2-11).

యూదుల శుద్ధీకరణ ఆచారం ప్రకారం నీటితో నింపబడిన రాతి బానలలో నుండి ఈ ద్రాక్షరసం వచ్చునని పనిచేసిన వారికి మాత్రమే తెలియును మంచి ద్రాక్షరసమును ఏ సమయములో వడ్డించవలెనో ఎరుగడని పెండ్లి కుమారుని మీద నిందవేయు ప్రధానికి అది ఎక్కడ నుండి వచ్చెనో తెలియలేదు. వాస్తవమునకు యోహాను సమాజమునకు చక్కగా రూపొందించబడిన మంచి

ఉపమానం కృపను సత్యంను నరులకు ఇచ్చు నిమిత్తం నేటివరకు దేవుడు వేచియున్నాడు అనునది మంచి ద్రాక్షారసమును గూర్చిన మాట. దేవుడు తన విందు ప్రధానికి మర్మము తెలియచేయని పెండ్లికుమారుని వంటివాడు కాదని యూదులకు తెలియును. ఆయన మంచి గృహ నిర్వహకుడై ఉండి ఆయన ధర్మశాస్త్రంను ఇచ్చినపుడు మోషేకు మంచి ద్రాక్షారసమును ఇచ్చినట్లుగా చూడగలము. క్రైస్తవుల ఆలోచన ప్రకారము మంచి ద్రాక్షారసమును మూడవ దినమున వడ్డించవలెను ఆయన సమయం ఇంకను రానందున శిలువకు పునరుద్ధానమునకు ఎదురుచూచు దినములలో యేసు కానా వివాహపు విందులో మొదటి సూచక క్రియను జరిగించుట ద్వారా తన శిష్యుల విశ్వాసమును మేల్కొలిపినాడు. ఈ వివాహ పండుగను జరుపుకొనువారికి అనివార్యమైన జీవమును ఆయన ఇచ్చి ఉన్నాడు.

ధర్మశాస్త్రము యొక్క మతము ప్రకారం శుద్దీకరణమనునది మతాచారము (10:34, 15:10, 18:32, 19:7) ద్రాక్షరసము అయిపోగా మంచి ద్రాక్షారసము వారికి ఇవ్వబడగా జీవము సత్యము అనునది మంచి ద్రాక్షారసము విందు ప్రధాని సణుగుకొనిన దానికి జవాబుగా దేవుడు నేటి వరకు వేచి ఉండి మూడవ దినమున తండ్రి చేత పంపబడిన కుమారునియందు నమ్మకం ఉంచుట అను అవశ్యకతను తెలియజేయుచున్నాడు. క్రైస్తవులు మూడవ దినమున బ్రతుకుదురు ? ఈ సమయ సూచన నీటిని ద్రాక్షరసముగా మార్చుట ద్వారా అర్థం చేసుకునే వేదికను ఇచ్చింది. ఇది కేవలము వివాహ విందు కోసమైన సమయము కాదు. క్రైస్తవులు వివాహము గూర్చిన వాగ్ధానములో సువార్తను గూర్చిన ద్రాక్షరసమును త్రాగుచు జీవితమును కొనసాగించెదరు. జీవిత శుద్దీకరణ ఆచారములను జరిగించు మతము కంటే మూడవ దినమున జీవిత విజయములను జరుపుకొను క్రీస్తు మతమును కలిగి ఉండుట మంచిది.

పాఠము - 10
"డైనమిస్"

నా పనిని ముగించితిని :

మొదటి 3 సువార్తలలో యేసు చేసిన స్వస్థతలు మరియు దయ్యములను వెళ్ళగొట్టుట అను పరిచర్య **"డైనమిస్"** (Dynamis) అని పిలువబడుతుంది. ఇంగ్లీషు భాషలో దీని తర్జుమా 'అద్భుతము 'అనియు, 'ధర్మము' అనియు, 'ఆశ్చర్యకార్యములు' అని పిలవవచ్చు. ఈ గ్రీకు పథమునకు అర్థము శక్తి లేక బలము **"డైనమా"** (Dynama) మరియు **"డైనమైట్"** (Dynamite) అను పదములు దీనిలో నుండి వచ్చినవే.

మార్కు సువార్త ప్రకారము పరిసయ్యులు యేసును శోధించదలచి ఆకాశము నుండి ఒక సూచక క్రియను కనపరచమని అడిగిరి వారు ఆయనను శోధించుచున్నారని యెరిగి ఆత్మయందు నిట్టూర్పు చెంది ఈ తరమువారు ఎందుకు సూచక క్రియను అడుగుచున్నారు. ఈ తరమునకు ఏ సూచక క్రియయు అనుగ్రహింపబడదని నిశ్చయముగా మీతో చెప్పుచున్నానని వ్రాయ బడియున్నది (మార్కు 8:11). ఆయన ధల్మనూతాను దర్శించనపుడు సంక్షిప్తమైన మరియు క్లుప్తమైన కలయికగా (ఆకస్మిక) గమనించవచ్చు. గలలియ సముద్రము వైపు ఆవలి వైపున యేసు నాలుగు వేల మందిని ఏడు రొట్టెలు కొన్ని చిన్న చేపలతో పోషించియున్నాడు.

ధల్మనూతాలోని ప్రజలకు ఈ అద్భుతమును గురించిన విషయము తెలియదు. కాని పరిసయ్యులు ఆయనను శోధించుచు లేక శ్రమ పెట్టుటకు ఆకాశము నుండి ఒక సూచన కనుపరచమని అడిగినప్పుడు ఆయన దానిని ఖండితముగా కాదనెను. వారు ఒక సూచక క్రియను లేక శక్తిని కనపరచమని అడుగుట తనకేమి తెలియజేయుచున్నది. శక్తికి సూచక క్రియకు మధ్య ఆయన ప్రదర్శనలోను విభిన్నతను విలక్షణతను అడుగుచున్నట్లున్నది.

మత్తయి సువార్త 12:29-40 లోను లూకా సువార్త 11:29 లోను వేరు వేరు సంధర్భాలలో యేసు చెప్పిన మాటలు వ్రాయబడినవి. ఇక్కడ

వ్రాయబడిన మాటలలో యేసు ఒక మినహాయింపును కలుగజేసెను. ప్రవక్త అయిన యోనాను గూర్చిన సూచక క్రియయే గాని మరి యే సూచక క్రియ అయినను వారికి అనుగ్రహింపబడదు. (మత్తయి 12:39) లూకా సువార్త ప్రకారం ఈ భాగంలో యోనాను గూర్చిన సూచన అన్య జనులకు తీర్పును ప్రకటించు ప్రసంగీకుడుగా యోనాకనబడుచున్నాడు. మత్తయి సువార్త ప్రకారము ఈ ఉద్దేశము నిమిత్తం దేవుడు పంపిన తిమింగళం చేత యోనా 3 దినములు సముద్రములో కాపాడబడినట్లుగా చెప్పబడింది. అలంకార రూపకంగా సముద్రము మరణము మరియు చెడ్డ శక్తికి మూలముగా చూడగలం. అంత్య దినములను గూర్చిన సాహిత్యములో దేవునికి విరోధంగా లేచిన శక్తులు సముద్రంలో నుండి కలిగినవే. ఇక్కడ వ్రాయబడినది ఏమనగా యోనా తిమింగళం గర్భంలో సముద్రములో 3 దినములు ఉన్నట్లుగా భూమి గర్భములో 3 దినములు మనుష్య కుమారుడు దేవుని చేత బద్రపరచబడెను. యోనాను గూర్చిన ఈ సూచన మరణపు అంచుల మధ్య నుండి అతనిని బద్రపరచుట స్పష్టంగా కనబడుచున్నది.

యోహాను సువార్తలోను యేసు చేసిన అద్భుతములు (డైనమిస్) Dynamis అని గాని పిలువబడవు. కాని (సెమెయియ) Semeia అని పిలువబడెను. అవి సూచక క్రియలు ఇంతకు ముందు అధ్యయంలో మనం గమనించినట్లుగా నీటిని ద్రాక్షారసముగా మార్చుట ఆయన మొదట సూచక క్రియగా గుర్తించ బడింది. ఈ అధ్యాయంలోని 2వ భాగము రూకలు మార్చువారిని వ్యాపారులను దేవాలయము నుండి బయటకు తోలివేయుట ద్వారా యేసు తన శక్తిని గొప్పగా ప్రదర్శించినాడు (2:13-22). అయితే యూదులు ఆయన చేసిన కార్యమును బట్టి 'యే సూచక క్రియను మాకు చూపుదువని' ఆయనను అడిగిరి. అందుకు యేసు దేవాలయమును పడగొట్టుడి మూడు దినములలో దానిని లేపుదునని చెప్పెను. యోహానీయుల మాటలు దీనిని తప్పుగా అర్థం చేసుకున్నట్లు చెప్పుచున్నాయి. అయితే రచయిత ఆయన తన శరీరమందు దేవాలయమును గూర్చి ఈ మాట చెప్పెను అని మరియు ఆయన మృతులలో నుండి లేచిన తర్వాత ఆయన చెప్పిన ఈ మాటను శిష్యులు జ్ఞాపకం చేసుకున్నట్లుగా గమనించగలం. మత్తయి సువార్తీకుడు యోనాను గూర్చిన ఈ సూచనను తన

సువార్తలో వేరుగా చూపినారు. యూదులు ఇంతకు ముందు చూపిన సూచక క్రియను గ్రహింపని గ్రుడ్డివారుగా కనబడుచుందురు. ఈ రెండు సందర్భాలలో సూచక క్రియను అడిగిన వారికి తన మరణము ద్వారా మార్గమును సూచించిరి.

మార్కు సువార్త ప్రకారము ఈఅద్భుతములే ఒక శక్తిని కనపరుచుట ఎందుకనగా ఈ కార్యములు చేయువారు దేవునితో ఒక ప్రత్యేక సంబంధమును కలిగియున్నారని గుర్తించబడుట పాత నిబంధనలోని ప్రవక్తలు వారు ప్రకటించిన ప్రవచనాలు కంటే వారు చేసిన ఆశ్చర్యకార్యములను బట్టి గుర్తించబడ్డారు. ఏలియా ఏలిషాల మార్గమును వారి సాంప్రదాయం ప్రకారం ఆయన చేసిన ఆశ్చర్యకార్యములను బట్టి యేసు కూడా ఒక ప్రవక్తగా గుర్తించబడ్డాడు. యేసు కాలం నాటి యూదుల సాహిత్యం సాంప్రదాయం ప్రకారం ఆశ్చర్య కార్యములను చేయుట గురించి వ్రాసియున్నారు.

యోహాను సువార్తలో ఈ కథనం అంతా వేరుగా కనబడుతుంది. యేసు ప్రవక్త కాదనియు రెండంతల ఆత్మ గలవాడనియు దేవునితో ప్రత్యేక అనుబంధం గలవాడనియు వాదన కనబడుచున్నది. ఈయన అద్భుతములను జరిగించుటలేదు. సూచక క్రియలను చేయుచున్నాడు. ఈ ప్రత్యేకత చాలా ప్రాముఖ్యమైనది. అద్భుతము తనలో తానే ప్రాముఖ్యతను కలిగి ఉంటుంది. సూచక క్రియ వేరొక దానిని తెలియజేయుచున్నట్లుగా ఉంటుంది. మార్కు ప్రకారం ఆయన వ్యాపారులను రూకలు మార్చువారిని దేవాలయము నుండి వెళ్ళ గొట్టుట ప్రధాన యాజకులు ఆయనను చంపుటకు నిశ్చయించుకొనుటకు కారణమయ్యారు. ఈ భాగము ఇశ్రాయేలీయులకు అధికార గుర్తుయైన అంజూరపు చెట్టును శపించబడునట్లు ఉన్నదిగా చూడొచ్చు (మార్కు 11:12-22). యోహాను సువార్త ప్రకారం అయితే వ్యాపారులను దేవాలయం నుండి వెళ్ళగొట్టుటకు యేసును చంపుటకు తీసికొను నిర్ణయమునకు మధ్య ఎటువంటి సంబంధం లేదు. ఈ సూచన పునరుత్థానుడైన యేసు దేహమును యెరూషలేము దేవాలయమునకు చెందిన కేంద్రంగా ఉంది. ఈ సూచకక్రియ భూమి గర్భంలో 3 దినములు గడిపి నూతన జీవితంలోకి ప్రవేశించిన వ్యక్తిని చూపిస్తుంది. ఇది యోనాను గూర్చిన సూచన.

నీటిని ద్రాక్షారసముగా మార్చుట 'మత సంబంధ ఆచారముల నుండి జీవితం అనే మతము లోనికి పరివర్తన చెందుట' అయితే, వ్యాపారులను దేవాలయం నుండి వెళ్ళగొట్టుట లోకసంబంధమైన విశ్వం నుండి ఆత్మ సంబంధమైన దానిలోనికి ప్రవేశించుట. నూతన దేవాలయము నూతన విశ్వము దేవునితో సహవాసములోని నరులు యెరూషలేములోని దేవాలయము కంటే నూతన కట్టడములోనికి ప్రవేశించుట. ఈ 2 సూచనలు నూతన పరివర్తన చెందిన విశ్వములో సూచించుచున్న నరులను గూర్చి తెలియజేయుచున్న మనుష్య కుమారుడు మహిమ పరచబడుటను బట్టి ఆయనకు కృతజ్ఞతలు. అతీంద్రియ శక్తులు కలిగిన ప్రవక్త ఆయిన యేసు యందు నమ్మిక యుంచుటకు సాక్ష్యముగా ఈ సూచక క్రియలను చేయలేదని యోహాను సువార్తలో చెప్పబడుచున్నది. ప్రకృతి ధర్మము ఎదురించు క్రియలుగా దేవునితో సంభాషించుటకు ఆయన అనుమతించు క్రియలుగా ఈ సూచనలు లేవు.

ఈయన అద్భుతములు చేయు వ్యక్తికాదు. ఈ సూచనలు మరియు వాటి విధులు పరమునుండి దిగి వచ్చు మరలా పరలోకమునకు ఎత్తబడిన సిలువ మరణములో మహిమ పరచబడిన ఒక్కడై యున్న యేసును గుర్తించుటకు మాత్రమే. తనకు అప్పగింపబడిన పనిని ముగించియున్నానని తండ్రితో చెప్పుచున్న యేసు (నీవు నాకు అనుగ్రహించిన వన్నీ నీవలననే) నేను నీ యొద్ద నుండి బయలు దేరి వచ్చితినని నిజముగా ఎరిగి నీవునన్ను పంపితివని నమ్మిరి అని శిష్యులను గూర్చి చెప్పుచున్నాను (17:8). ఈ సూచక క్రియలు ఒక గొప్ప సూచనను కనపరుచుచున్నవి. విశ్వాసమునకు అవసరమైన ఒక కేంద్రము తెలియజేయువాటిలో సిలువ మరణము, పునరుత్థానము మూడవ దినమున జరుగు క్రియలు కనపరుచుచున్నవి. వీటి ద్వారా తండ్రి యొద్దకు కుమారుడు మరలా వెళ్ళు మార్గము దేవుని సముఖములో విశ్వసించువారు వెళ్ళు మార్గమును చూపుచున్నవి. ఆ తదుపరి రచయిత సిలువ మరియు పునరుత్థానమను జీవితము ద్వారా విశ్వ సత్యమును గురించిన మార్పును తెలియజేస్తుంది. ఆయన మృతులలో నుండి లేచిన తర్వాత ఆయన ఈ మాట చెప్పెనని ఆయన శిష్యులు జ్ఞాపకము చేసుకొని లేఖనమును యేసు చెప్పిన మాటను నమ్మిరి (2:22). అనగా పునరుత్థానమునకు ముందు ఆయన యందు విశ్వాసముంచుట

అసాధ్యమాయెను పరము నుండి దిగి వచ్చిన వాని యందు తండ్రి చేత పంపబడిన వానియందు నమ్మిక యుంచుట అసాధ్యమా?.

విశ్వాసమును కలిగించుటకు సూచక క్రియలు అవసరమని మనకు చెప్పబడింది. అవసరమైతే పరోక్షంగా నీటిని ద్రాక్షారసముగా మార్చుట మొదటి సూచక క్రియగా గుర్తించబడినను శిష్యులు నమ్మిక యుంచుటకు కారణమైరి (2:11). వ్యాపారులను దేవాలయము నుండి వెళ్ళ గొట్టుట తిరిగి జ్ఞాపకము చేసికొనినప్పుడు శిష్యులు నమ్ముటకు కారణమైనది. కపెర్నహోములోని రోమా అధిపతి కుమారుడు స్వస్థపరచబడుట 2వ సూచక క్రియగా గుర్తించబడి అధిపతి మరియు అతని కుటుంబము నమ్ముటకు కారణమైనది (4:53). సువార్త అంతమున రచయిత చదువరులు నమ్మిక ఉంచుటకు అవసరమైనన్ని సూచక క్రియలను అని వ్రాసి ఉన్నట్లుగా తెలియజేయుచున్నాడు (20:30). యోహాను సమాజంలోని సభ్యులకు ఈ సూచక క్రియలు 3వ దినమున కనపరుచు గుర్తులులాంటివి. యోనా సూచన చూచువారు నిజమైన శిష్యులు. సిలువ మీద మహిమ పరచబడుటకు ముందు ఈ సూచనలు అస్పష్టంగా కనబడుతున్నాయి. (ఇంతకంటే గొప్పదైన విరోధమును నేను గమనించలేదు. అవి విశ్వాసమును వాటి కంతటికి అవే పుట్టించలేవు. ఈ సువార్త వివరణ వర్ణించబడినవి గమనించినట్లయితే కథను కొద్ది కొద్దిగా చదువుట ద్వారా చదివి అందలి భావమును ముగించుట ద్వారా కోరుకున్న ముగింపును వెంబడించినట్లు పరిచయం చేయబడలేదు. ఈ కథనమును అర్థం చేసుకోవాలంటే చదువరి జరుగుచున్న ఈ రహస్య పథకాన్ని గురించిన జ్ఞానాన్ని కలిగి ఉంటే తప్ప ప్రదర్శించబడుచున్న దానిని అర్థం చేసుకోలేడు. తండ్రి చేత మహిమ పరచబడి సిలువ మరణము పొందిన తన యందు నమ్మిక యుంచువారు మాత్రమే ఈ సూచక క్రియలు ఎందునిమిత్తమో అర్థం చేసుకోగలం.

వర్తకులను దేవాలయము నుండి వెళ్ళగొట్టిన కార్యమునకు ఫలితమేమనగా ఆ పండుగలో అనేకులు ఆయన చేసిన సూచక క్రియలను చూసి ఆయన నామమునందు విశ్వాస ముంచిరి (2:23). అయితే ఆయన వారి విశ్వాసము నందు నమ్మిక యుంచలేదని రచయిత హెచ్చరించుచున్నాడు (2:24,25) మరియు నికోదేము యేసు చేసిన సూచక కార్యములు చేత

ఆకర్షించబడి రాత్రివేళ యూదులకు కనబడకుండా ఆయన యొద్దకు వచ్చినవాడు వారి ప్రతినిధి. దేవుడు అతనికి తోడైయుంటే తప్ప ఇటువంటి సూచక క్రియలను జరిగించలేడని దేవునితో యేసుకు కలిగిన అనుబంధాన్ని గుర్తించాడు (3:2) కాని యేసు లోక సంబంధమైన అద్భుతములకు ప్రాముఖ్యత ఇవ్వవద్దని చెప్పినపుడు నికోదేము దిక్కుతోచని స్థితిలో ఇదేలాగు సాధ్యం అని అడిగెను (3:9). ఆ తదుపరి అతడు తాను ఎక్కడు నుండి వచ్చెనో ఆ రాత్రిలోనికి వెళ్ళిపోయెను. యేసునకు విశ్వసించనివారెవరో మొదటి నుండి తెలియును (6:64).

తదుపరి భాగంలో ఆయన చేసిన సూచక క్రియలను, స్వస్థతలను చూచిన వారు బహుజనులుగా ఆయనను వెంబడించిరి ఆయనను ఒక ప్రవక్తగా ప్రకటించిరి (6:2-4). అయితే ఈ స్పందన సరిపోయినంత (చాలినంత లేదు) కాదని ఖచ్చితముగా చెప్పగలం. లాజరును లేపిన తరువాత ప్రధాన యాజకులను పరిసయ్యులను మహాసభను సమకూర్చి ఈ మనుష్యుడు అనేక సూచక క్రియలు చేయుచున్నాడు అని వేదన కలిగియున్నట్లుగా చూడగలం (11:47). వారి నిర్ణయము ఆయనను చంపుటయే గాని ఆయనయందు నమ్మికయుంచుట కాదు.

లాజరును లేపుట ద్వారా ప్రేరేపించబడినవారు యెరూషలేములో సంతోషముతో ఆయనను చేర్చుకొనుచుండగా అధికారులు ఆయనను చంపుటకు చూచుచుండిరి (12:18). లాజరు పునరుత్థానుడైన విని యేసుతో అతడు యెరూషలేమునకు వచ్చుచున్నాడని యెరిగి అతనిని చూడవలెనని కోరిరి (12:9). కనుక ప్రధాన యాజకుడు లాజరును కూడా చంప ఆలోచన చేసిరి (12:10). బహు జనాంగమునకు కలిగిన ఈ ఆసక్తి విశ్వాసము కాదని యెరుగుదుము.

6వ అధ్యాయములోని 12వ అధ్యాయములోను సూచక క్రియలు విశ్వాసమును కలిగించవని వ్రాయబడియున్నది. 6వ అధ్యాయము ప్రారంభంలో రోగుల యెడల ఆయన చేసిన సూచక క్రియలను చూచి బహు జనులు ఆయనను వెంబడించిరి అని వ్రాయబడినది (6:2). మీరు సూచనలను చూచుట వలన

కాదు గాని రొట్టెలు భుజించి తృప్తి పొందుట వలననే నన్ను వెదకుచున్నారని గలలియ సముద్రమునకు అవతల రొట్టెలను చేపలను తినినవారు. కపెర్నహోముకు ఆయనను వెంబడించిన వారితో ప్రభువు గద్ధించెను (6:26). అద్భుతముగా వారిని పోషించిన ఆయనను రాజుగా చేయుట వారి ఉద్ధేశము (6:14,15) ఇది ఒక తప్పు దారి ప్రయత్నం లాజరును లేపినను ఎరిగిన వారు యెరూషలేములో ఆయనను జయధ్వనులతో ఆహ్వానించినను రచయిత ఇక్కడ చెప్పుచున్నది ఏదనగా ఆయన వారియెదుట ఇన్ని సూచక క్రియలు చేసినను వారు ఆయన యందు విశ్వాసముంచరైరి (12:37).

ఈ దృశ్యములో మరియొక మలుపు ఏమనగా అద్భుతము లేక ఆశ్చర్యకార్యము అనే మాట వాడకుండా ఆయన యందు వారు విశ్వాసముంచక పోయినను ఆయన చేసిన క్రియల యందునమ్మిక ఉంచవలెనని చెప్పెను. ఆయన క్రియలు ఆయనను గూర్చి సాక్ష్యమిచ్చెను. యూదులతో తాను తీవ్రముగా వాదించినపుడు మీతో చెప్పితిని గాని మీరు నమ్మరు. నేను నా తండ్రి నామమందు చేయుచున్న క్రియలు నన్ను గూర్చి సాక్ష్యమిచ్చుచున్నవని గట్టిగా చెప్పెను (10:25). తండ్రి యొద్ద నుండి అనేకమైన మంచి క్రియలను మీకు చూపితిని వాటిలో ఏ క్రియ నిమిత్తము నన్ను రాళ్ళతో కొట్టుదురని వారిని అడిగెను (10:32) నేను నా తండ్రి క్రియలను చేయని యెడల నన్ను నమ్మకుడి. నమ్మకున్నను చేసిన ఆ క్రియలను నమ్ముడని వారితో చెప్పెను (10:37,38). సూచక క్రియల వంటివి ఎందు నిమిత్తము చేయబడునో వాటిని విరుద్ధమైన ఫలితమును ఇచ్చునని అర్థం అవుతుంది. యేసు తాను వెళ్ళిపోవునపుడు ఎందుకు యూదులు తనను తన తండ్రిని ద్వేషించుచున్నారని శిష్యులకు చెప్పినపుడు ఎవడును చేయని క్రియలు నేను వారి మధ్య చేయకుండిన యెడల వారికి పాపము లేకపోవును. తండ్రి నామమున ఆయన చేసిన క్రియలను వారు చూచిరి గనుక వారు ఖండించబడిన వారు (15:24). నన్ను పంపిన తండ్రి వానిని ఆకర్షించితేనే గాని ఎవడును నా యొద్దకు రాలేదు అని చెప్పిన ప్రభువు ఈ తీర్పునిచ్చుట మనకు ఆశ్చర్యము కలుగజేస్తుంది. ఎందుకనగా తండ్రి వలన విని నేర్చు కొనిన ప్రతి వాడును తండ్రి చేత పంపబడి ఆయన

యొద్దకు వచ్చును (6:44). తండ్రి చేత తనకు అప్పగింపబడిన వారిని ఆయన చేతిలో నుండి ఎవడును అపహరింపలేడు (10:28,29). ఆలాగుననే రచయిత చెప్పుచున్న మరియొక భాగము 'ఆయన చేసిన క్రియలను చూచి నమ్మనివారు వ్రాయబడిన వాక్యము నెరవేరునట్లు నమ్మకపోయిరి (15:25). ఈ కారణమున నమ్మనివారు' వారి అపనమ్మికకు ఈలాగున భాధ్యులు అగుదురు!

బెతెస్థ కోనేటి వద్ద పక్షవాయువు గలవానిని విశ్రాంతి దినమున స్వస్థపరచి, "నీవు లేచి నీ పరుపు ఎత్తుకొని నడువమనుట" చేత యూదులు నింద వేసినపుడు తాను చేయువాటినెల్లను తండ్రి తనకు కనపరుచుచున్నాడని మరియు మీరు ఆశ్చర్య పడునట్లు వీటి కంటే గొప్ప కార్యములను ఆయనకు కనపరుచునని చెప్పుచున్నారు (5:20). క్రింద చెప్పబోవు వచనాలలో ఆయన చేయు ఆశ్చర్యకార్యములు జీవము నిచ్చుట మరియు న్యాయము తీర్చుట అనియు ఈ రెండును దైవాంశాలను వ్రాయబడియున్నది (5:21-30). ఈ లోకంలో ఉండగా యేసు చేయుచున్న సూచక క్రియులు నాణెములోని రెండు వైపుల సూచించుచున్నది. ఆయన చేసిన కార్యములను చూచుచున్న ప్రజలు జీవమును లేక తీర్పును పొందుకొనుచున్నారు కనుక ఈ సూచక క్రియలు విశ్వాసమును లేక అవిశ్వాసమును కలుగజేయుచున్నవి. తన చివరి ప్రార్థనలో యేసు "చేయుటకు నీవు నాకు ఇచ్చిన పని నేను సంపూర్ణముగా నెరవేర్చి నిన్ను మహిమ పరిచితిని" అని చెప్పుచున్నాడు. చాలా కాలం క్రిందట యాకోబు బావి దగ్గర ఆయన తన శిష్యులతో "నన్ను పంపిన వాని చిత్తము నెరవేర్చుటయు ఆయన పని తుదముట్టించుటయు నాకు ఆహారమై యున్నది" అని చెప్పెను. తనను పంపిన తండ్రి చిత్తమును నెరవేర్చిన తాను సిలువమీద తాను ప్రకటించిన 'సమస్తమైనది' అను మాటతో దానిని దృవీకరించెను. అనగా ఆ కార్యము ముగించబడింది ఆయన సూచక క్రియల అద్భుత శక్తులేగాని ప్రముఖ ధర్మములు కాదు. తాను జరిగించుచున్న పని తన జీవితము కాపాడు ఆహారమును అని తెలియజేసియున్నాడు 3వ దినమున సిలువ మీద ఆయన ఎత్తబడినపుడు యేసు యొక్క పని ముగించబడినది.

కనుక ఆయన యందు విశ్వాస ముంచిన వారికి ఆయన ఇచ్చు వాగ్ధానము “నేను నా తండ్రి యొద్దకు వెళ్ళుచున్నాను గనుక నేను చేయు క్రియలు నాయందు విశ్వాసముంచువాడును చేయును, వాటికంటే మరి గొప్పగా చేయును” అని చెప్పెను (14:12). దేవుని చిత్తమును నెరవేర్చుటకు బ్రతుకుట ద్వారా యోనా సూచనను యేసు తన పనులలో కనపరుచుచున్నాడు. దీనిని అర్థం చేసుకొని అంగీకరించుటకు యోనాకు చాలా కష్టతరమైనది. దానికి భిన్నంగా యేసు దానిని అర్థం చేసుకొని పూర్తిగా అంగీకరించి తన జీవితములోని ఉద్దేశములను నెరవేర్చాడు.

తనకు అప్పగించబడిన పనిని తాను నెరవేర్చాడు. అందుకే అంతమున ఆయనను నిజాయితీగా సిలువ మీద పలికిన మాట సమాప్తమైనది. ఆయన యందు నమ్మిక యుంచిన వాని యందు ఇంతకన్నా గొప్ప కార్యము ఏమి జరుగును?. (యేసు చేసిన అద్భుతములు కంటే గొప్పగా యోహాను సమాజ సభ్యులు ఏమి చేయగలరు కాని సత్యమునకు సాక్ష్యమిచ్చుట వాటి ఘడియ వచ్చునని అర్థం చేసుకొనుట వారిని గురించి యెరిగియున్నాడు). సిలువ మీద మహిమపరచబడిన వాని పని కనపరచు సూచక క్రియలనువారు జరిగించుటకు సిద్ధపడవలెను వారి ఆహారము వారిని బ్రతికింప చేయనిది జీవము నిచ్చు క్రియలను దేవుడు వారితో మాటలాడునపుడు వాటిని తమయందు కొనసాగించుటయే ఆత్మయు జీవమును అను ఆయన మాటలు వాని బ్రతకులలో అవతరించగలగాలి. భూమి గర్భములో 3 దినములు ఉండి బ్రదుకుచున్న వానిని కనపరుచు సూచన వారు చేయగలగాలి. విశ్వసించిన వారి జీవితాలలో వారి ముఖ్య ప్రణాళిక సంధిగ్ధమైనది గాక వారి కార్యములను విశ్వాస పూర్వక మైనవై యుండాలి.

ఆయన చేసి ముగించబోవు పనులను సూచించు సూచక క్రియలనే జరిగించుచు ఆయన జీవించెను. విశ్వాసమందు బ్రతుకు చున్నవారి దర్శనమును, శక్తి కేంద్రముతో ప్రదర్శించు సూచనలను క్రైస్తవ జీవితములో చూపించగలగాలి. చూచి విశ్వసించు సూచనయైన వానిని వెంబడించు శిష్యుల జీవితాలలో విశ్వాసము మరియు సూచక క్రియలు కలసి కొనసాగించవలసి యున్నది.

పాఠము - 11

ధర్మ శాస్త్రము మోషే ద్వారా ఇయ్యబడెను :

యోహాను సువార్తను సంపూర్ణంగా అర్థం చేసుకోవడానికి ఇష్టపడే చదువరి పాతనిబంధనను గూర్చిన మంచి జ్ఞానము కలిగి ఉండవలెను. యూదుల సాహిత్యంలోని అలంకారములను, ఉద్దేశములను ప్రతిబింబించే రీతిగా యేసు యొక్క బోధనలు కథనములు కట్టబడినవి. ఇంతకు ముందు ధ్యానములో చెప్పబడిన రీతిగా పాత నిబంధనలోని పండుగల విశిష్ఠతను ఎరిగినవాడై యేసు క్రియలను మరియు కీలకమైన బోధల భావమును గ్రహించి ఉండవలెను. కనుక ఈ సువార్త దేవుని చిత్తమును తిరిగి నిర్వచించుచున్నట్లుగా ఆశ్చర్యమును కలుగజేయుచున్నది. ఈ మొదటి ఉపోద్ఘాతములో మనము చూచుచున్న ప్రత్యేకత ధర్మశాస్త్రము మోషే ద్వారా అనుగ్రహింపబడెను. కృపయు సత్యమును యేసుక్రీస్తు ద్వారా కలిగెను (1:17) వాస్తవమునకు ఈ వచనములో 3 వ్యతిరేక (విరుద్ధమైన) విషయములు గమనించవచ్చు ఆ మూడు కూడా సువార్తకు విరుద్ధమైనవే. మోషేను విభేదించువానిగా యేసుక్రీస్తు, ధర్మశాస్త్రమునకు విబేధముగా కృపయు సత్యము ఇవ్వబడినది అను దానికి వ్యతిరేకముగా కలిగినది. ఈ విభేదాలను ఒక చోట ఉంచినపుడు కృపయు సత్యమును క్రీస్తు యేసు నందునివసించు చున్నవి. మోషే ధర్మశాస్త్రమునకు రాయబారిగా ఉన్నాడు. ఈ వ్యత్యాసము ప్రాథమికమైనది.

మోషేకు ఇవ్వబడిన ధర్మశాస్త్రములో ఈ వ్యత్యాసములు దృవీకరించ బడుచున్నవి. అతని ధర్మశాస్త్రము, వారి ధర్మశాస్త్రము, యూదుల యొక్క ధర్మశాస్త్రము (8:17, 10:34, 18:31) వాస్తవమునకు ధర్మశాస్త్రము దేవుని మనస్సును గాని చిత్తమునుగాని తెలియజేయుట లేదు. దేవుని ప్రత్యేకతలు గుణగణములైన సత్యము మరియు కనికరము దీనిలో కనబడవు. యూదులకు కలిగిన దురాభిప్రాయము నుండి వారు జీవమును సత్యమును కనుగొనుటకు ప్రయత్నము చేయాలి. యోహాను ప్రకారము వారి ప్రవర్తన వారి అంచనాలు వారికి విరోధముగా ఉన్నట్లు యేసు చెప్పుచున్నాడు. యూదులకు విరోధముగా చెప్పబడిన వాటిలో లేఖనములలో జీవమును వెదుకుచున్నారు అనునది ఒకటి.

ఒక మంచి విషయము కొరకు అది దొరకని ప్రాంతములో వెదుకుచున్నారు. జీవమును ఆయనలోనే కనుగొనగలము. ఆయన యందే కనికరము, సత్యము మరియు జీవమునై నివసించుచున్నవి (5:39).

యూదులు మోషేను వారికి ధర్మశాస్త్రము ఇచ్చిన వానిగాను రాబోవు రక్షకునిగాను అనుకొనుచున్నారు. మోషే యందు తన నిరీక్షణను ఉంచుకొనియున్నారు (5:45). వారి నిరీక్షణ ఉంచబడకూడని స్థలములో ఉన్నది. నిరీక్షణ విశ్వాసము నందు మాత్రమే నిలువగలదు. వారి నిరీక్షణ నిజమైనదైతే వారు మోషే మీద తమ నమ్మకము ఉంచాలి. కాని మోషేను నమ్ముట యందు వారు (5:46) విఫలులు అయిరి అను నేరమును మోపుచున్నారు. వారు మోషే యందు నమ్మిక ఉంచిన వారైతే ధర్మశాస్త్రము జీవము నివ్వదని వారు గ్రహించియుందురు. కాని ధర్మశాస్త్రము యేసుని గూర్చి సాక్షమిచ్చుచున్నది (5:39) మోషే యందు నమ్మిక యందువిఫలులు అయినందున మోషే మీద వారి నిరీక్షణ చెల్లదు. వారి తరుపున న్యాయము వాదించవలసిన మోషే, వారి న్యాయవాధి వారికి విరోధియై వారిమీద నేరము మోపెను (5:45).

మోషేయు అతని ధర్మశాస్త్ర సంపూర్ణతను జీవించుచున్న క్రీస్తును సర్వలోక రక్షకునిగా గుర్తించి కేవలము యూదుల ధర్మశాస్త్ర ఉపదేశకునిగా గ్రహించరు (4:42). దేవుని ప్రజలకు లేఖనము జీవపు ఊట వంటిది యదార్థవంతులు దీనిని గ్రహించెదరు (కీర్తనలు 119) ఈ చట్టంలోని సద్గుణాలు సుదీర్ఘమైన ద్వితీయోపదేశ సాహిత్య చట్టం యొక్క ప్రమాణం ప్రకారం పనిచేసే దేవుని ప్రతీకార న్యాయం కోసం ఒక వాదన. ద్వితీయోపదేశము వెంబడించువారికి దేవుని ఆశీర్వాదములు. దేవుని ఆజ్ఞలకు లోబడువారి మీద ఉంటుంది. యోహాను సమాజం యొక్క ఉద్దేశంలో ఇది వేదాంత వాదన. యూదులు వారి ఆలోచనలు తప్పినవారు మాత్రమే కాదు ధర్మశాస్త్రములో జీవితమును వెదకుటకు అలాంటిది. ఒక వేళ అది సాధ్యమైనను ధర్మశాస్త్రమును వారుసరిగ్గా వెంబడించలేదు గనుక వారి ధర్మశాస్త్రము నందు జీవమును పొందుకోలేదు. మోషే మీకు ధర్మశాస్త్రము ఇవ్వలేదా! అయినను మీలో ఎవడును ఆ ధర్మశాస్త్రమును గైకొనడు అని హేళనగా అడిగినట్లుగా గమనించగలము 7:19.

కుమారుని మరణము మరియు జీవములో ధర్మశాస్త్రము యొక్క నూతన భావాన్ని తండ్రి తన చిత్తములో అనుగ్రహించెను. మరియొక వైపు పరిశుద్ధాత్మ యొక్క సన్నిధిని ఎరిగినవారు పౌలు మాటల ప్రకారము ధర్మశాస్త్రమును జ్ఞానమునకు సత్యమునకు స్వరూపముగా ఎంచు యూదుల తలంపును రద్దు చేయుచున్నారు. (రోమా 2:20) క్రైస్తవులు శరీర ధారియైన వాని యందు మాత్రమే రక్షణను జీవమును కనుగొనిరి. కానీ క్రైస్తవులు చట్టాన్ని తృణీకరించలేదు ధర్మశాస్త్రము యొక్క అన్ని వివరాలను రద్దు చేయుటకు ఇష్టపడలేదు లేఖనములో అర్థం చేసుకున్నప్పుడు యేసు యొక్క జీవం, మరణం యొక్క విశిష్టతను లేఖనమును అర్థం చేసుకొనగలిగారు. ధర్మశాస్త్రంలో మోషేయు మరియు ప్రవక్తలు ఎవరిని గూర్చి వ్రాసిరో ఆయనను కనుగొనుట అవసరమైవున్నది కనుక పౌలు మరియు యోహాను సమాజము యేసు యొక్క పరిచర్యకు సాక్షం అని ధర్మశాస్త్రం యొక్క విధులను తిరిగి నిర్వచించిరి. యోహాను ప్రకారం ఈ విషయం చాలా తీవ్రమైనది పౌలు చెప్పిన విధముగా ధర్మశాస్త్రం పాపమును నిర్వచించును, అదే సత్యమైతే ధర్మశాస్త్రం లేని చోట పాపము లేదు. పాపమును నిర్వచించు విషయములో పౌలు క్రొత్త విధానమును కనుగొనెను విశ్వాసమూలము కానిదేదో అది పాపము (రోమా 14:23) ఈ సువార్తలో తండ్రి చేత పంపబడిన ఒకని ద్వారా పాపమును వివేకముగా నిర్వచించారు ఈ భూమి మీద కుమారుని యొక్క సన్నిధి ఆయనను తృణీకరించిన వారి నందరిని పాపులుగా తీరుస్తుంది.

ధర్మశాస్త్రం చే జీవం ఇవ్వబడింది అని చెప్పువారు యేసును పాపిగాను మరణపాత్రుడిగాను ఖండించుట కఠినమైన అనుభవం, అనుదిన అనుభవంలోని జీవశాస్త్రం సబ్బాతు దినమున మట్టిని నీళ్ళను కలిపిన యేసును పాపిగ ఎంచుచున్నారు ఆయన పాపి అని ఎంచబడుచున్నందున ఆయనయందు నమ్మికయుంచుట వారికి ఇష్టంలేదు. దేవుడు పాపుల మనవి ఆలకింపడని వారు తప్పక ఎరుగుదురు (9:31). దేవుడు మోషేతో మాటలాడెనని వారికి కచ్చితముగా ఎరుగుదురు మోషే మీద వారు అధికముగ ఆధారపడినందున మోషే మీదగాని పంపబడిన వానిమీదగాని వారు నమ్మిక ఉంచకుంటే వారికి

అడ్డుపడినది వారికి కలిగినటువంటి అనిశ్చిత తండ్రి చేత పంపబడిన వాక్యంతోనే అని ప్రకటించిన మాటను వారు నమ్మలేకపోయిరి. సంప్రదాయబద్ధమైన వారి అధికారము క్రొత్తగా తీసుకొని రాబడిన ఈ రుజువును అంగీకరించుటకు ఇష్టపడక అడ్డుగ అబద్ధముగ తలంచుకొనుచున్నారు.

యేసు తండ్రి చేత పంపబడిన వాక్యమునని చెప్పుకొనుటయే కాక తనును తాను దేవునితో సమానుడిగా చేసుకొనెను అందును బట్టి యూదులు అతడిని దేవ దూషకుడు అనిరి (10:36). ఇందును బట్టి పిలాతుకు వారు చెప్పుచు ఆ నియమం చొప్పున అతడు చావవలెను అనిరి (19:7). ఇది అత్యంత వ్యంగ్యమైనది. ఏ ధర్మశాస్త్రమునందు యూదులు జీవమును వెదకుచున్నారో అదే ధర్మశాస్త్రము చేత యేసును పాపి అని ప్రకటించి మరణమునకు అప్పగించుచున్నారు. వారు సత్యమును తలక్రిందులు చేయుచున్నారు. మరియొక వైపు ఎవరి మీద వారి నిరీక్షణ ఉంచి జీవమును పొందగోరుచున్నారో. దీని ద్వారా యేసును మరణమునకు అప్పగించాలనుకున్నారు. ఆ మోషే వారి మీద నింద మోపెను. మరియొక వైపు ఎవరిమీద వారు నేరము మోపు చున్నారో అతడే జీవమునిచ్చు వ్యక్తి.

ధర్మశాస్త్రమునకు కలిగిన ఖండించు అధికారముతో పౌలు అంగీకరించు చున్నాడు. ఏలయనగా ధర్మశాస్త్రము ఉగ్రతను పుట్టించును. ధర్మశాస్త్రము లేని యెడల అతిక్రమమును లేకపోవును (రోమా 4:15) అంత్య దినములకు సంబంధించిన వ్యక్తిగా దేవుని న్యాయపు తీర్పును గురించి దేవుని ఉగ్రతను గురించి యెరిగియున్నాడు (రోమా 1:17,18) ధర్మశాస్త్రము యొక్క శక్తి పాపుల విషయమై దేవుని కోపమును రేపును. అయితే యోహాను దేవుని ఉగ్రతను లేక న్యాయమును గూర్చి ప్రాథమికముగా చెప్పుటలేదు. కనుక ఈ సువార్త ధర్మశాస్త్ర శక్తి వలన కలిగిన సిలువగా గాక పాపమును మరణమునకు కలిగిన బలముగా చెప్పుచున్నది. ప్రధానంగా ప్రతికార న్యాయముతో సంబంధం ఉన్న క్రైస్తవత్వం సిలువను చట్టపరమైనదిగా చూపింది. దీనిని బట్టి సిలువ మీద దేవుడు న్యాయమును కనపరచినాడు. మరణము మరియు పాపము వలన ధర్మశాస్త్రము బందించబడిన వానిని విడుదల చేయుటకు విమోచన క్రయధనము ఇవ్వబడినది

(మార్కు 10:45). పౌలు చేత ఉదహరించబడిన ఒక రచనలో సిలువ మరణము పొందునంతగా తన్నుతాను తగ్గించు కొనెను (పిలిప్పు 2:8). ఇది సువార్త శక్తియై యున్నది (రోమా 1:16).

యోహాను ప్రకారం ఈ ప్రపంచము అంత్య దిన సంబంధమైనది కాదు న్యాయము అంతిమ ఆందోళన కాదు. కుమారుని జీవము మరియు మరణములో బ్రతుకుచున్న దేవుని కృపాసత్యములో విశ్వము కాపాడు బడుచున్నది. నిత్యజీవపు కృప క్రింద ధర్మశాస్త్రమునకు అధికారము లేదు. క్రీస్తుతో కలసి నరులు సిలువకు అప్పగించబడవలసిన పనిలేదు. అందువలన ధర్మశాస్త్ర శక్తి నుండి విడిపించబడరు అని పౌలు చెప్పుచున్నాడు (గలతి 2:20) (రోమా 8:1) కనుక సిలువను బట్టి కుమారుడు తన తండ్రి యొద్దకు వెళ్ళుచున్నాడు. ఈ శరీరధారియైన వాక్యమును బట్టి నిత్య జీవము నరులకు ఇచ్చు అవకాశం కలిగింది మరియు క్రింది లోకములో కృపా సత్యములు కలిగియున్నది. దీనికి కారణం సిలువ మీద మహిమ పరచబడుటయే. దేవుని యందలి జీవముతో నిత్య సంబంధం నెలకొల్పి కాపరి స్వరమును వినినవారిని మంచి పచ్చిక యొద్దకు గొర్రెలగా నడిపించుట నిత్య జీవమును పొందుట.

ఈ సువార్త వాతావరణంలో ధర్మశాస్త్రము మరియు దాని విధానము సార్వత్రిక న్యాయవ్యవస్థతో కొనసాగుతుంది. ధర్మశాస్త్రము నిచ్చిన వాడుగా మోషే ఒక స్థితిలో గుర్తించబడవచ్చు గాని అతిశయ స్థానమును ఇవ్వగలిగిన శక్తి యూదామతంలో లేదు. యోహాను సువార్త ప్రకారం మోషే పరమునుండి వచ్చిన ఆహారము వారికి ఇచ్చుచున్నాడని యూదులు చెప్పుదురు గాని మోషే ఇచ్చిన ఆహారమునకు శక్తిలేదని యేసు తెలియపరచెను (6:32). పరలోకమునుండి వచ్చు నిజమైన ఆహారము నిజమైన జీవజలము మోషే ద్వారా ఇవ్వబడలేదు. మోషే ద్వారా ఇవ్వబడిన ఆహారముగాని నీరుగాని తాత్కాలికము మరియు క్షయమైనది వాటి శక్తి కేవలం ఈ భూమికే పరిమితం. ఆత్మయందలి జీవము పరము నుండి వచ్చిన ఆ సారములోని బలము కుమారుని యందు విశ్వాసము ఉంచిన వారికి తెలియును.

ఈ సువార్తలో యేసు ఒక నూతన ఆజ్ఞ ఇచ్చుచున్నాడు (13:34) దీనిని నా ఆజ్ఞ అని చెప్పుచున్నాడు అదే ఒకనినొకడు ప్రేమించుట (15:12) పౌలు దానికి అంగీకరించి పొరుగువానిని ప్రేమించువాడు ధర్మశాస్త్రము నెరవేర్చినవాడు అనిచెప్పెను. తండ్రి యొద్ద నుండి పొందుకొనిన ఆజ్ఞను నెరవేర్చుటయే తన పరిచర్య అని యేసు ప్రకటించెను (20:18). ఆయనకు ఇవ్వబడిన ఆజ్ఞ తండ్రియొద్ద నుంచి నేరుగా పొందు కొనినది. కాని యూదులకు ఇవ్వబడిన ఆజ్ఞ మోషే సంబంధితమైనది. దీని ఫలితము తండ్రి యొద్ద నుంచి పొందుకొనిన ఆజ్ఞ కుమారుని యందు నిత్యజీవము ఆ ఆజ్ఞయందు జీవము కలదు.

“ఒకడు నా మాట గైకొనిన యెడల వాడెన్నడును మరణము పొందడు” అని యోహాను సువార్తలో వాగ్ధానమును చూడగలం (8:51). ఆయన ఆజ్ఞను గైకొనుట ఆయనను ప్రేమించుటయే. ఇది విధేయతను గూర్చిన మాటయే కాక ప్రేమను చూపినది.

ఈ వాగ్ధానము యేసు “ఒకడు నన్ను ప్రేమించిన ఎడల వాడు నా మాట గైకొనును అప్పుడు నా తండ్రి వానిని ప్రేమించును. మేము వాని యొద్దకు వచ్చి వాని యొద్ద నివాసము చేతుము (14:23). నా మాటను వెంబడించుట అను మాటకు ప్రతిఫలము కేవలం మరణం నుండి తప్పించుట మాత్రమే కాదు తండ్రి ప్రేమ చేత ఇచ్చిన ఆహ్వానమునకు జవాబుగా వారి ప్రేమను కనపరచుచు తండ్రితో కుమారునితో ఆయన గృహములో నివసించుట” (3:16).

సత్యము అనునది దేవుని మాట అని తండ్రితో తన ప్రార్థనలో యేసు పలుకుచున్నాడు అది యేసు చెప్పిన నా మాట (17:14). యేసు తన చివరి ప్రార్థనలో తండ్రితో సత్యమందు వారిని ప్రతిష్ఠ చేయుము నీ వాక్యమే సత్యమని అడుగుచున్నాడు. ఉపోద్ఘాతములో చెప్పిన రీతిగా కృపయు సత్యమును యేసు క్రీస్తు ద్వారా కలిగినవి ఆయనే వాక్యమని మనం ఎరుగుదుము (1:17). మనలను పవిత్ర పరచు సత్యము ధర్మశాస్త్రము కాదుగాని శరీరధారియై ఉన్న వాక్యము చెర తరువాత యూద మతములో ధర్మశాస్త్రము శుద్ధీకరించు ఒక పాత్రగా ఉండెను. అందువలన దేవుని ప్రజలను యితర అన్యదేశముల నుండి

వేరుపరచిన నరులను, (యూదులు అన్య జనులని వేరు పరచినది) యూదులు మరియు అన్యజనులని వారిని వేరు చేసిన సరిహద్దు ధర్మశాస్త్రమే మొదటి శతాబ్దము అంతమున దేవుని ప్రజలను నిర్వచించుటకు ధర్మశాస్త్రము ఏమాత్రము ఒక పాత్ర కాదు (ఎఫ్షసి 2:14-15). దేవుని ప్రజలతో అన్యజనులు కూడా సంపూర్ణ సభ్యులే. యోహాను సువార్త ప్రకారం ధర్మశాస్త్రము అన్య జనులను వేరు చేసి గుర్తించగ శరీరధారియైన వాక్యము వారిని పవిత్రపరచుట ద్వారా ఇక లోక సంభందులు కారని లోకములో దేవుని సాక్షులు అనియు చెప్పుచున్నారు (17:14-17).

దేవాలయములో యాజకులుగా పనిచేయుటకు అధికారము పొందిన వారు వాక్యముచేత పవిత్రపరచబడిన వారికంటే ప్రత్యేకమైన గుంపుగా పరిగణింపబడరు. సమస్తమును పవిత్రపరచుచున్న ప్రేమ దేవుని ఎదుట నూతన గుర్తింపుతో నిలువబడుటకు సంపూర్ణతను పొందుకున్నందున యూదులకు అన్యజనులకు యాజకులకు మరియు లేవీయులకు మరియు లోకములోనున్న జనులకు మధ్యనున్న గోడను పడగొట్టబడెను. యేసును చూచుటకు కల్వరి మార్గములో వెళ్లట గ్రీకులకు అవసరత అని చెప్పుచున్నది (12:20-21). ఈ విధంగా మోషే ధర్మశాస్త్రము తమ ఆధీనములో ఉన్న అత్యంత విలువైనదిగాను దేవుని దయ కొరకు ప్రత్యేకమైన స్థానం పొందినదిగాను యూదుల యొక్క వాదన ప్రక్కన పెట్టబడింది. యోహాను సమాజం వారు యోహాను సువార్త ప్రకారం అన్యజనులకు పూర్తి సభ్యత్వం ఇవ్వబడినది అని అర్థం చేసుకొనిరి. క్రైస్తవ సమాజమును బంధించే సంబంధాలను ప్రదర్శించే ప్రేమ ఒక చట్టంగా మారింది. ఇది ప్రజలను ప్రభావవంతమైన ఒక రీతిలో నిర్వచించి ఏకము చేస్తుంది. కుమారుడు ఎత్తబడినపుడు దేవుని చిత్తము సంపూర్ణముగా జరిగించబడి తండ్రి చేత పంపబడిన కుమారుని యందు నమ్మికయుంచిన వారికి జీవము పొందునట్లు చేస్తుంది. నేటి యీలోకములో మోషే ధర్మశాస్త్రమునకు, ఇకపై రక్షించు పాత్ర లేదుగాని తండ్రి పంపిన కుమారుని యందు రక్షణ పాత్రను ప్రకాశవంతం చేయడానికి మాత్రమే ఉపయోగపడుతుంది.

పాఠము - 12

నేను లోకమును జయించియున్నాను :

యోహాను సువార్తలో లోకము అను మాట అనుమానం లేకుండ ధనికమైనది అని అర్థం ఇచ్చుచున్నది. ఈ మాట అరువై సార్లకు పైగా కనబడును. దీనిని సరిగా అర్థంచేసుకొనలేకపోతే ఈ మాట సువార్త సందేశముకు విరుద్ధంగా ఉందని తెలుస్తుంది. ఇది తనకు తానే విరోధముగా కనిపిస్తుంది కూడా కనుక దీనిని అర్థవంతంగా అన్వేషించగలగాలి.

అనేక స్థలాలలో లోకము అనుమాట బహు జనాంగమునకు గుంపునకు మరియు ప్రజానీకానికి వాడబడింది. మరణించిన లాజరును లేపుట బహుగా ప్రాచుర్యం పొందినందున పరిసయ్యులు లోకము ఆయన వెంట పోయెను అని చెప్పెను (12:19). పర్ణశాలల పండుగకు యెరుషలేముకు వెళ్ళవలెనని యేసు సహోదరులు ఆయనకు చెప్పుచున్నప్పుడు లోకమునకు నిన్ను కనపరచకొమ్మని చెప్పెను (7:4). ఆయన శిష్యులను గురించి ఆయన సిద్ధాంతములను గురించి పిలాతు చేత ప్రశ్నించబడినపుడు "నేను బహాటముగా లోకము ఎదుట మాటలాడితిని యూదులందరు కూడి వచ్చు సమాజమందిరములలో, దేవాలయములో ఎల్లప్పుడును బోధించితిని రహస్యము నేను ఏమియు మాటలాడలేదు" అని యేసు చెప్పెను (18:20). ఈ సందర్భములో లోకము అనగా ప్రజలు సమకూర్చబడిన బహిరంగ ప్రదేశం ఇది రహస్య ప్రదేమునకు వ్యతిరేకమైనది. యేసును రహస్య జ్ఞానమును ప్రకటించే వ్యక్తిగా చిత్రీకరించే వారికి వ్యతిరేకమైన వాదం.

లోకము అను ఈ మాట అక్షరపరంగా గమనించినట్లుయితే సృష్టిని గురించి మాటలాడు అనే కాస్మోస్ గ్రీకు పదం ఆదియందు అనే మాటను చదివినపుడు లోకము ఆయన ద్వారా కలిగెను (1:10). దానిని నిర్మించినవాడు శరీరధారిగా మారినందున ఆయన ఈ లోకములోనికి వచ్చెను (11:27). లోకము పుట్టకమునుపు తండ్రి సన్నిధిలో కుమారుడు మహిమను కలిగిఉన్నాడు (17:5,24). ఈ ద్వంద్వ అర్థమును గమనించినట్లుయితే యేసు శిష్యులతో మాటలాడినపుడు పగలు పన్నెండు గంటలు ఉన్నవి గదా, "ఒకడు పగటివేళ

నడిచిన వేళ ఈ లోకపు వెలుగును చూచును గనుక తొట్రుపడడు", యేసు సూర్యుని గూర్చి మాటలాడుట మనం చూస్తున్నాం కాని ఆయన మాటల మాటలాడుచున్నప్పుడు మాటలను కొనసాగించినపుడు సూర్యుని గూర్చి మాటలాడలేదు గాని అయితే 'రాత్రివేళ ఒకడు నడిచిన యెడల వాని యందు వెలుగు లేదు గనుక వాడు తొట్రుపడును' (11:9,10).

లోకము అను మాట మానవత్వమును గూర్చి చెప్పుచున్నది. ఈ సృష్టిలో దేవుడు దానితో ప్రత్యేక అనుబంధాన్ని కలిగియున్నాడు. ఈ సంబంధంలో దేవుని ప్రేమ ఒక నిర్ణయాత్మకమైన పాత్రను కలిగి ఉంది. ఈ సువార్తలో ప్రత్యేక రీతిలో రాయబడిన వాక్యము "దేవుడు లోకమును ఎంతో ప్రేమించెను తన అద్వితీయ కుమారునిగా పుట్టినవానియందు విశ్వాసముంచు ప్రతివాడు నశింపక నిత్య జీవము పొందునట్లుగా (3:16)." ఈ అవ్యక్త చర్చలో లోకము తన కుమారుని ద్వారా రక్షణ పొందుటకే గాని లోకమునకు తీర్పుతీర్చుటకు దేవుడు ఆయనను లోకము లోనికి పంపలేదు (3:17). 16 వ వచనంలో తనయందు విశ్వాసముంచిన వారు మాత్రమే నిత్యజీవము పొందుదురని చెప్పబడినది కాని 17వ వచనంలో లోకమును అనగా మానవులనందరిని రక్షించుటకు ఆయన ఈ లోకమునకు వచ్చెనని వ్రాయబడియున్నది. పిలాతుతో యేసు మాటలాడినపుడు ఇందునిమిత్తమే ఈ లోకమునకు వచ్చితిని; ఇందునిమిత్తమే పుట్టితిని అని చెప్పెను. ఈ రెండు దృవీకరణల మధ్య ఉన్న ఉద్రిక్తత పరిష్కరించబడలేదు.

యేసు తన చివరి ప్రార్థనలో ఆయన శిష్యుల మాటల యందు విశ్వాసముంచు వారు ఏకమై యుండునట్లు తన తండ్రి యొద్దకు తిరిగి వెళ్ళుచున్నాడు. తండ్రియు కుమారుడును ఏకమై యున్నలాగున ఆయన యందు విశ్వాసముంచు వారును ఆలాగున ఏకమైయుండుట మంచిది. శిష్యుల ఐక్యత తండ్రి చేత పంపబడిన తన యందు విశ్వాస ముంచునట్లు లోకమునకు నడిపించును. వారియందు నేనును నాయందు నీవును ఉండుట వలన (వారు) సంపూర్ణులుగా చేయబడి ఏకముగా ఉన్నందున నీవు నన్ను పంపితివని వారు లోకము తెలుసుకొనవలెను (17:23). లోకము అనగా మానవుల నిమిత్తము దేవుని ప్రేమ తండ్రి కుమారుల ఐక్యతను కనపరచబడగా ఆయన యందు

విశ్వాసముంచిన వారు ఆయనను తండ్రి చేత పంపబడిన కుమారునిగా ఎరుగగలరు.

ఆయన యందు విశ్వాసం ఉంచిన వారిలో మానవుల నిమిత్తమైన దేవుని ప్రేమ స్థిరపరచబడిఉన్నది. పరమునుండి దిగిన ఆహారమువలే కుమారుని రూపము సరిగా వర్ణించబడినది. మోషే ద్వారా అనుగ్రహింపబడిన మన్నాను తెలిసినవారు ఇహలోక జీవమును కలిగిన వారు అని ఎవడైనను ఈ ఆహారం భుజించితే వాడు జీవించును, ఈ ఆహారం లోకమునకు జీవము కొరకైన నా శరీరము 6:51, 6:33 తో కలిపి చూడవలెను లోకము నిమిత్తమే యేసు తన శరీరరము ఆహారముగా ఇచ్చుటను బట్టి దానిని తినువాడు నిరంతరం జీవించును అందువలన పైన గమనించిన అస్పష్టత దాని స్థానములో ఉన్నది.

అనేకులు పరమునుండి వచ్చిన ఆహారమును తినుటకు తృణీకరించుదురు అని ఒప్పుకొనవలసి ఉన్నది వారు అవిశ్వాసులు ఈ సామరస్యపు లోకమును గూర్చినది ఇప్పటికే మొదటి వచనంలో లోకము ఆయనను ఎరుగలేదు అని చదువుతాం (1:10). యేసు వారి మధ్యకు సత్య స్వరూపియగు ఆత్మను అనుగ్రహించునని శిష్యులతో చెప్పినపుడు 'లోకము ఆయనను చూడదు ఆయనను ఎరుగదు ఆయనను పొందనేరదు అనెను (14:16-17)'. తదుపరి ఆయన వారిని హెచ్చరించుచు "లోకము మిమ్మల్ని ద్వేషించిన ఎడల మీకంటే ముందుగా నన్ను ద్వేషించెనని మీరు ఎరుగుదురు (15:18)" అయితే చివరి ప్రార్థనలో దుఃఖపడుచు నీతి స్వరూపుడవగు తండ్రి లోకము నిన్ను ఎరుగలేదు అని చెప్పెను. దేవుడు తెలియని ఈ లోకములో కుమారుని మరియు సత్యస్వరూపుడవగు ఆత్మను తిరస్కరించిన లోకము ఆయనను నమ్మి నిత్యజీవము పొందుకొనలేదు.

లోకమునకు తీర్పు తీర్చుటకు తండ్రి కుమారుని పంపకపోయినను (3:17, 12:47), తండ్రిని ఎరుగని లోకము కుమారుని ద్వేషించువారిని తీర్పునకు అప్పగింపబడుదురు. ఆయన యందు విశ్వాసముంచువారికి న్యాయము అనుగ్రహింపబడును. మానవలోకములో కుమారుని సన్నిధి న్యాయాధిపతిగా ఆయనను నిలువబెట్టుచున్నది (5:22). నా మాట విని నన్ను పంపిన వానియందు విశ్వాసముంచువాడు నిత్యజీవము గలవాడు. వాడు

తీర్పులోనికి రాక మరణములో నుండి జీవములోనికి దాటి ఉన్నాడని నీతో నిశ్చయముగా చెప్పుచున్నాను (5:24). కుమారునియందు విశ్వాసముంచుటకు ఇష్టపడని వారిలో జీవమును చూడడు కానీ "దేవుని ఉగ్రత వానిమీద నిలచి ఉండును", శిలువ మీద యేసును పైకి ఎత్తుట లోకమునకు సంక్షోభం . ఈ పరిస్థితులలో మానవులు రెండు లోకాలుగా విభజింపబడ్డారు. పరిసయ్యులు సబ్బాతు దినమున ఒకని గ్రుడ్డితనమును స్వస్థత పరచుటకు బురదను చేసెనని సబ్బాతును అతిక్రమించాడని యేసు మీద నిందవేసినపుడు తీర్పు నిమిత్తం ఈ లోకమునకు వచ్చెనని చెప్పెను. తదుపరి గ్రీకులు ఆయనను చూడవలెనని కోరినపుడు ఇపుడు ఈ లోకమునకు తీర్పు జరుగుచున్నది అని యేసు చెప్పెను (12:31). కుమారుని ప్రవేశము ద్వారా విశ్వాస సంభంధిత లోకము అవిశ్వాసలోకము అను రెండు భాగాలుగ మానవులు విడిపోయిరి.

కొన్ని సార్లు లోకము అనుమాట ఈ లోకసంబంధిత శరీర మరణమును జీవిత సత్యమును తెలియజేయుచున్నది. యేసు ఈ మరణమును నిద్ర అని పిలుచుచున్నాడు (11:11). యూదులతో ఆయన మాటలాడినపుడు "మీరు క్రిందివారు, నేను పైనుండు వాడను. మీరు ఈ లోక సంబంధులు; నేను ఈ లోక సంబంధుడను కాను అని చెప్పెను. శరీరధారియైన వాక్యము ఈ క్రింది మాటలలో నేను తండ్రి యొద్ద నుండి బయలుదేరు ఈ లోకమునకు వచ్చియున్నది, మరియు ఈ లోకమునకు వచ్చి తండ్రి యొద్దకు వెళుతున్నాని చెప్పెను (16:28). ఆయన ఈ లోకమును విడిచి పైనున్న లోకమునకు వెళ్ళునపుడు శిష్యులు క్రింది లోకములోనే ఉండి పోవుదురు వారి నిమిత్తం యేసు తండ్రికి ప్రార్థించుచు "నీవు ఈ లోకములో నుండి తీసుకొనిపోవుమని ప్రార్థించుటలేదుగాని దుష్టుని నుండి వారిని కాపాడమని" ప్రార్థంచుచున్నాడు (17:15).

ఈ క్రింది లోకములో యేసు జీవించెను నిత్యజీవమును కలిగి శిష్యులు జీవించుచున్నారు కాని దుష్టుని శక్తియందు పడిపోయిన లోకము ఉన్నది యూదా విషయములోకి వస్తే దుష్టుడు అపవాది (13:2) అనియు సాతాను అనియు (13:27) గుర్తించబడినను మూడు సందర్భాలలో ఈ లోకాదికారి అని పేరు పెట్టబడినాడు అయితే యేసు ఈ లోకాధికారితో నాకు సంబంధం ఏమియు

లేదు మరియు ఈ లోక అధికారి తీర్పు పొంది ఉన్నాడు. బయటకు త్రోసివేయబడెను అని చెప్పుచున్నాడు (14:30) (12:31, 16:11) ఇతడు దుష్టపాలకుడు మరియు అంతిమ మరణం ఈ క్రింది లోకములో ఇంకను జీవించుచు జీవితములను భంగం చేయుచు ఉన్నను యేసు శిష్యులు మాత్రము దుష్టుని అధికారము క్రింద వున్న లోకములో జీవించుటలేదు యేసు దీనిని ముగించుచు "లోకములో మీకు శ్రమ కలుగును అయినను మీరు ధైర్యము తెచ్చుకొనుడుడి నేను లోకమును జయించి ఉన్నానని చెప్పెను (16:33)". ఈ లోకము మీద ఆయన జయము పొంది దానికి అంతిమ మరణం పొందెను.

దుష్టుని అధికారము చేత అధిగమించబడిన లోకంలో విశ్వాస సంబంధులు ఉండరు వారికి నిత్య జీవము కలదు. వారు ఈ క్రింది లోకంలో నివసించినను శ్రమలు మాత్రమే పొందగలరు. యేసు శిష్యులతో మాటలాడుచు మీరు ఈ లోకసంబంధులు కారు నేను మిమ్మును లోకంలో నుండి ఏర్పరుచుకొంటిని అని చెప్పెను (15:19) అనగా (పడిపోయిన లోకం) ఈ క్రింది లోకము వంటిది కాదు. తన ప్రాణమును ప్రేమించువాడు దానిని పోగొట్టుకొనును ఈ లోకములో తన ప్రాణమును ద్వేషించువాడు నిత్యజీవము కొరకు దానిని కాపాడుకొనును అను తేడాను గమనించగలము (12:25). అపవాది చేత పాలించబడుచున్న ఈ లోకంలో తన ప్రాణమును ద్వేషించువాడు ఈ క్రింది లోకంలో నిత్య జీవమును ఆనందించవచ్చు.

తన తండ్రి తనను పంపిన మార్గమును బట్టి అదే మార్గమున తన కుమారుడును శిష్యులును పంపుచున్నాడు. నీవు నన్ను లోకమునకు పంపిన ప్రకారము నేనును వారిని లోకమునకు పంపితిని (17:18) మరియు (20:21). తండ్రి పైనున్న లోకంలో నుండి క్రింద ఉన్న లోకంలోనికి కుమారుని పంపిన రీతిగా కుమారుడు తన శిష్యులను క్రిందున్న లోకంలో నుండి అవిశ్వాసం లేని లోకములోనికి పంపుచున్నాడు.

పడిపోయిన లోకము దేవుని ప్రతీకార న్యాయము యొక్క సిద్ధాంతాన్ని కొనసాగించుటకు అంత్యదినమున గూర్చిన పదం దీని సాహిత్యంలో అరమిగ్దోను యుద్ధంలో ముగియబోవుచున్న యుద్ధ వర్ణన కనుగొనగలము. దీనిని జయించిన తరువాత దేవుడు ప్రతి ఒక్కరికి వారి క్రియలను బట్టి తీర్పు తీర్చును.

అంత్యదినము తెలియ జేయుచున్నది ఏమనగా పునరుత్థానము తర్వాత దేవుని న్యాయము పరిశుద్ధుల జీవితాలలో బయలు పరచబడుతుంది. కాని ఈ చెడులోకంలో నివసించుచున్న పరిశుద్ధుల జీవితాలలో కాదు.

యోహాను ప్రకారము జ్ఞాన సాంప్రదాయం యోబులో తెలియపరిచింది. విశ్వము యొక్క నిజాన్ని యోబు మరియు యోహాను సరిగ్గా తెలియ జేశారు. వీరు సృష్టిలో ప్రభువును ప్రకటించారు కాని విశ్వవ్యాప్తియైన అంత్య దిన-దర్శనమును చెప్పలేదు.

వారి దేవుడు తీర్పు విషయమైన దేవుడు కాదు కాని ఐక్యమును కలిగించువాడు భగవంతుడు జీవమును సమాధానమును ఇచ్చువాడు. ప్రతీకారము చేయు దేవుడు కాడు. యుద్ధములను సైన్యములను గెలుచువాడు కాడు. ఈ సువార్తలో గొర్రెలను మేకలను వేరుపరుచుట చూడము కాని పరమునందు గొప్ప సభను మరియు భవిష్యత్తు సంబంధమైన సూచనలను యుద్ధములను గూర్చిన పుకారులు విచ్ఛిన్నమైన సఖ్యతను చూడము. మొదటి 3 సువార్తలలోని యేసు సందేశానికి అవసరమైన రాజ్యము యొక్క ఉపమానములను చూడము.

ఈ లోక అధికారికి ఇప్పటి వరకు ఉన్న స్వాతంత్ర్యము నందు ఆనందించుచున్నను కుమారుని మహిమను బట్టి అతడు త్రోసి వేయబడ్డాడు, ఇప్పుడు విశ్వాసులు నిత్య జీవితమును జీవించుచుండగా అవిశ్వాసుల మీద దేవుని కోపము దిగుచున్నది. ఈ క్రింది లోకంలో అనేకమైన భాధలు ఉండినను ఆయనను నమ్మినవారికి సమాధానము కలుగును (16:33). పడద్రోయబడిన లోకము మీద కుమారుడు జయశాలియై మరణము ఏలుచున్న అంత్యదిన పాలనలో విజయుడుగా ఉన్నాడు. గ్రీకు భాష సంపూర్ణతలో 'నేను జయించి ఉన్నాను' అను మాట సమాప్తమైనది అనునది (19:30).

యేసు సముద్రము మీద నడిచినప్పుడు నాటి సాంప్రదాయం తెలియుచున్న మార్గములోని ఉద్దేశము యోహానీయులు ఈలాగు చెప్పుచున్నారు.

యోహాను 6:16-21 యేసు తుఫానును నిమ్మళించుట దీని ఉద్దేశంకాదు. గలిలయ సముద్రపు మధ్యలో తూర్పు తీరము నుండి 25-30 కోసులు దూరం

మధ్య రాత్రి వేళ బలమైన గాలులు వీచుచున్నవి. అయితే శిష్యులు తుఫానుకు భయపడుట లేదు కాని సముద్రమునకు యజమానుడిగా నీటిమీద ఒకడు నడుచుచు వచ్చుట చూచి భయపడిరి. యేసు తనను ఘనపరచుకొనుచు నేనే అని చెప్పినపుడు రెండు విషయములు జరిగెను (1) భయము పోయెను. యేసు వారితో నావలోకి వచ్చునేమో అని వారు కోరుకొనిరి.

(2) వారి ఆశ కొట్టివేయబడినది ఎందుకనగా అద్భుత రీతిలో ఆ నావ అద్దరికి చేరినది ఇందును బట్టి యేసు నావలో ప్రవేశించి తుఫానును నిమ్మళించవలసిన అవసరత రాలేదు. ఇందును భట్టి మనము గ్రహించవలసినది ఏమిటంటే ఆయన ఈ లోక రాజును జయించుట ద్వారా ఈ లోకాధికారి చేత పాలించబడుచున్న ఈ లోకములో వారు ఉండనవసరము లేదు వారు, వెళ్లవలసిన తీరమునకు వారు వెళ్లారు. యేసు వారితో నావలో లేకపోయినను వారు ఈ క్రింది లోకములోనే ఉన్నారు కానీ ఈ కథ యోహాను సువార్తలో వేదాంత ధోరణి కనపరుస్తుంది.

నావలోని శిష్యులు - రక్షణ రాయబారిగా చీకటిలోను అల్లకల్లోల సముద్రంలోను మరణమునకు దగ్గరగా ఉన్నారు యేసు వారితో 'ఈ లోకములో మీకు శ్రమ కలుగును ధైర్యము తెచ్చుకొనుడి నేను ఈ లోకమును జయించిఉన్నానని' చెప్పెను. మరణమునకు దుష్ఠ శక్తికి మూలమై ఉన్న సముద్రం మీద నడచిన వాడు సముద్రంలో నుండి శిష్యులను బయటికి తెచ్చెను. వారు చేరవలసిన తీరమునకు ఆశ్చర్య రీతిగ చేరుట గ్రహించారు. కుమారుని వారికిచ్చుటకు తెచ్చిన సమాధానమును జీవమును వారు కలిగి ఉండిరి. యేసు వారితో భయపడకుడి శాంతి మీకు అనుగ్రహించి వెళుతున్నాను. నా శాంతినే మీకు అనుగ్రహిస్తున్నాను నాయందు మీకు సమాధానం కలుగునట్లు ఈ మాటలు మీతో చెప్పుచున్నాను (6:20, 14:27, 16:33) వారు ఈ క్రింది లోకములో నివసించుచున్నాను యేసును పోలి పడిపోయిన ఈ లోకములో వారు భాగస్తులు కారు. వారి విశ్వాసము వారు వెళ్ళవలసిన స్థలములో వారిని నాటును. పునరుద్ధానుడైన ఆయన లోకమునందు వారు సమాధానంతో బ్రతుకుచున్నారు.

యోహాను సువార్తలో అంత్యదినములు ప్రకటించబడినవి కావు. దేవుని న్యాయమును అర్థంచేసుకొని ఆ పరిచర్యనందు ఆశకలిగి ఉండుట ద్వారా భవిష్యత్తు దానిని తెలియజేయును కాని అంత్యదిన సంబంధమైనది క్రీస్తు వేదాంతం చేత నడిపించబడుచున్నది. శరీరధారియైన వాక్యము యొక్క సన్నిధి ఈ లోకమునకు రక్షణ కలుగజేయుచున్నది. ఈ లోకములో జీవించుచున్నను, ఈ లోక సంబంధమైన వారిగ ఉండని సమాజం ఈ లోకములోనికి వచ్చిన కుమారుడు మొదటి భాగమును పూర్తి చేసివెళ్ళువాడు కాదు పూర్తి నమ్మకముతో, నిశ్చయతతో "చేయుటకు నీవు నాకు ఇచ్చిన పనిని సంపూర్ణముగా నెరవేర్చినాను అని చెప్పుచున్నాడు (17:4). తన యందు విశ్వాసముంచు వారికి ఈ క్రింది లోకములో జీవించు వారికి సమాధానమును సమృద్ధియైన జీవమును ఇచ్చుచున్నాడు (10:10). ఈ సువార్తలో తాను తిరిగి ఈ లోకములోనకి వచ్చునపుడు మహిమతోను, ఘనతతోను అద్భుతమైన అధికారంతోను వచ్చునని చెప్పుటలేదు గాని ఈ క్రింది లోకములో నివసించు శిష్యులు వాటికంటే గొప్ప క్రియలు చేయుదురు అని చెప్పుచున్నారు.

అంతిమ మరణమైన పడిపోయిన ఈ లోకములో కాదుగాని విశ్వాసులు తాము నివశించుచున్న ఈ క్రింది లోకములో గొప్ప కార్యములు చేయుటకు పంపబడిరి. వాస్తవమునకు వారు నివశించు లోకము పునరుద్ధానుడైన క్రీస్తుని శరీరము యొక్క దేవాలయమును చూపుచున్నది. ఇంతకు ముందు ధ్యానములో చెప్పబడినట్లుగా నూతన దేవాలయమే నూతన విశ్వము, నూతన ప్రపంచం పునరుద్ధాన శరీరమై ఉండగా క్రీస్తు పాలనలో జీవము సమాధానం ఉండెను విశ్వాసులు నివశించు ఈ లోకము మరణమును సత్యమును జీవితంలో కలిగిఉన్నను మానవ ప్రపంచ పరిది అలాగుననే ఉండును సత్యమునకు సాక్షులుగా వారు అనేక స్థలములలో జీవించుదురు సువార్త కేంద్రీకృత సిద్ధాంతం శరీరధారియగు విలువను ఈ దిగువ ప్రపంచంలో ధృవీకరిస్తుంది కుమారుడు దిగివచ్చి శరీరదారియై పైకి వెళ్ళుటకు సిద్ధపడుచుండగా ఈ సువార్త ప్రకారం యేసు ఈ లోకమునకు వచ్చి ఆత్మయందలి నూతన లోకమును సృజించెను మహిమ పరచబడు దేహమను ఆలయములో ఆరాధన జరుగును.

పాఠము - 13

దేవుడు ఆత్మను కొలత ప్రకారము దయచేయడు :

యెహెజ్కేలు చూసినట్లుగా రథము మీద ప్రయాణము చేయుచు కనబడిన నలుగురు కెరూబులు దేవుని మహిమతో ప్రకాశించుచు ఆకాశములో దాటుచుండెను. (యెహెజ్కేలు 1:10) 10:14) ఇటువంటి దర్శనమును వేదాంతి అయిన యోహాను దేవుని సింహాసనం ప్రక్కన చూచెను (ప్రకటన 4:6,7). వాటి ముఖములు సింహము వంటిది. దూడ వంటిది. మనుష్యుల ముఖము వంటిది. ఎగురుచున్న పక్షిరాజు వంటిది. ఎంతో కాలం గడవక ముందే క్రైస్తవులు ఈ నాలుగు జీవులు నాలుగు సువార్తలకు ప్రాతినిధ్యం వహించినట్లుగా అంగీకరించారు. యోహాను సువార్తకు పక్షిరాజు, దాని చిహ్నాము ఎందు నిమిత్తము ఎన్నుకొనబడెనో తెలియదు కాని తదుపరి పక్షిరాజు ఉన్నత స్థలములో ఆకాశములో ఎగురును గనుక ఏ ఇతర పక్షుల కంటే పైగా ఎగురును గనుక దీనిని ఎన్నుకొనునట్లు ఉన్నది.

3వ శతాబ్ధపు ప్రారంభంలో అలెగ్జాండ్రియా వాడైన క్లైమంటు, యేసు యొక్క పరిచర్యలోని ఆత్మీయ వాస్తవములను ప్రకటించుచున్నదని యోహాను సువార్తను గూర్చి చెప్పియున్నాడు. ఈ లోక అనుభవాలకంటే ఎత్తుగా ఈ విశ్వం కంటేపైగా ఆత్మీయ వాస్తవాలతో పక్షిరాజువలె ఈ సువార్త ఎత్తుగా నున్నది. ఈ స్పష్టమైన ప్రాధాన్యత కారణంగా ఆత్మ యొక్క రాజ్యం ఈ సువార్తలో భౌతిక వాస్తవికతను ఆదర్శవాదములోనికి తప్పించుకోవడానికి ప్రాతినిధ్యం వహిస్తుంది ఇది అనేకుల అభిప్రాయం.

ఈ సువార్త ప్రారంభంలో ఉన్న ఉపోద్ఘాతము ఆత్మీయ మరియు నిత్యమైన వాస్తవములు, జీవమును వెలుగునై యున్న లోకమును చూచుచున్నవి (1:4) అక్కడ వాక్యము దేవుని యొద్ద ఉండెను. వాక్యము దేవుడై యుండును. ఆ తదుపరి మానవాళికి కృపను సత్యమును తెచ్చు నిమిత్తము వాక్యము శరీర ధారియై మన మధ్య నివసించెను (1:14). ఈ భాగము యోహాను సాక్ష్యముతో ప్రారంభమవుతుంది. యేసునకు బాప్తిస్మము ఇచ్చుట అతని పరిచర్య కాదుగాని ఆత్మ పావురము వలె ఆకాశము నుండి ఆయన మీదికి దిగి వచ్చుట చూచితినని చెప్పుటే (1:32,33). ఇక్కడ బాప్తీస్మము ఇచ్చు యోహాను యేసును దూరం

నుండి చూచి ఇదిగో లోకపాపములు మోసుకొనిపోవు దేవుని గొఱ్ఱెపిల్ల అని గుర్తించారు (1:29). యేసు నీటి బాప్తీస్మము పొంది యున్నాడని మనమిక్కడ చదువుట లేదు. కాని యేసు పరిశుద్ధాత్మతో బాప్తిస్మమిచ్చువాడని గుర్తించుట యోహాను పాత్రయై యున్నది (1:33) ఈ విధంగా ఈ క్రింది లోకంలో వాక్యము యొక్కయు ఆత్మ యొక్కయు ప్రవేశమునకు యోహాను బహిరంగ సాక్ష్యము ఇచ్చుచున్నాడు. పాపము జరిగే ప్రపంచంలో పాప విముక్తి నిమిత్తము బాప్తిస్మము అవసరమైన లోకంలో యేసు పూర్తిగా లోకంలో విలీనమైన వ్యక్తిగా చిత్రీకరించబడలేదు.

మొదటి వీడ్కోలు సంభాషణలో యేసు తన శిష్యులతో ఆదరణ కర్తను పంపుదునని వాగ్ధానం చేసియున్నాడు (14:16), పరలోకము నుండి దిగి వచ్చిన వాని మీద ఆత్మ పావురమువలె మొదటి ఆదరణ కర్తగా దిగివచ్చుట వివేకమైన ఆలోచన ఐతే ఆత్మ దిగివచ్చుటకు తాను అవకాశం కల్పించాడు. వేరొక ఆదరణ కర్త తాను ఎక్కడ నుండి వచ్చునో అక్కడికి ఎక్కి వెళ్ళుటకు వాక్యముతో అవకాశం ఏర్పడినపుడు మాత్రమే ఈ వేరొక ఆదరణ కర్త క్రింది భూమి మీదకి దిగుటకు అవకాశం ఉంది. గ్రీకు భాషలో పారాక్లెటోస్ అను మాటకు ఆదరణ కర్త అని తర్జుమా చేయుట విచారకరము. ఈ ఆంగ్ల పదము గ్రీకు పదము యొక్క అర్థ పరధిలో సరిపోతున్నప్పటికి ఇది అసలైన అర్థమును తగ్గిస్తుంది. కనుక బలహీన అభిప్రాయం కలుగుతుంది. ఈ గ్రీకు మాట యొక్క అర్థం ఆదరించువాడు ఉత్తరవాది ఆదరణ కర్త రక్షణ న్యాయవాది. సహాయము చేయుటకు సిద్ధమైనవాడు. భద్రపరుచువాడు వీడ్కోలు సందేశంలో పారాక్లెటోస్ అను మాట వాడబడిన చోట ఈ పై భావాలు అన్నిటిని గమనించ వచ్చు. క్రిందికి దిగి వచ్చిన వాని వ్యక్తిత్వంలో క్రింది భూమి మీద ఉన్న ఆత్మ సన్నిధిని బట్టి పుట్టిన ప్రతి పురుషుడు, స్త్రీ నీటి ద్వారాను ఆత్మ ద్వారాను బాప్తిస్మము పొందుట తప్పని సరి దాని అర్థము వారు పై నుండి జన్మించవలసిన వారు (3:3). గ్రీకు భాషలోని అనోథెన్ అను మాటకు అర్థం 'పై నుండి' అనియు 'మరియొకసారి' అను అర్థం. ఇవి వాటి వాటి సందర్భములను బట్టి నిర్ణయించబడతాయి. నికోదేముతో తన సంభాషణలో ఈ లోక సంబంధమైన పుట్టుకను గూర్చి యేసు మాటలాడలేదని నికోదేముకు అర్థం చెప్పడానికి యేసు 2 భావములు నిచ్చి వాక్యముతో మాటలాడియున్నారు (3:12).

శరీర సంబంధమైన తల్లి దండ్రులకు పుట్టుట వలన శరీరమందలి జీవమును కలుగజేయుచున్నారు. ఆత్మలో మరియు నీటిలో పుట్టుట వలన ఆత్మ యందలి జీవమును ఆత్మ పుట్టించుచున్నాడు. ఆత్మ యొక్క కార్యచరణ ఒక రూపకము ద్వారా ప్రదర్శిస్తుంది. గాలి వీచినపుడు ఎక్కడ నుండి వచ్చెనో ఎక్కడికి పోవునో తెలియకపోయినట్లు ఉండును, మరియొక మాటలో చెప్పాలంటే ఇది ఒక రహస్యమైనది. ఒక అద్భుత కార్యం. అయినను శాస్త్రము ఈ శతాబ్ధాలలో చేసిన ప్రయత్నాలను బట్టి గాలి వీచు విధానము కనుగొనబడింది. కనుక అది రహస్యం కాదు. టెలివిజన్ స్టేషన్ పద్ధతి ప్రకారం దానిని చూచువారికి గాలి వీచే మార్గానికి గల కారణాలను వాతావరణ పరిస్థితులను మరియు తదుపరి రోజు అది వీచే దశను బలమును అంచనా వేస్తుంది. యోహాను ప్రకారం ఆత్మ పనిచేసే విధానాన్ని వివరించడానికి ఉపయోగించే రూపకం ఇకపై దాని ప్రభావం చూపలేరు. భూమి తిరుగుచున్న విధానం బట్టి వాతావరణ ప్రభావములను బట్టి గాలి వీచు దశదిశలను ఇప్పుడు అర్థం చేసుకోగలుగుతున్నది. అందు రహస్యం ఏమిలేదు కాని పైనుండి జన్మించుట అను ఆత్మీయ కదలికను ఒక మర్మముగాను అద్భుతమును కనపరచునది గాను చెప్పగలము. శరీరమందు ఈ లోకంలో గాలి కదలికలను ప్రకటించవచ్చుగాని దేవుని యొక్క ఆత్మ పనిని ప్రకటించుట అసాధ్యము మరియు అద్భుతము.

యోహాను విశ్వంలో శరీరమునకు ఆత్మకు మధ్య కలిగిన బేధము శరీర మూలముగా జన్మించునది శరీరమును ఆత్మయునై యున్నది (3:6). లోకాను సారంగా దీనిని అర్థం చేసుకొనుట కష్టతరమే కాని ఈ లోకము దేవుని సృష్టిగా చూచువానికి గ్రహింపును కలుగజేస్తుంది. వాస్తవాన్ని ఈ లోకాను సారంగా కాకుండా సృష్టి పరంగా చూసినపుడు ఆత్మ యందలి పుట్టుక మర్మమైనదిగా కనబడునుగాని ఇది సహేతుకమైనదే. శరీరము నందలి జీవితం మరియు ఆత్మయందలి జీవితం మధ్య ఉన్న అగాథంను దాటుట సాధ్యమగునట్లు నరులను వారి సృష్టికర్తతో ఐక్యపరుచుటకు కుమారుడు వచ్చెను.

ఆత్మయే జీవింపజేయుచున్నది. శరీరము కేవలం నిష్ప్రయోజనం నేను మీతో చెప్పియున్న మాటలు ఆత్మయు, జీవమునై యున్నవి (6:63). ఈ

వ్యత్యాసాన్ని క్రియా రూపకంగా నిర్వచించవచ్చు. జీవము మరియు ఆత్మ వేరు పరచలేనివని చెప్పుటకు సందేహంలేదు. శరీరమందు జన్మించుట తాత్కాలికము మరియు క్షయమైనది. కాని ఆత్మయందలి జీవము బలమైనది మరియు శరీరమందు బ్రతుకు చుండగానే నిత్యజీవమును కలుగజేయనిది. ఇది సమృద్ధియైన జీవము గనుక దీనితో నాణ్యతకు కొలతకు సంబంధం లేదు. ఆత్మయందు జన్మించిన నరులు పక్షిరాజు వలె మరియు పావురము వలె ఆత్మ సంబంధ ఉన్నత స్థలములకు ఎగురుచు దేవుని సృష్ఠిని చూడగలరు. అప్పుడే వారు విధులను వారి వృత్తిని గ్రహించగలరు. కనుక రెండవ సృష్ఠియొక్క పతనం దేవుని ఊపిరి వలన జీవమును పొందుకొందునని చెప్పుచున్నది (ఆదికాండం 2:7). పరిశుద్ధ గ్రంథము ప్రకారము సృష్ఠి యొక్క ఉద్దేశము జీవమును కలిగి బ్రతుకుటకును మరియు నరుని యొక్క ధర్మము దేవుని యొక్క ఆత్మ ఊపిరి వలన బ్రదుకుట.

హెల్లోనీయుల కాలం నాటి లక్షణాలలో బహుగా విస్తరించినది ఏదనగా ఉన్నత స్థలములలోనికి ఎక్కి వెళ్ళి ఆత్మ సంబంధమైన చరములతో వారి కార్యములలో పాలిపొందుటకు ఆశపడుట; పేరుపొందిన రహస్యమతములు ఉన్నత స్థలములోనికి వెళ్ళి విశ్వము యొక్క మర్మమును జ్ఞానమును తెలుసుకొనుటకు ప్రయాణం చేయుదుమని చెప్పుదువు. యూదా మతంలోని కాలంలో కూడా ఆత్మసంబందమైన రాజ్యంలోనికి ఏలియా రథము మీద ప్రయాణించటం ద్వారా ఎక్కి వెళ్ళగలము అనునది ప్రోత్సాహించబడినది (2 రాజులు 2:11) అటువంటి ప్రయాణంలో పాల్గొనడానికి తీవ్రమైన ప్రయాణ అనుభవాలలో పాల్గొన వలసియున్నది. ఇందునిమిత్తము వారు కొన్ని కార్యక్రమములలో పాల్గొనకుండా శరీర సంబంధమైన వాటిని కొన్నిటిని విడిచి పెట్టవలసియున్నది. కొలస్సీ పత్రికలో రాయబడినట్లుగా కొన్ని పద్ధతులను విధులను వాడుకొందురు. అవి పట్టుకొనవద్దు, రుచి చూడవద్దు, ముట్టవద్దు–ఈ బోధలు విరోధమైనది (కొలస్సీ 2:21) దేవదూత ఆరాధన యందు ఇచ్చకలిగి దాచబడిన వాటిని చూచుట అను అనుభవాలనుండి అడ్డుకొనును (కొలస్సీ 2:18).

మర్మ సంబంధమైన మతములు ఉన్నత ప్రాంతములకు ప్రయాణం చేయాలని తీవ్రంగా ఆకాక్షించాయి. అందు నిమిత్తము అవసరమైన క్రమములను పాటించుటకు నిగూఢమైన జ్ఞానాన్ని పొందడానికి ప్రయత్నాలు చేస్తాయి. దేవదూత ఆరాధన యందు పాలుపొంపులు పొందునట్లు వారికి అవకాశం కల్పించుటకు అవసరమైన సాహిత్యాన్ని కుమ్రాను నిబంధనలో ఉన్నవారికి అవకాశం కలిగించాయి. పౌలు రెండవ ఆకాశమునకు ఎత్తబడిన పరిస్థితులు కోణాలను గురించిన వివరాలు మనకు తెలియలేదు (2 కొరింథి 12:2). ఇటు వంటి జయకరమైన ప్రయాణాలు ఉన్నత స్థలములకు వెళ్ళిన వారు, గొప్ప వ్యక్తి గత ప్రతిష్ఠితను కలిగి ఉంటారు. కాని పౌలు ఇటు వంటి ప్రయాణం వలన కలుగు ఏకకాల ఘనతను తిరస్కరించారు. ఉన్నత స్థలమగు పరదైసునకు తన ప్రయాణం గూర్చిన వివరణ మరియు ఘనత. ఇహలోక సంబంధమైన ప్రపంచాన్ని అధిగమించి ఆత్మ ప్రపంచానికి మరియు ఉన్నత రంగాలకు ఎదగాలని కోరిక వాస్తవంగా బలంగా కనబడుతుంది. యోహాను తన సువార్తలో ఇటు వంటి ప్రయాణములను అసంబద్ధమైనవిగా చెప్పుచున్నాడు. పరలోకమునకు ఎక్కిపోయిన వాడెవడును లేడు అని చెప్పుట ద్వారా ఇవి సత్యములు కాదని అనర్థమైనవిగా చెప్పుచున్నాడు. ఈ లోక మందు జీవించు నరులు దేవుని ఆత్మతోను సత్యముతోను ఆరాధించవచ్చు (4:23) వారు ఆత్మవలన పుట్టిన వారైతే వారి యందు సమృద్ధియైన జీవము కలదు. ఆత్మీయ సృష్టిలో బ్రతకడానికి పరలోకమునకు ఎక్కిపోవలసిన అవసరంలేదు.

సువార్తలోని నాటకీయతను ఇక్కడ గమనించాలి. అతను ఎక్కడ నుండి వచ్చెనో అక్కడికి ఎక్కి వెళ్ళునట్లు ఈ లోకములోనికి వచ్చినవాడు లోకమునకు ఆత్మీయ జీవమును ఇచ్చినాడు. అతడు వెడలిపోవుట శరీర ధారియై నరులకు అందించుటకు వచ్చిన వాటి అన్నిటికి అంతము నిచ్చుటయే. సత్య స్వరూపియగు ఆత్మ పై నుంచి జన్మను కలుగజేయును గనుక ఆయన లేకుండా ఈ భూమి మీద జయకరముగ బ్రతుకగల ఆయన శిష్యులను అనాథగా విడిచి వెళ్ళుచున్నాడా అది తప్పక జరగవలసి యున్నది. శిష్యులను వారి హృదయములను కలవరపెట్టు చున్నది (14:1).

రెండు వీడ్కోలు సంభాషణలో యోహాను ప్రకారం తండ్రి చేత పంపబడిన వాడు తండ్రి యొద్దకు వెళ్ళుట దుఃఖకరముకాదు. ఈ లోకంలో ఆయన కార్యము సంతోషకరమైన ముగింపును కలిగియున్నది. కుమారుడు వెడలిన తర్వాత కూడా నరుల ఆత్మయందలి జీవము కలిగియుండుట ముగించబడలేదు. కుమారుని వ్యక్తిత్వము నందు దేవుని ప్రయత్నము ముగింపును పలుకలేదు. వేరొక ఆదరణ కర్త ఆయన పనిని కొనసాగించునట్లు ఆత్మయందలి జీవమును పురుషులు మరియు స్త్రీలు మధ్య వాస్తవపరచుచున్నది. యేసు తన శిష్యులతో తాను వెడలుట వారికి ప్రయోజన కరమని చెప్పుచున్నాడు (16:7). ఆయన వారి మధ్య శరీరధారియై యుండగా యేసు ఎవరో ఆయన ఏ కార్యము చేయుటకు వచ్చెనో గ్రహించుట కష్టతరముగా నుండును. కుమారుని అభ్యర్థనను బట్టి తండ్రి పంపిన జ్ఞాన ఆత్మ వారి అనిశ్చితిని తొలగించును (14:17). ఆయన యేసుకు సాక్ష్యము వహించు చున్నాడు (15:26). ఇప్పుడు ఆయన యేసుతో ఉన్నాడు (8:28, 12:50) ఆలాగుననే జ్ఞాన ఆత్మ కూడా తండ్రి తనకు ఏమి చెప్పుచున్నాడో దానినే చెప్పును (16:13). "ఆయన వచ్చి పాపమును గూర్చియు నీతిని గూర్చియు తీర్పును గూర్చియు ఒప్పుకొనజేయును" అని జ్ఞానాత్మను గూర్చి యేసు శిష్యులతో చెప్పెను. (16:8) పంపబడిన వానిని తృణీకరించుట కుమారుని వ్యక్తిత్వము నందు తండ్రిని తిరస్కరించుట చేయువారిని వారి పాపములను ఒప్పింపజేయును. కుమారుని ఒప్పుకొననివాడు పాపులుగా ప్రకటించబడుచున్నారు (16:9). దేవుని నీతిని ప్రత్యక్షపరచుచు జరుగవలసిన దానిని దేవుడు జరిగించినట్లుగా ఆయన లోకమును ఒప్పింపజేయును ఆత్మయందలి జీవమును దేవుడు అందరికి దయచేయుచున్నాడు (16:10) దేవుని ఉద్దేశములు నెరవేర్చబడినపుడు దేవుని నీతి పూర్తి స్పష్టతను కలిగి ఉంటుంది. తండ్రి యందు తన మహిమ వలన యేసు తన పరిచర్యను జయకరముగా ముగించినందున తీర్పును గూర్చియు అతడు ఒప్పింప జేయును (12:28,31) అనగా ఈ లోక అధికారి ఖండించబడి తీర్పు పొందియున్నాడు (16:11).

ఈ మాటలు ద్వారా చెడును నిర్మూలించి దేవుని న్యాయము యొక్క నిరూపనతో ఇది ఇప్పటికి సాధించబడినట్లుగా పునర్ నిర్వచింపబడింది.

జ్ఞానాత్మయొక్క సన్నిది విశ్వాసులను మరణము నుండి మరియు పాపలోకం నుండి పైకి లేపును. ఈ సువార్తలో యేసు 'నేను మరలా వచ్చెదను' అని వాగ్ధానము చేయుచున్నాడు (14:3) అయితే మనుష్య కుమారుడు కొడవలి చేత పట్టుకొని మేఘములలో తిరిగి వచ్చుచున్నట్లుగా ఇక్కడ వ్రాయబడియండలేదు. ఆకాశములో జరుగు అలజడి యుద్ధములను గూర్చిన పుకారు, తెలియని సమస్యలు ఈ సువార్త లోచెప్పబడనివి ఈ లోక నాగరికత విపత్తులో నాశనముతో ముగిస్తుంది. క్రొత్త ఆకాశము క్రొత్త భూమి కాలములు మార్పుచెందుట అను నాటకీయ పరిణామాలు కనబడవు కాని పాపలోకమునకు తీర్పు తీర్చుట ప్రారంభమైనది; విశ్వాసులు నిత్య జీవమును పొందుకొనుచున్నారు. ఆయన మాటలను వెంబడించిన వారు మరణము ఎన్నటికి చూడరు (8:51). ఆత్మ ప్రపంచంలో బ్రతుకుట ఇప్పటి సాధ్యమే.

మహిమ పరచబడిన కుమారుని స్థానమును ఇప్పుడు తీసుకొనిన జ్ఞానాత్మ ఆయనను మహిమ పరచుచున్నాడు. అయితే ఈ క్రింది లోకమునకు దిగి జయవీరుడిగా పరలోకమునకు ఎక్కిపోవుచున్న ఆయనను ఎదురుకొనుట ద్వారా కాదు. ఆయన వాటిలోనిది తీసుకొని ఆయనకు చెందిన వారికి వాటిని తెలియ జేయుచు ఆయనను (కుమారుని) మహిమ పరచుచు మధ్యవర్తిగా ఉన్నట్లుగా జ్ఞానాత్మ ప్రవర్తించుచున్నాడు (16:14). క్రింది లోకంలో నివసించుచున్న వారి ఆత్మలో జ్ఞానాత్మను శాశ్వతంగా వాస్తవం చేయుట ద్వారా కుమారుడు మహిమ పరచబడుచున్నాడు.

ఆయన పునరుత్థానుడైన తదుపరి వచ్చు ఆదివారమును పరిశుద్ధాత్మను పంపుట ద్వారా యేసు తన వాగ్ధానమును నెరవేర్చినారు. సాయంకాలమున శిష్యులు యూదులకు భయపడి తాము కూడియున్న ఇంటి తలుపులు మూసుకొని యుండగా యేసు వారి మధ్య ప్రత్యక్షమై వారి మీద ఊది 'పరిశుద్ధాత్మను పొందుడి' అని చెప్పెను (20:22). అలాగునే దేవుడు ఆదామునకు ఇచ్చిన జీవాత్మ కార్యము ఇక్కడ మరలా ప్రత్యక్షపరచబడింది. ఇది నూతన మానావాళిని సృజించుట ఆయన వారికి చేసిన వాగ్ధానము ఆత్మను తిరిగి పంపుట ద్వారా నెరవేర్చియున్నాడు. ఆత్మయందు పుట్టిన వారుగా ఆయన యందు బ్రదుకుదురు వేరొక ఆదరణ కర్తయందు వారు ఆయనతో ఉందురు.

ఆయన తన శిష్యులకు ఆత్మను పంపుదునని వాగ్ధానం చేసినపుడు వారికి శాంతిని అనుగ్రహించుటకే ఈ వరము నిచ్చుట ఉద్దేశము. రెండు వీడ్కోలు సంభాషణలో ఈ ఉద్దేశం కనబడుచున్నది (14:27,16:33). ఈ క్రింది లోకమునందు జీవితము శ్రమను కలిగి యుండవచ్చు కాని ఆత్మయందు బ్రదుకుచున్నావారు యేసునందలి శాంతిని కలిగియున్నారు. యుద్ధము జరుగునప్పుడు దేశములో ఉన్న శాంతి వంటి శాంతి కాక, యేసు వలనను ఆత్మ వలనను కలుగు శాంతిగా ఉండును ఆత్మయందు పుట్టినవాడిని దేవుడు ఆత్మను కొలత ప్రకారము, దేవుడు దీనిని ఒక ప్రణాళిక ప్రకారము పిసినారి తనంగా రేపటి కొరకు కొంత దాచి ఇవ్వడు. దేవుడు శాంతిని సంపూర్ణమైనదిగా ధారాళముగా ఇస్తాడు. దేవుడు దానిని అవాంతరాలు లేకుండా ఇచ్చును గనుక దానిని పొందుకొనువారు ఆత్మయందలి జీవమును సమృద్ధిగా కలిగియుంటారు. పై నుండి జన్మించువారికి ఇది నూతన వాస్తవం.

ఈ బహుమానము ఒక వివేక వంతమైన పరిచర్యను కలిగి ఉంది. మొదట పంపబడిన ఆత్మ పనిని జరిగించుట. ఆయన వలన కనబడినవారిని జీవము నిమిత్తమైన రాయబారులుగా ఆత్మ మార్చును. ఆత్మ మరియు జీవము కవలలు. ఈ ఆత్మ యొక్క పరిచర్య జన్మింపజేయునది మరియు ఆత్మ వలన జన్మించిన వారికి జీవము నిచ్చుట తీర్పు దినములలో సమాధానము కలుగజేయు రాయబారులుగా ఉంచుట వారి జీవమును ఇతరులతో పంచుకొనుట ఇది ఆత్మయైయున్న దేవుని సంపూర్ణ చిహ్నాము మరియు అంతిమ సంకల్పం (4:24) ఆత్మయై యున్న దేవుని పిల్లలుగా ఆత్మను ఉచితముగా ఇచ్చుదురు. క్రైస్తవులు సమాధాన రాయబారులుగాను ఆత్మయందలి జీవములో ఆనందము కలిగిన వారుగా ఉందురు. యేసు నందలి సమృద్ధియైన జీవము స్వార్థపూరితముగా ఇచ్చుటకు రాలేదు లేదా కొలత ప్రకారము ఇచ్చుటకు కాదు. క్రైస్తవులు వారి జీవితముల విషయమైన చింతలేక వారి తలాంతులను పంచుట యందు దారాళముగా నుందురు. దేవుడు వారిని సృజించుట యందు ఆత్మయందు బ్రదుకు వారుగాను సృష్టిలోను వ్యక్తిత్వములోను ఆయన వారై పొందుకుందురు.

పాఠము - 14

"నామాటలు జ్ఞాపకము చేసికొనుడి"

1901 వ సంవత్సరంలో మార్కు సువార్తలో వ్రాయబడినట్లుగా జరగలేదని సువార్తలను గురించి ధ్యానించు అధ్యయనం చేయువారితో Wilhelm - Wrede తన వాదనతో కదిలించెను. రచయిత యొక్క ఉద్ధేశము రాబోవు తరము తెలుసుకొనునట్లు జరిగినది జరిగినట్లుగా కాదు గాని ఆ తరము వారికి క్రీస్తు యేసుపై విశ్వాసం సహేతుకమైనది పరిస్థితుల దృష్ట్యా స్థిరముగా ఉండునట్లు వ్రాయబడినది. ఇది మెస్సయానికి రహస్యము Wrede పేరు పెట్టినాడు. ఇది సువార్తలోని 2 అంశాలుగా లేక ప్రాధమిక రూపాలుగా ఉంది.

యేసు తనను దేవుని కుమారుడిగా లేక మెస్సయ్య అనుబడు క్రీస్తుగా గుర్తించిన వారిని మౌనముగా నుండమని ఆజ్ఞాపించినాడు. ఇది ప్రత్యేకముగా దయ్యములను వెళ్ళగొట్టినపుడు దయ్యము పట్టిన నరునిలోని దురాత్మ తనను వెళ్ళగొట్టువాడు తన యెదుట నిలువబడి యుండుట చూసి గుర్తించినట్లు గమనించ

గలం. యేసు వానిని గద్దించి ఊరకుండుము అని చెప్పెను (మార్కు 1:25) లేక 'ఎవరితోను ఏమి చెప్పవద్దని రహస్యముగా ఆజ్ఞాపించెను. ఒక వేళ పేతురు ఒప్పుకొనినప్పుడు కూడా ఈలాగుననే ఉండి యున్నది. "నీవు క్రీస్తువు" అని పేతురు చెప్పినపుడు తన్ను గూర్చిన ఈ సంగతి ఎవరితోను చెప్పవద్దని ఆయన వారికి ఖండితముగా చెప్పెను (మార్కు 8:30).

యేసు యొక్క రహస్య సందేశము ఏలాగనగా ఆయన జన సమూహముతో చెప్పిన దాని విశిష్ఠతకు చిన్న గుంపుగా ఉన్నప్పుడు ప్రత్యేకముగా దాని మర్మములు తెలియజేయుట. జన సమూహము ఆయన చెప్పిన వాటి అర్థమేమైయుండునో అని ఆశ్చర్యపడుచుండగా తన శిష్యులకు రహస్యముగా దానిని తెలియజేసెను. గలిలయ సముద్ర తీరమున బహుజనసమూహమునకు పరలోక రాజ్యమును గూర్చిన ఉపమానం చెప్పెను. తదుపరి 12 మంది ఆయనతో ఒంటరిగా ఉండగా తాను చెప్పిన ఉపమాన భావమును దేవుని

రాజ్య మర్మము తెలుసుకొనుట మీకు అనుగ్రహించబడియున్నది. కాని వెలుపల నుండు వారికి అన్నియు ఉపమాన రీతిగా బోధించబడుచున్నవి (మార్కు 4:10,11). ప్రాముఖ్యమైన మరియొక సంభాషణ గమనించినట్లయితే "ఈ గొప్ప కట్టడములను చూచుచున్నావే రాతి మీద రాయి ఒకటైనను నిలిచి ఉండకుండా పడద్రోయబడెను అనెను". తదుపరి ఒలీవల కొండ మీద కూర్చుని ఉన్నప్పుడు కేవలం 4గురు శిష్యులకు మాత్రమే దాని భావం చెప్పెను. పేతురు, యాకోబు, యోహాను, అంద్రేయ అనువారు. (మార్కు 13:1,2,3) అలౌకిక సంభాషణలో వినుచున్నవారు ఆశ్చర్యపడుచుండగా తనకు దగ్గరగా ఉన్న నలుగురితో దాని భావం పంచుకున్నారు. మెస్సయ్యానిక్ రహస్యమేమనగా Wrede వాదన యేసు పునరుత్థానుడైన తర్వాత ఒక సాహిత్యాన్ని ఆధారం చేసుకొని మార్కు సువార్తను వ్రాసి ఉండవచ్చు ఆయన పునరుత్థానము తర్వాత యేసు శిష్యులు ఆయనను మెస్సయ్యగాను క్రీస్తుగాను ప్రకటించగలిగిరి. వినువారు అనేకులు యేసుని ఎరిగిన వారై ఆయన ప్రసంగించిన దానిని ఎరిగి యుంటిరి యేసు తన పరిచర్యలో తాను మెస్సయ్య అని చెప్పుకోలేదు కనుక ఆయన శిష్యులు ఆయన మరణించి పునరుత్థానుడైన తర్వాత ఆ బిరుదు ఆయనకు ఇవ్వాల్సిన అవసరం లేదు. Wrede ప్రకారం ఈ వ్యతిరేకతకు వారు ఇచ్చిన జవాబు యేసు మమ్మును మౌనముగా ఉండమని చెప్పెను కాని అర్థమునుకాని రీతిలో ఆయన ఏమైయున్నాడో వారికి తెలియజేసెను. బహిరంగ గుర్తింపు ఆయనకు లేకపోయినను ఆయన సువార్త పరిచర్యలో యేసు మెస్సయ్యగా గుర్తించబడక పోయినను మనమందరము ఎదుగుదుము.

మార్కు వ్రాసిన మెస్సయ్యను గూర్చిన రహస్యమును మిగిలిన ఇద్దరు దత్తత తీసుకున్నట్లుగా పండితులు గుర్తించిరి. Wrede దీనికి ఇచ్చిన వాస్తవ కేంద్రాన్ని అనేకులు గుర్తించుటకు ఇష్టపడలేదు. యేసు చేసిన బహిరంగ పరిచర్య మెస్సయ్యను సంధర్భాన్ని సూచిస్తుంది. యేసు మెస్సయ్య అను జ్ఞానము లేకపోతే రోమీయుల అధిపతి యేసును సిలువ వేయమని ఆజ్ఞాపించడం కష్టం.

ఈ Wrede చెప్పిన దానికి భిన్నంగా మెస్సయ్యను గూర్చిన రహస్యము యోహాను వేరుగా చెప్పుచున్నాడు. మౌనముగా ఉండమని ఆజ్ఞాపించిన దాని

కంటే తనకు సమీపమున ఉన్న ప్రతి ఒక్కరికి తాను దేవుని కుమారునని తండ్రి చేత పంపబడెనని యేసు ప్రకటించుచున్నాడు. ప్రారంభం నుండి ఇతర మానవాళి నుంచి వేరుపరిచే బిరుదులు యేసుకు ఇవ్వబడినవి. యేసుతో ఒక దినము గడిపిన తర్వాత తన సహోదరుడు సీమోనుతో అంద్రెయ చెప్పిన దేమనగా "మేము మెస్సయ్యను కనుగొంటిమి" అనగా క్రీస్తును (1:41) బాప్తిస్మమిచ్చు యోహాను నేను క్రీస్తును కాను అని 2 సార్లు ఒప్పుకొనినందున (1:20, 3:28) దానిని బట్టి క్రీస్తు ఎవరో గ్రహించగలము సమరయ స్త్రీ ఆయనతో మాటలాడుచు మెస్సయ్య వచ్చునని నేను ఎరుగుదును (క్రీస్తు అనబడినవాడు) యేసు ఆమెతో నీవు మాటలాడుచున్న ఆయనను నేనే అని చెప్పెను (4:25,26) తదుపరి సుఖారు అను ఊరిలోని సమరయులు ఈయన నిజముగా లోక రక్షకుడని మేము ఎరుగుదుము అని ఒప్పుకొనిరి (4:42) ఆయన శిష్యులు అనేకులు ఈ మాటవిని ఇది కఠినమైన మాట ఎవడు వినగలడు అని అనగా యేసు వారితో మీరు నన్ను విడచి వెళ్ళుదురా అని అడిగినపుడు ఆ సవాలు వారిని ఈలాగు ఒప్పుకొనునట్లు చేసెను.

నీవే దేవుని పరిశుద్ధుడవని మేము విశ్వసించి యెరిగియున్నామని వారు చెప్పిరి (6:69) ఈ ఒప్పందమును వినిన యేసు ఎవరితోను చెప్పవద్దని అడిగినట్లుగా చూడము. మొదటి 3 సువార్తలలో పేతురుతో చెప్పిన విధముగా పుట్టు గుడ్డివానికి ఎదుట వెళ్ళిన యేసు తానే దేవుని కుమారుడనని తనను తాను కనపరచుకొనెను (9:37) యూదులు విసుగుచెంది ఆయనతో నీవు క్రీస్తువైతే మాతో చెప్పుమనిరి. అప్పుడు యేసు మీతో చెప్పితిని అనెను (10:24,25) మార్త నీవు దేవుని కుమారుడవైన క్రీస్తువని నమ్ముచున్నాను. (11:27) దీనిని ఎవరితోను చెప్పవద్దని మార్తతో యేసు చెప్పలేదు చివరిగా పిలాతు యేసును ఆయన శిష్యులను గురించి బోధను గురించి ప్రశ్నించినపుడు నేను బాహాటముగా లోకము ఎదుట మాటలాడితిని. రహస్యముగా నేనేమి మాటలాడలేదు అనెను (18:20) యోహాను ప్రకారం తనను గురించిన నిశ్శబ్దం ఎంచుకుంటే బహిరంగముగా ప్రకటించుట మేలని తెలియజేసెను. ఈ విధంగా ఈ సువార్త మొదటి 3 సువార్తలలో స్పష్టంగా కనబడే మెస్సయ్య అనే రహస్య

మూలాంశమును తిరస్కరిస్తుంది ఈ ఉద్దేశం యొక్క ఇతర అంశం తిరస్కరించబడలేదుగాని సవరించబడినది. ఆయన సిలువ మీద మహిమ పరచబడిన తర్వాత పునరుత్థాన ఆదివారమున పరిశుద్ధాత్ముడు. పైన వ్రాయబడినట్లుగా మొదటి 3 సువార్తలలో యేసు తన పరిచర్యలో ఏర్పరచబడిన చిన్న గుంపునకు దేవుని రాజ్యమును గూర్చిన మర్మమును బోధించెను. బోధించుట ద్వారా గ్రహించగలమను మాట యోహాను సువార్తలో శిష్యులకు ఇవ్వబడింది. పునరుత్థానము తర్వాత ఆత్మ దానిని జ్ఞాపకము చేయును 2వ వీడ్కోలు సంభాషణలో శిష్యులు చెప్పినది ఇదిగో ఇప్పుడు నీవు గూడార్థముగా ఏమియు చెప్పక స్పష్టముగా మాటలాడుచున్నావు సమస్తమును ఎరిగినవాడవని దేవుని యొద్ద నుండి నీవు బయలుదేరి వచ్చితివని నమ్ముచున్నామనిరి (16:29,30).

అనేక సంధర్భాలలో సువార్త అంతటిలో యేసు చెప్పుచున్నదానిని వినుచున్నవారు అర్థం చేసుకొన లేదన్నట్లుగా స్పష్టం అవుతుంది. మొదట నుండి నేను మీతో ఎవడనని చెప్పుచున్నానో వాడినేనని యేసు స్పష్టం చేసెను (8:25) తండ్రిని గూర్చి తనతో ఆయన చెప్పెనని వారు గ్రహించలేదు కనుక యేసు మీరు మనుష్య కుమారుని పైకెత్తినపుడు నేనే ఆయనని గ్రహించెదరు అని చెప్పెను (8:27-29). గొర్రెల కాపరికి, తన గొర్రెలు కానివాటికి మధ్య వ్యత్యాసమును చూపించిన తర్వాత ఈ సాదృశ్యము యేసు వారితో చెప్పెను గాని ఆయన తమతో చెప్పిన సంగతులు ఎట్టివో వారు గ్రహించుకోలేదు (10:6).

శిష్యులతో భోజనము చేసిన తర్వాత యేసు వారి పాదములు కడుగ నారంభించినపుడు పేతురు అభ్యంతరపడి 'ప్రభువా నీవు నా పాదములు కడుగుదువా' అనెను. అప్పుడు అతనిని నెమ్మది పరచిన యేసు "నేను చేయుచున్నది ఇప్పుడు నీకు తెలియదు గాని ఇక మీదట తెలుసుకొందువు" అని అతనితో చెప్పెను. ఈ సందర్భము పాదములను కడుగుట అను ఈ సందర్భమునకే కాక యేసుని పరిచర్య అంతటికి వర్తిస్తుంది. ఇదే సందర్భము గ్రంథకర్త అనేక సందర్భాలలో ఈలాగుననే వివరించెను. జీవజలముల నదులు

నాలో నుండి ప్రవహించును అని యేసు చెప్పుట తన యందు విశ్వాస ముంచువారు పొందబోవు ఆత్మను గూర్చి ఆయన ఈ మాట చెప్పెను. యేసు ఇంకను మహిమ పరచబడలేదు గనుక ఆత్మ ఇంకను అనుగ్రహింపబడి యుండలేదు (7:39) మరియొక మాటలో 1చెప్పాలంటే ఆ దినములలో యేసు చెప్పినది ఎవరికి అర్థం కాలేదు. వారి మీదకి వచ్చిన తరువాత (అంగీకరించబడిన తర్వాత) జరిగినది సమస్తము వెలుగులోనికి వచ్చెను.

ఇక్కడ వ్రాయబడిన వాటి వివరములను స్పష్టముగా గ్రహించిన తరువాత ఈలాగు చదవగలము. ఆయన శిష్యులు ఈ మాటలు మొదట గ్రహింపలేదు గాని యేసు మహిమపరచబడినప్పుడు అవి ఆయనను గూర్చి వ్రాయబడెననియు వారు ఆయనకు వాటిని చేసిరనియు జ్ఞాపకమునకు తెచ్చుకొనిరి (12:16). పేతురును, ఆయనచే ప్రేమించబడిన శిష్యుడును సమాధి తెరువబడి యుండుటయు యేసు దేహము సమాధిలో నుండి దొంగిలించబడుటయు వాస్తవమో కాదో తెలుసుకొనుటకు పరుగెత్తుకొని వెళ్ళగా అని రచయిత ఈలాగు వ్రాయుచున్నాడు. ఆయన మృతులలో నుండి లేచుట అగత్యమను లేఖనము వారు ఇంకను గ్రహింపరైరి (20:9).

ప్రతి సువార్త ఎవరి మధ్యకు ఇది తీసుకొనిపోవలెను అను ఒక ప్రత్యేకమైన ఉద్దేశము కలిగి యేసుని గూర్చిన చిత్రమును కనుపరుచుటకు ఒక ప్రత్యేక ప్రణాళిక కలిగియుంది. సిలువమీద యేసు మరణం శిష్యులును నిశ్చేష్టులను చేయగా ఆయన పునరుత్థానము వారికి ఆశ్చర్యమును కలుగజేసింది. యేసుతో కూడా శిష్యులు ఉన్నపుడు ఆయనను గూర్చి వారికి కలిగిన ఉద్దేశము కంటే ఈ రెండు ప్రత్యేక అనుభవాలు యేసును గురించి ఆయనను అర్థం చేసుకొనుటకు గొప్పకారణాలుగా ఉన్నాయి. యోహాను ప్రకారం మననప్పూర్తిగా అంగీకరించుటకు ఇవి ప్రత్యేకంగా మిగిలిపోయాయి. అయితే ఈ సువార్త మాత్రమే ఒక ప్రత్యేక కారణాన్ని కలిగియున్నదని చెప్పలేము కాని ఆ దినములలో నివసించుచున్న వారికి జరిగినది అర్థం అగునట్లు తిరిగి కట్టబడినదని చెప్పవచ్చు.

యేసు యొక్క బోధనలు మరియు ఆయన వ్యక్తిత్వం యొక్క సర్వ ప్రత్యక్షత ఆయన పరిచర్య కాలంలో తెలియపరచబడలేదు మరియొక మాటలో యోహాను ప్రకారం నేటి చరిత్రకారులు కోరుకున్నట్లుగా మిగిలిన మూడు సువార్తలలో వ్రాయబడినట్లుగా వ్రాయబడలేదు. వేదాంత అనుభవాలను బట్టి ప్రత్యేకించబడినది యేసు సువార్తగా ఇందులో వ్రాయబడినది. ఇంతకు ముందు ధ్యానంలో చెప్పిన రీతిగా వారు అర్థం చేసుకొనవలసిన రీతిగానే ఇది వ్రాయబడినట్లుగా చూడవచ్చు.

యేసు జీవితాన్ని తిరిగి గమనించినట్లయితే యోహాను సువార్త ప్రకారం యేసు జీవిత చరిత్ర వ్రాయగలిగినంత వివరము ఇయ్యబడలేదు. ఈ సంఘటనలు జరిగిన చాలా కాలం తర్వాత మౌఖిక నాగరికతను బట్టి వ్రాయబడినదే గాని ఆనాటి సమాజం యొక్క జ్ఞాపకాలను ఈ కథకు సమకూర్చి వ్రాసియున్నారు. ఈ దినాలలో ఎలక్ట్రానిక్ రికార్డుల ద్వారా దాచబడినటు వంటివి కావు నాటి జ్ఞాపకాలు. అది ఎన్నుకొని అనువదించి దాచబడుతుంది. నాటి సంగతులను దాచుకొనుట జ్ఞాపకాలు కాదు. కాని నేడు వాటిని మరల తిరిగి జీవింపచేయుట జ్ఞాపకం. కనుక జ్ఞాపకం అంటే వేదాంత ప్రత్యక్షతలోని వేరుచేయబడిన అనుభవం.

పరిశుద్ధ అగస్టీన్ Confsession అనే తన పుస్తకంలో పరిశుద్ధాత్మ నడిపింపులోని జ్ఞాపకంలో విశ్వాసం జీవించునని వ్రాసియున్నాడు. యోహాను సువార్తను చదివినపుడు జ్ఞాపకులు అనే పాత్రను ఒక నాయకునిగా పరిగణించాలి. ఈ విషయంలో గ్రంథకర్త జ్ఞాపకాలమీద ఆధారపడి ఉన్నట్లుగా బహిరంగముగా ఒప్పుకున్నాడు. వ్యక్తిగత ఆధ్యాత్మిక అనుభవంలో వ్యక్తి లేక సమాజం గుర్తింపును నిర్ణయిస్తుంది. ఒకడు తన జ్ఞాపకాలను రాసేటపుడు స్వీయచరిత్రను వ్రాయడం, రచయిత ఇతరులు తనను ఏలాగు చూడవలెనని ఉద్దేశించెనో ఆలాగున వ్రాయును దానికి ఒక ప్రత్యేక కారణం ఉద్దేశం ఉండవచ్చు. నేటి వ్యక్తిగత అనుభవాలు అర్థం చేసుకోవలసిన రీతిగా ఈనాలుగు సువార్తలు ఎన్నుకొని వ్రాసియున్నారు.

పరిశుద్ధాత్ముడు వారికి తెలియజేసిన అనుభవాలను పునరుత్థానము తర్వాత అర్థం చేసుకున్నంత రీతిగా యేసు పరిచర్యలో జరిగిన వన్ని నాటి దినాలలో శిష్యులు గ్రహించి యుండలేదు మనుష్య కుమారుడు మహిమ పరచబడిన తర్వాత ఆయన ఎత్తబడి తండ్రి యొద్దకు తిరిగి వెళ్ళిన తర్వాత మాత్రమే జరిగిన వాటిని జ్ఞాపకం చేసుకొని లేఖనాలలో ముందుగా చెప్పబడిన రీతిగా వారు ఆయనను అర్థం చేసుకొనిరి అనగా పరిశుద్ధాత్మ చేత లేఖనముల వెలుగులో జ్ఞాపకం చేసుకొనబడిన జ్ఞాపకంగాను ఆయన మహిమ పరచబడుటలోని శక్తిని గ్రహించిన రీతిగాను తండ్రి చేత పంపబడిన వానిగాను యేసును లోక రక్షకునిగా గుర్తించుటలోను వారు ఆయనను ఎరిగియుండిరి.

ఈ సువార్తలో జ్ఞాపకం ఒక సాంకేతిక భావం. కాని పరిశుద్ధాత్మ చేత బలపరచబడి యేసు జీవితములో లేఖనములో వ్రాయబడిన రీతిగా మన మానసిక ప్రభావాలు ఒక క్రొత్తదనాన్ని తెలియజేస్తున్నాయి. వివరించబడిన వాటి అర్థానికి సూచకములుగా కాలములు, పండుగ కాలములు మునుపటి ధ్యానములో గుర్తించాము.

యేసు వారితో ఉన్నప్పుడు పరిశుద్ధాత్మ యొక్క విధులను శిష్యులకు వాగ్దానం చేసిన రీతిగా సువార్తలలో యేసు చెప్పినవి మనం ఇక్కడ జ్ఞాపకం చేసుకోవచ్చు. "ఆదరణ కర్త, అనగా తండ్రి నా నామమున పంపబోవు పరిశుద్ధాత్మ సమస్తమును మీకు బోధించి నేను మీతో చెప్పిన సంగతులన్నిటిని మీకు జ్ఞాపకము చేయును (14:26)." అయితే దీని వివరణ ముందుగానే ఇవ్వబడింది. నేను మీ యొద్ద యుండగానే ఈ మాటలు మీతో చెప్పితిని (14:25) యేసు శిష్యులతోమాటలాడు చున్నప్పుడు తన రెండవ వీడ్కోలు సందేశంలో అవి జరుగుకాలము వచ్చునపుడు నేను వాటిని గూర్చి మీతో చెప్పితినని మీరు జ్ఞాపకము చేసుకొనులాగున ఈ సంగతులు మీతో చెప్పుచున్నాను. నేను మీతో కూడా ఉంటిని గనుక మొదటి వాటిని మీతో చెప్పలేదు (16:4) దీనిని ఏలాగున అర్థం చేసుకోవాలి.

ఇక్కడ గమనించినట్లయితే ఇంకను సిలువ వేయబడవలసిన యేసు మాటలాడుట లేదుగాని పునరుత్థానుడైన యేసు మాటలాడుచున్నట్లుగా గమనించగలం. యేసు వారితో ఉండెను గనుక ఆది నుండి ఈసంగతులను అని వారితో చెప్పిన లేక ఆయన వారితో ఉండెను గనుక ఈ సంగతులు చెప్పలేదు. ఆయన వారితో ఉండెను గనుక వారితో చెప్పి ఉండకపోతే చెప్పిన వాటిని వారు ఏలాగు జ్ఞాపకం ఉంచుకోగలరు. పరిశుద్ధాత్ముడు వారితో ఉండగా చెప్పనివాటిని ఏలాగు బోధించగలడు చెప్పగలడు. యోహాను బోధనసరించి వారికి వారి క్రైస్తవ అనుభవాలను జ్ఞాపకం చేయుటయందు ఈ సువార్త వివరణలు నాయకులుగా ఉన్నవి. వారు ఎదుర్కొన వలసిన పరిస్థితులు ఎటువంటివైనను యేసు జీవితంపై సువార్త ప్రకాశించిన వెలుగులోని జ్ఞాపకాలను వారు అర్థం చేసుకొనవలసి ఉన్నది.

పాత నిబంధనలో కార్యరూపకం దాల్చు వేధాంత అధ్యాపక జ్ఞాపకాలు వేర్లు కలిగి మనసులో భద్రపరుస్తాయి. మోషే ప్రజలతో కానాను లోనికి ప్రవేశించుటకు ముందు వారితో మాటలాడుచు నీవు కన్నులారా చూచినవి మరువక యుండునట్లు నీవు వాటిని విని నీ మనస్సును బహు జాగ్రత్తగా కాపాడుకొనుము (ద్వితీయోపదేశకాండం 4:9,4:23,6:12) మీకా దేవుని వాక్కును ఈలాగు చెప్పుచున్నాడు–నా జనులారా యోహాను నీతికార్యములను మీరు గ్రహించునట్లు "మనస్సునకు" తెచ్చుకొనుడి (మీకా 6:5) మొదటి ధినవృత్తాంతాలలో వ్రాయబడిన కీర్తనలో దావీదు ఈలాగు పాడుచున్నాడు ఆయన చేసిన ఆశ్చర్య కార్యములను జ్ఞాపకము చేసుకొనుడి ఆయన సూచక క్రియలను ఆయన నోటి తీర్పులను జ్ఞాపకము చేసుకొనుడి (1దినవృత్తాంతములు 16:13). ఉపవాసము పాపము ఒప్పుకోలు తర్వాత ఆయన ప్రజల నిమిత్తము నెహెమ్యా ఈలాగున విలపించుచున్నాడు. వారు విదేయులు అగుటకు మనసులేనివారై తమ మద్య నీవు చేసిన అద్భుతములను జ్ఞాపకం చేసుకొనక (నెహెమ్యా 9:17)?

ద్వితీయోపదేశ కాండములో 4వ అజ్ఞ ఈలాగు చెప్పుచున్నది విశ్రాంతి దినమున పరిశుద్ధముగా ఆచరించుము (ద్వితియో 5:12) అయితే అదే ఆజ్ఞ నిర్గమకాండంలో విశ్రాంతి దినమును పరిశుద్ధముగా ఆచరించుటకు నిర్గ 20:8 జ్ఞాపకము ఉంచుకొనుము అనగా దేవుని అద్భుత కార్యములను మనస్సున ఉంచుకొని దానిని గూర్చిన సంపూర్ణ జ్ఞానం కలిగి పరిశుద్ధ విధేయతతో ప్రవర్తించుట అని అర్థం.

యోహాను సువార్తలో చూడక పోయినను నమ్మినవారిని గురించి ఒక ధన్యత ప్రకటించబడియున్నది (20:29) నీవు దేవుని యొద్ద నుండి వచ్చితివని మేము నమ్ముచున్నాము అని ఒప్పుకొను ప్రతివానికి ఇది కలుగుతుంది. రాబోవు తరముల యందలి విశ్వాసులు ఆయన అద్భుత క్రియలను జ్ఞాపకం చేసుకొనుట ద్వారా యేసు కాలంనాటి విశ్వాసులుగా మారుదురు. ఎందుకనగా ఆదరణ కర్త సత్యమగు ఆత్మ వారు చూడని వాటిని వినని వాటిని వారికి బోధించి జ్ఞాపకమునకు చేయును గనుక వాక్య వెలుతురులో అన్ని విషయములను వారికి బోధించి వాటిని వారికి జ్ఞాపకం చేసిన పరిశుద్ధాత్మను అంగీకరించిన శిష్యులు యేసు అనగా ఏమిటో ఆయనను గూర్చిన అనుభవాలు అప్పుడు మాత్రమే అర్థం చేసుకొనగలరు. పరిశుద్ధాత్మ ద్వారా నడిపించబడుట అనునదియే ఒక జ్ఞాపకం అని యోహాను నిర్వచనం. భూమి మీద యేసు యొక్క జీవితము ప్రేమ ప్రసవ వేదనను కలిగించి యేసును చూడని వినని అనుభవాలను జ్ఞాపకం చేసి అర్థం చేసుకున్నట్లు చేయును. శిష్యులతో యేసు ఈలాగు చెప్పుచున్నాడు, నేను మీతో చెప్పిన మాట జ్ఞాపకం చేసుకొనుడి (15:20) నీవు అనుభవించు దానిని అర్థం చేసుకొనునట్లు ఆయన మాట నిన్ను బలపరుచును క్రైస్తవ జీవితం తండ్రిచేత పంపబడిన కుమారుని గ్రహించే సంపూర్ణతలోనికి నడిపిస్తుంది.

పాఠము - 15

యూదుల నుండి రక్షణ

తోరా (ధర్మశాస్త్రం) లేఖనముపై యోహాను సువార్తకు ఉన్న స్వతంత్రతను గ్రహించకుండా యోహాను సువార్తను అర్థం చేసుకొనుట కష్టం. అదే విధంగా ధర్మశాస్త్రము యొక్క సంపూర్ణతను ఎరుగుటకు పితరుల జీవిత చరిత్రను ఎరుగుటకు ప్రవక్తల పుస్తకముల మరియు కీర్తనలు జ్ఞానమును కలిగిన వాడై యోహాను సువార్తను చదువుటకు ప్రారంభించుట ముందే ఆ పుస్తకములోని విషయమంతటిని గ్రహించగలడు ఎందకనగా లేఖనముల వెలుగులో మాత్రమే యేసు జీవితమును గ్రహించగలము.

ఉదాహరణకు మంచికాపరి చిత్రం చూసినట్లయితే (10:1-18) యెహెజ్కేలు 34:1-10 వరకు వ్రాయబడిన ఇశ్రాయేలు కాపరుల అనుభవాలను జీవితములను బలవంతంగా ఖండించాడు. అందుకు భిన్నంగా ఈ కాపరి చిత్రం కనబడుతుంది. తన మంద నిమిత్తం దేవుడు నియమంచిన కాపరుల బలహీన అనుభవాలను బట్టి దేవుడే ఆ మందకు కాపరిగా ఉండుటకు ఇష్టపడ్డాడు (యెహెజ్కేలు 11-16) ఈ వాగ్ధానము యేసు వ్యక్తిత్వంలో నెరవేర్చబడినట్లుగా సువార్త తెలియజేస్తుంది.

ఎలియాజరు రిబ్కాను ఎదుర్కొన్నట్లుగా యేసు సమరయ స్త్రీని ఎదుర్కొన్నట్లుగా ఈ కథ ప్రతిధ్వనిస్తుంది (ఆదికాండం 28:11-61) ఈ రెండు కథలలో బావి దగ్గర సహాయం కొరకు నిలువబడిన వ్యక్తులు కనబడుతారు. ఆ యవ్వనస్తురాలు తాను ఎదుర్కొనిన క్రొత్త వ్యక్తికి కావల్సిన సహాయం అందించి అతనితో మాటలాడిన తరువాత తన ఇంటికి వెళ్ళుటకు నిర్ణయించు కొని బావి దగ్గర జరిగిన సంఘటనలను తన వారికి తెలియజేస్తుంది. ఆ ఊరివారు అతనిని ఎదుర్కొనుటకు వచ్చి వారితో ఉండమని అతనిని ఆహ్వానిస్తారు. ఆ క్రొత్త వ్యక్తి తనకు అందించబడిన ఆతిధ్యాన్ని ఆనందించి తాను వచ్చిన పనిని వారికి వివరించగా ఆ ఊరివారు అనుకూలముగా స్పందించుట గమనించగలం సమరయ స్త్రీ కథను చెప్పిన వారు లేఖనములో వ్రాయబడిన ఆ సంఘటను గుర్తించినట్లు స్పష్టం అవుతుంది. ఆలాగుననే దేవుని ప్రస్తుత ప్రణాళికను కూడా అదే విధంగా గుర్తించటం జరుగుతుంది.

అంజూరపు చెట్టు క్రింద కూర్చున్న నిజ ఇశ్రాయేలీయుడైన నతానియేలుకు దోషము లేదు (1:47) ఆలాగుననే వంచనతో తన సహోదరుడైన ఏశావునందు జ్యేష్ఠత్వపు హక్కు కొని తన తండ్రి ఇంటి నుంచి పారిపోయిన యాకోబు మధ్య వ్యత్యాసాన్ని గుర్తించగలం. కోపముతో పగ తీర్చుకొనుటకు ఎదురుచూస్తున్న అన్న నుండి పారిపోయి అరణ్యములో ఒక రాతిని తలగడగా చేసుకొని రాత్రివేళ నిద్రించిన యాకోబును గమనించగలం. ఆ రాత్రి తాను నిద్రించిన స్థలములోనే ఆకాశం నుండి క్రిందికి వేయబడిన నిచ్చెనను అతడు కలలో చూచియున్నాడు. దీని ద్వారా దేవ దూతలు ఎక్కుట దిగుట చూచినపుడు 2 అపరిమిత రాజ్యముల మధ్య బహుమానములు కానుకలు ఇచ్చి పుచ్చుకొనుట సాధ్యమని తెలుస్తుంది. ఉదయమున నిద్రలేచిన యాకోబు ఈ బలిపీఠమును కట్టి తన తరములకు వారసులకు బేతేలును ఆరాధన కేంద్రంగా ఇచ్చాడు.

కుటుంబము యొక్క ఇశ్రాయేలు సాంప్రదాయం చేత కాపాడబడుచు పోషించబడుచున్న నతానియేలునకు మనుష్య కుమారుని మీదుగా పరలోకం తెరువబడగా దేవదూతలు ఎక్కుట దిగుట చూచునని యాకోబు కలను మించిన ధర్శనాన్ని యేసు వాగ్దానం చేశాడు. ఆరోహణకు పాత్రయైన మనుష్య కుమారుని సిలువ యాకోబు కలల నిచ్చెనకు ప్రతిగా నిలిచింది. పరలోకమునకు భూమికి మధ్య సంభాషణ చేయు విధానాన్ని తెరిచిన వాడు ఆయనే ఇశ్రాయేలుగా పేరు మార్చబడిన మోసగాడైన యాకోబు కథను ఎరుగుట నిజ ఇశ్రాయేలీయులు మనుష్య కుమారుని చూచినమ్ముటకు ఎంతో అవసరమని అర్థం అవుచున్నది.

పూర్వ ధ్యానంలో సువార్తలో వాస్తవంగా జరిగిన వాటిని వ్రాయలేదని కాని లేఖన వెలుగులో ఆదరణ కర్త బోధించిన బోధలను తెలియజేసే వేదాంత ప్రతిబింబం అని మాత్రమే చెప్పగలం (14:26) లేఖనములలో వారు కలిగిన వేధాంత బోధలు జ్ఞాపకములను అర్థం చేసుకొనుట అని ఇంతకు ముందు తెలియజేసియున్నారు. యోహాను సువార్త పాతనిబంధనలోని వచనములను మిగిలిన సువార్తలు చెప్పినన్ని ఎక్కువ సార్లు చెప్పలేదు. ఆలాగుననే మత్తయి సువార్త జరిగిన వాటిని ప్రవచన నెరవేర్పు అని తెలియజేసినట్లుగా తెలియ జేయలేదు కాని ఈ సువార్త పాత నిబంధనలోని ఆచార వ్యవహారాలలో వ్రేళ్ల ఊనినట్లుగా చూడగలం.

సమరయ స్త్రీతో ఆయన మాటలాడినపుడు యూదుల నుండియే రక్షణ వచ్చునని యేసు ఆమెతో చెప్పెను (యోహాను 4:22) మానవ జాతికి జీవము నిచ్చునట్లు దేవుని చిత్తములో ముఖ్య స్థానాన్ని యూదులు కలిగి ఉన్నట్లుగా ఈ మాటలలో గమనించగలం దైవ ప్రణాళికను జరిగించుట యందు యూదులను చరిత్రలో ఏర్పరచబడిన దేశంగా మనం ఇక్కడ గమనించగలం. తదుపరి జరిగిన సంఘటనలలో యూదులకు కలిగిన అధికారం వారు ఎరుగని దానిని ఆరాధించుచున్న సమరయులను అసంపూర్ణులుగా చేశారు. దేవుడు ఆత్మ గనుక ఆయన ఆత్మతోను సత్యముతోను ఆరాధించవలెనని (4:23) చెప్పబడిన మాట. రక్షణకు ప్రతినిధులుగా ఉన్న యూదులను బలహీనపరచి గెరీజీము కొండమీద మరియు సీయోను కొండ మీద ఆరాధనను స్థానభ్రంశం చెందునట్లు చేసింది.

లేఖనములలో కనుగొనబడిన దేవుని ప్రత్యక్షతపై యోహాను యొక్క ఉపమాన రూప విశ్వాన్ని చూపిస్తుంది. ఇందులో యూదులను దేవుని చేత ఎన్నిక చేయబడిన జనాంగముగాను సమస్త దేశములకు రక్షణ ప్రతినిధులుగాను గుర్తించింది. అయితే యూదులు ఈ సువార్త అంతటిలో అబద్ధమునకు జనకుడైన అపవాదికి ప్రతినిధులుగాను ధర్మశాస్త్రమును కించపరిచి యూదుల ధర్మశాస్త్రంగా చెప్పుటయందును ధర్మశాస్త్రము మా ధర్మశాస్త్రము అని చెప్పబడుటలో బలహీన పరచబడిన దానిగా చూస్తాం (8:44, 10:34, 15:25, 18:31, 7:51, 19:7). యోహాను తన సువార్తలో దేవుడు మోషేతో మాటలాడెనని ఎరుగుదుము కాని వీడెక్కడ నుండి వచ్చెనో ఎరుగమని చెప్పినట్లుగా వ్రాసియున్నాడు (9:29) మోషేని యేసుతో పోల్చినపుడు యేసుని బలహీనముగా పోల్చుట గుర్తించుట గమనించగలం. మొదటివాడు ధర్మశాస్త్రమును తీసుకొనివచ్చెను రెండవ వ్యక్తి కృపను సత్యమును ధరించికొనివచ్చెను (1:18). ఒకరు నిందవేసే న్యాయవ్యాది (5:41) రెండవ వ్యక్తి జీవము నిచ్చుటకు వచ్చిన మనుష్య కుమారుడు (10:10). మోషే శిష్యులు (9:28) గ్రుడ్డివారు (9:41) కాగా యేసు శిష్యులు దృష్టిగలవారు (9:37,38).

ఆది క్రైస్తవులలో అన్యజనులు అని పిలువబడిన సమరయులు, గ్రీకులు ఉండి ఉండొచ్చు. అయితే మిగిలిన అధిక జనాంగం అనుమానాలకు తావు లేకుండా యూదులే. అనేక మంది యూదులు యేసును నమ్మినట్లుగా ఈ

సువార్త గుర్తిస్తుంది (7:31, 8:31, 11:45, 12:11, 42) అనేక సార్లు చెప్పబడిన వచనాలలో యూదులు ఆయనను చంపజూచుట రాజులు యాజకులు పరిసయ్యులు చంపచూచుట, చూచినపుడు మిగిలిన విశ్వాసులు గమనించబడి ఉండలేదు (5:16, 18:7:1, 25:30, 8:40, 59,10:31) ఈ వచనములన్ని యేసు శ్రమపడుటకు ముందే యేసుని పరిచర్యలోని వచనములు. అయితే లాజరు పునరుజ్జీవుడైన తర్వాత యూదులు యేసుని మాత్రమే చంపవలెనని కాక (11:53) లాజరును కూడా చంపవలెనని యుండిరి (12:10).

యేసు కాలము నాటి యూదులు తమను తాము ఏకశిల నుండి చెక్కబడిన వారుగా ఏర్పాటు చేసుకోలేదు. వారిలో సద్దుకయ్యులు, పరిసయ్యులు, ఎస్సెనులు, నజరేతువారు, హేరోదీయులు, తెరాపీయులు, గెలాతీయులు, సికారియులు, నిబంధన చేసుకొనినవారు మొదలగు వారు యుండిరి. నిబంధన చేసుకొనినవారు (క్రొమ్మాను వారు మరియు ఇతరులు) దేవాలయ వారసుల కంటే వ్యతిరేకంగా తమను తాము తెగలుగా ఏర్పాటు చేసుకొనిరి. అయితే యూదులు యెరూషలేము దేవాలయమునకు కట్టుబడిన వారుగాను 5 కాండములను ధర్మశాస్త్రము మీద ఆధారపడిన వారైయున్నారు. యేసు క్రీస్తు పునరుత్థానుడైన తర్వాత క్రైస్తవులు దేవాలయ ఆరాధనలో పాలు పంపులు పొందు వారిగాను - యూదుల సంవత్సరిక పండుగలో పాల్గొనుచు కొనసాగుచున్నారని అపొస్తులుల కార్యం స్పష్టపరచుచున్నది. ఐతే ఈ పరిస్థితి క్రీస్తు శకం 70లో దేవాలయమును పడగొట్టుట ద్వారా త్వరితంగా మారిపోయింది. యెరూషలేము దేవాలయం లేకుండా యూదులలోని నిలువబడగలిగినవారు క్రైస్తవులు పరిసయ్యులు మాత్రమే అయితే వారు సంస్థలను నకిలీవిగాను క్రొత్త గుర్తింపులతో చేయాల్సి వచ్చింది.

శాస్త్రులకు మరియు రబ్బీలకు పరిసయ్యులు నూతన గుర్తింపునిచ్చి ధర్మశాస్త్రమును అనువదించిన వారుగాను మరియు జామ్నియా కౌన్సిల్‌ను ఏర్పాటు చేయునట్లు చేసిరి. 2వ శతాబ్దం ముగింపు సమయానికి మరియు తాల్‌ముడ్ తర్వాత శతాబ్దాలలోను మిషనును సిద్ధపరిచి తెచ్చుట యందు ఉపయోగపడిరి. ఈ విభాగము నేటి క్రైస్తవులు పిలిచే పాతనిబంధన Canol of

Tanakh గా ఏర్పరచినట్లు చేసింది. ఈ కౌన్సిల్ వీరు సమాజమందిరములో ఆరాధన క్రమమును ప్రారంభించిరి. క్రమక్రమముగా ఈ సమాజ మందిరములో ఆరాధన స్థలములుగా మారి నిబంధన మందసములో Tanakh చుట్టలును కలిగి ఆకర్షిత కేంద్రంగా మారింది. పురావస్తుశాఖ వారు క్రీస్తు శకం 250 కి ముందు Torah ధర్మశాస్త్ర చుట్టలును కలిగిన సమాజ మందిరములను కనుగొన లేకపోయిరి. దేవాలయమునకు ప్రతిగా వేరొక స్థలమును సిద్ధపరచుట అనునది నిర్ణయించుటకు సమయం పట్టింది.

దేవాలయంలో అధికారిక ఆరాధనలు ప్రారంభించటానికి ఆశపడి ప్రణాళిక చేయుచున్న అనేక మంది ఆశలకు ఒక అంతమును ఇచ్చుట యందు నాటి ప్రాముఖ్యమైన రబ్బీలలో ముఖ్యుడైన రబ్బీ అకీబో ముందుగా ఉండి బారు కచోబా తిరుగుబాటుకు సహాయం చేశాడు (132-135 క్రీ॥శ॥) 70-135 సం॥రాల మధ్య పడిపోయిన బలిపీఠం యొద్దకు యెరూషలేములో బలులు అర్పించుటకు యూదులు ప్రయాణం చేసిరనుటకు ఇది ఒక ఋజువు 135వ సంలో॥ రోమీయులు యెరూషలేమును రోమా కాలనీగా మార్చి Aelia Capitolina గా పేరు మార్చిరి. దేవాలయమును పడగొట్టుట విశ్వమును నాశనం చేయుట అని యోహాను చెప్పుచున్నాడు. అయితే నూతన దేవాలయం పునరుత్థానుని శరీరం నిజ ఆరాధన బలిపీఠము మీద కాదు ఆత్మతో సత్యముతో ఆరాధించుట అయి ఉన్నది.

జామ్న్యా కౌన్సిల్ రబ్బీనికి జుడాయిజంనకు కొన్ని హద్దులను ఏర్పరిచి ప్యారిసిజమ్‌ను సంస్థాగతకరణ చేసిరి. సమాజ మందిరాలలో ఆరాధనలో 18 ఆశీర్వాద సూత్రాలను భాగముగా చేశారు. ఈ బెనిడిక్షన్స్‌లో క్రైస్తవుల మీద శాపమును ప్రకటించుట ఆలాగుననే సమాజమందిరం నుండి వెడలి గొట్టుట ఖచ్చితమే. (9:22,34, 12:42, 16:2, 7:13-19, 19:38, 20:19) యూదులకు భయపడుట మొదటి శతాబ్ధపు ముగింపులో సువార్త సంపూర్ణత చెందు సమయములో యోహాను సమాజం వారు ఇలాంటి పరిస్థితులలో ఉండిరి. ఈ పరిస్థితి కొంతమందిని రహస్య క్రైస్తవులుగుటకు కారణమైనది (20:19) మరకొందరు రాజీపడు అనుభవాలలో ప్రశ్నించబడుట తప్పించుకొనుచుండిరి.

(9:22) లోకమునకు జీవమును తెచ్చు నిమిత్తం పంపబడిన ఒకనిని అనగా యేసు ప్రత్యక్షతను నిరాకరించుటకు యూదులను అవిశ్వాసులుగాను మోషే ధర్మ శాస్త్రమునకు వ్యతిరేకముగాను ఉన్నట్లుగా తెలియజేయుచున్నారు.

యెరూషలేము దేవాలయమును పడగొట్టుట ద్వారా యేసు కాలం నాటి యూదా మతం ఉనికిని కోల్పోయింది. అనగా యోహాను సువార్త ప్రకారం యూదుల విషయంలో మొదటి శతాబ్దం ముగియు నాటికి సమాజమందిరములోని రబ్బానీ సభ్యులను గుర్తించవలసి వచ్చింది. ఒకానొక సమయానికి రబ్బానీయుల యూదా మతం మరియు ఆది క్రైస్తవ ఉద్యమం యెరూషలేము దేవాలయంలో కేంద్రమైన మతము అను తమ చనిపోయిన తల్లి యొక్క నిజ వారసులు ఎవరో తెలుసుకొనుటకు భయంకర పోరాటం కలిగియుండిరి. ధర్మశాస్త్రమునకు ప్రవక్తలకు అధికారం కలిగిన నిజ వాఖ్యతలుగా ఉండుట నిమిత్తమే వారి పోరాటం కొనసాగింది. రబ్బానీయులు Haggada మరియు Halacha అనువాటిని కలుగజేసిరి. మొదటిది లేఖనములలోని కథల యొక్క ఆత్మీయ భావాలను క్రమముగా కనపరుచుట ద్వారా భక్తి జీవితాన్ని కలిగి బ్రతుకుట మొదటి దాని ఉద్దేశం. రెండవది హేలేనీయుల పట్టణ సందర్భ బ్రతుకులో ఎదుర్కొనిన జీవిత సమస్యలకు ధర్మశాస్త్రములోని ధర్మములను వినియోగించారు. అయితే క్రైస్తవులు వారి భాగముగా లోకమునకు జీవమునిచ్చుటకు పంపబడిన ఒక్కడైయున్న యేసు యొక్క జీవితమును మరణమును అర్థం చేసుకొని లేఖనములు పరిశోధించి బ్రతుకుటకు ఇష్టపడ్డారు.

యోహాను సువార్తలోని 7,8 అధ్యాయాలలో వ్రాయబడిన దానిని గమనించినట్లయితే వారి మధ్య పోరాటం యేసును చంప వెదకునంతగా వృద్ధి చెందింది. ప్రారంభం నుండి యేసును దయ్యము పట్టిన వానిగానే నిందించిరి (7:20). దీనికి కారణములు దేవుని చేత తాను పంపబడిన వానినని తాను చెప్పుట నమ్మ శక్యము కాకపోవుట, తాను ఎక్కడ నుండి వచ్చునో వారు ఎరుగుదురు. గనుక తాను క్రీస్తు కాలేదనునది (7:27) ఆయన గలిలయుడు

గనుక తాను క్రీస్తు కాలేడనునది (7:41,52) ఆయన చెప్పుచున్నను తనను అధికారము కలిగిన వారు ఎవరు నమ్మలేదు. ఆయనను విస్మరించిరి. తన్ను గూర్చి తాను చెప్పిన సాక్ష్యము సత్యము కాదనునది (8:13).

ఈ అనర్హతలను మొదటి శతాబ్దంలోనే కలిగి ఉండి చివరికి Talmud ప్రామాణికమై గుణగణాలను అనుసరిస్తుంది యేసు తండ్రిని గూర్చి వారు ప్రశ్నించినపుడు నీ తండ్రి ఎక్కడ అని వారు అడిగిరి (8:19) మరియొక మాటలో నీవెవరవు అని ప్రశ్నించుటయే (8:25) వారి ఉద్దేశములో యూదులు మేము అబ్రహాము సంతానము మేము ఎన్నడును ఎవనికిని దాసులమై ఉండలేదు (8:33) యేసు వారు చెప్పు దానిని అంగీకరించి మీరు అబ్రహాము సంతానమని నాకు తెలియును అయినను నన్ను చంపవెదకుచున్నారు (8:34) నీ పాపములలోనే ఉండి మీరు చనిపోవుదురు (8:24) అందుకు యూదులు వారు అవమానమునకు ప్రతిగా తమను తాము ఘనపరచుకుంటూ మేము వ్యభిచారము వలన పుట్టినవారముకాము దేవుడు ఒక్కడే మా తండ్రి అని చెప్పిరి. అందుకు యేసు మీరు మీ తండ్రియగు అపవాది సంబంధులు మీరు దేవుని సంబందులు కారు అని చెప్పెను (8:44,47).

వాదనలు ముగిసిన తరువాత వారి అవమానకరమైన సంభాషణలో యూదులు యేసుతో నీవు సమరయుడవును దయ్యము పట్టిన వాడవును అని మేము చెప్పుమాట సరియే గదా అనిరి (8:48) యేసు తల్లి మరియు తండ్రి అని పిలువబడుచున్నవారు అందరికిని తెలియును గనుక ఆయన మెస్సయ్య కానేరడని వారి ఉద్దేశం (6:42) ఆయన సమరయుడు అని పిలుచుట ద్వారా వారు బహుగ అవమానించిరి.

యూదుల మరియు సమరయుల సాంగత్యంలో ఒకరి యెడల ఒకరు బలమైన జాత్యహంకార దూషణలను వ్రాయుట ద్వారా యూదులు మరియు సమరయులు కలిసి జీవించలేరని అర్థం అవుతుంది. అయితే అనేక విషయాలలో సమరయ మతము మొదటి శతాబ్దంలో వున్న అనేక యూదా మతాచారలలో ఇది ఒక భాగమే క్రీస్తు పూర్వం 10వ శతాబ్దంలో దావీదు రాజ్యం స్థాపింపబడక మునుపు ఉత్తర దక్షిణ ఇశ్రాయేలీయుల మధ్య న్యాయాదిపతుల కాలం నాటికి

రాజకీయ, సాంఘీక, ఆర్థిక ఉద్రిక్తలు చోటు చేసుకున్నాయి. ఈ ఉద్రిక్తలలో పరిశుద్ధ ప్రదేశముల గూర్చి కూడ మత పరమైన సమస్యలు కూడ వస్తూ ఉండేవి. హస్మోనియన్ రాజవంశము స్థాపింపబడే వరకు యూద సమరయుల సంబంధాలు మధ్య ఉన్న తీవ్రమైన శత్రుత్వాలు మండిపోలేదు క్రీ.పూ. 167-164 మధ్య మాక్కాభియుల యుద్ధం జరిగింది సీయోను పర్వతము అనగా మందిరము కట్టకమునుపు నూర్పిడి నేలగా ఉన్న ఆ స్థలము కంటే గెరీజిము పర్వతమే మత పరమైన బలమైన వేర్లు కలిగి ఉన్నది (2 సమూయేలు 24:16-25, 1దిన.2118, 22:1) జాగ్రత్తగా స్థిరమైన శ్రద్ధ చూపవలసిన సమయములో క్రీస్తు పూర్వం 127లో గెరీజము పర్వతము మీద ఉన్న దేవాలయము పడగొట్టబడెను క్రీస్తు పూర్వం 109 లో జాన్ హిర్కెనస్ ద్వారా సమరయ పట్టణం పడగొట్టబడెను అవి బలహీనమైన మచ్చలను కనపరచినవి సమరయులను వారి మధ్య సభ్యులుగా కలిగిన యూదులు యేసును గూర్చి దయ్యము పట్టిన వాడని సమరయుడని చెప్పబడుట అవమానకరం.

యూదులు మరియు క్రైస్తవుల మధ్య ఉన్న వివాదం మొదటి శతాబ్దపు అంతములో రాబోవు 20 శతాబ్ధాలకు తెలియజేయునంతగా వర్ధిల్లింది "Holocaust"లో మత్తయి సువార్త, యోహాను సువార్త సరిగా తెలియని వారికి జరుగుతున్న ఈ విషాదమును గూర్చి తెలియకపోవుట బాధకరము దీనిని గుర్తించిన క్రైస్తవులు అబ్రహాము, ఇస్సాకు, యాకోబుల దేవునియందు విశ్వాసముంచిన సహోదరులతో కలిసి బ్రతుకుట నేర్చుకోవాలి చరిత్రను గూర్చిన జ్ఞానం కలిగినవారు చెడ్డగ ప్రవర్తించలేరు. అజ్ఞాని జరిగించిన తప్పులనే మరల జరిగిస్తాడు అధికార దుర్వినియోగం అనగా చరిత్రను చెడుగా చిత్రీకరించుట, చరిత్రను సరిగా అర్థంచేసుకొనినపుడు భవిష్యత్తు కొరకు మంచి మార్గములను నిర్దేశించుకుంటాం. అబ్రహాము, ఇస్సాకు యాకోబుల దేవుడు యూదులకు సమరయులకు క్రైస్తవులకు మాత్రమే దేవుడు కాదు ఆయన ఇస్లాం దేవుడు కూడ రెండవ దేవాలయము పడగొట్టబడినపుడు పాతిపెట్టబడిన తల్లి ఆస్థి కొరకు చేయు పోరాటం ముగించి ఏక దేవుని ఆరాధించు గురిని కలిగి ఉండాలి దేవుని ప్రజల మధ్య సమాధానం కలిగించు గురిని కలిగి ఉండి విభేదాల మధ్య ఉన్న కారణములను గుర్తించి వాటిని నిర్మూలనం చేయుటకు అందరు ఇష్టపడగలగాలి.

పాఠము - 16

నేను 12 మందిని ఏర్పరుచుకొనలేదా?

సువార్తలలోని కథలలో యేసు యొక్క 12 శిష్యుల పిలుపు మరియు యేసు జీవితంలో వారి ప్రాముఖ్యమైన పాత్ర ప్రాధాన్యత కలిగి వుంటుంది. మార్కు సువార్తలో యేసు ప్రత్యేకపరచిన శిష్యుల వివరాలు ఇవ్వబడ్డాయి ఇద్దరు సహోదరుల జంటతో ప్రారంభమై ఉంటుంది. బెత్సయిదా నుండి సీమోను మరియు అంద్రెయ మరియు జెబదయి కుమారులైన యోహాను మరియు యాకోబు ఇలాగున కొనసాగుచున్న చిట్టాల్లో పిలిప్పు, బర్తలోమయి, మత్తయి, తోమా, అల్ఫయి కుమారుడైన యాకోబు, తద్దయి కనానీయుడైన సీమోను, మరియు ఇస్కరియోతు అయిన యూదా అయితే సీమోనుకు పేతురు అనబడిన పేరు, యాకోబు యోహానులకు ఉరిమెడివాని కుమారులు అని పేర్లు యేసు పెట్టెను. ఇస్కరియోతు యూదా ఆయనను అప్పగించినవాడు అని గుర్తించబడ్డాడు. ఆయనతో ఉండుటకును ప్రకటించుటకు పంపబడుటకు దయ్యముల మీద అధికారం కలిగి ఉండుటకు వారు ఏర్పరచబడిరి (మార్కు 3:14-19).

అయితే మత్తయి సువార్త ప్రకారం అదే వివరములు ఇవ్వబడినను, ఆ పన్నెండు మంది అపవిత్రాత్మను వెళ్ళగొట్టుటకును ప్రతి రోగమును ప్రతి విధమైన వ్యాధిని స్వస్థపరచుటకును అధికారం ఇవ్వబడెను. ప్రకటించుటకు పిలవబడినట్లుగా ఇక్కడ వ్రాయబడలేదు (మార్కు 10:1-4) లూకా సువార్త ప్రకారం పేర్ల చిట్టాలో కొన్ని మార్పులు జరిగినవి. కనానీయుడైన సీమోనుకు బదులు జెలోతు అనబడిన సీమోను అని వ్రాయబడింది. సీమోను అనుపేరు సుపరిచితము గనుక ఈ రెండు వివరణలు ఒకే వ్యక్తికి చెందినవో కావో తెలియదు తద్దయికి బదులు యాకోబు సహోదరుడైన యూదా అని వ్రాయబడినను వారికి 'అపొస్తలులు' అని పేరు పెట్టబడెనని ప్రత్యేకించబడినది (లూకా 6:12,13). ఈ సువార్త 2 భాగాలలో మొదటిదై రోమా సామ్రాజ్యంలో విస్తరించిన దానిని తెలియజేస్తుంది. మరియు మార్కు సువార్త ప్రకారం బలమైన అలౌకిక బాహ్యాన్ని కనపరుస్తుంది శిష్యులను అపొస్తలులుగా మార్చుట మరియు దయ్యములను వెళ్ళగొట్టుట ద్వారా దురాత్మ శక్తుల మీద అధికారము కలిగి ఉండుటను కనపరుస్తుంది.

మార్కు సువార్తలో 12 మందిని గురించిన వార్త అయోమయంగా కనబడుతుంది. అనేక సార్లు యేసు వారికి ప్రత్యేకమైన వ్యక్తిగత సూచనలను ఇచ్చుట గమనించాలి. (మార్కు 4:10,34,9:35, 10:32, 12:43, 13:3, 14:33) మరియు రచయిత తెలియజేసిన ప్రకారం అనేకసార్లు యేసు చెప్పినది వారికి అర్థం కాలేదు (మార్కు 6:52, 8:17,18,21,29, 9:18,32, 10:10,23,26,38) యేసు వారిని చూచి విసుగు చెంది మీరు కఠిన హృదయము గలవారై యున్నారా (8:17) అని అడిగెను. వారు యేసును సరిగా అర్థం చేసుకోలేదని మత్తయి సువార్తలో మనం గ్రహించగలం. పేతురు మాటలాడుతూ మరి ఖండితముగా 'నేను నీతో కూడా చావవలసి వచ్చినను నిన్ను ఎరుగనని చెప్పనే చెప్పననెను'. అట్లు వారందరు అనిరి. మరి కొన్ని వచనముల తర్వాత రచయిత ఖచ్చితముగా వ్రాసిన మాట అప్పుడు వారందరు ఆయనను విడిచి పారిపోయిరి (మార్కు 14:50).

మార్కు సువార్తలో శిష్యులను గురించి వ్రాసినపుడు శిష్యులు విశ్వాసం కలిగిన వారు అనుటకంటే భయపడుచున్నవారుగా కనబడతారు (4:40, 5:15,36, 6:50, 9:6,32) ఈ సువార్త ప్రారంభ ప్రతులు 16:8తో ముగిస్తాయి. ఈ ముగింపు ఆకస్మికముగాను రహస్యంగా ఉన్నట్లు అనిపిస్తుంది. ఇక్కడ ఖాళీ సమాధిని కనుగొనిన ఆ స్త్రీతో నీవు వెళ్ళి శిష్యులకు యేసు వారిని గలిలయలో ఎదుర్కొనుమని తెలియజేయమని సమాధి నుండి పారిపోయినట్లుగా గమనించగలం. మరియు వారు భయపడినందున ఎవరితోను ఏమియు చెప్పలేదు (మార్కు 16:8) అనేక మంది పండితులు అంతటితో సువార్త ముగిసినది అని నమ్ముచున్నారు. శిష్యులు లోబుడుటకంటే భయపడువారుగా కనబడు గుణమును ప్రాముఖ్యముగా తెలియజేయుచున్నవి. ఈ సువార్తలలో మరియొక ప్రాముఖ్యమైనది, యోహాను యాకోబులు ఆయన యొద్దకు వచ్చి మేము అడుగునది ఎల్ల నీవు మాకు చేయగోరుచున్నావని ప్రారంభములోనే కోరుట మరియు నీ మహిమ యందు నీ కుడివైపున ఒకడును నీ ఎడమ వైపున ఒకడును కూర్చుండునట్లు మాకు దయజేయమని చెప్పిరి (మార్కు 10:35) ప్రత్యేక హక్కు కోసం కోరిన ఈ అహంకారం యేసు నుండి శిష్యత్వ బాధ్యతలను ఎత్తి చూపుతుంది (మార్కు 10:38) మిగిలిన 10 మంది శిష్యులు వారు

కోరిన ప్రత్యేక గౌరవాన్ని బట్టి వారి మీద కోపపడసాగిరి (మార్కు 10:41) తర్వాత యేసు చెప్పిన మాటలలో అన్య జనులలో అధికారులని ఎంచబడిన వారు వారి మీద ప్రభుత్వము చేయుదురు. అయితే శిష్యులు ఆలాగు ఉండకూడదు మార్కు సువార్తను చదువు విద్యార్థులు క్రైస్తవ సంస్థలలో సంఘసంబంద వారసత్వములను వాస్తవిక శిష్యత్వాన్ని తగ్గించు అనుభవాల మధ్య వాదనను గమనించగలం.

యోహాను సువార్త మిగిలిన మూడు సువార్తలలో 12 మంది శిష్యులకు పేర్ల చిట్టా ఇచ్చినట్లుగా ఈ సువార్తలో ఇవ్వలేదు అయితే సువార్త మొత్తంలో శిష్యులను సంభోదించుచుండగా 12 మందిని గూర్చిన జ్ఞానం ఉన్నట్లుగా తెలుస్తుంది (6:70-71) అయితే అనేక సార్లు కొంతమందికే ఎక్కువ ప్రాధాన్యత ఉన్నట్లుగా చూడగలం. మార్కు సువార్తలో (కొందరు శిష్యులు పొందారు) పేతురుకు ప్రాముఖ్యమైన స్థానం ఇవ్వబడింది (మార్కు 8:29, 10:28, 11:21, 14:31,37,54,72, 16:7). పేతురు ఆంద్రేయ మరియు యాకోబు యోహానులు మాత్రమే అంత్య దినములను గూర్చిన సంభాషణలను వినుచున్నారు. యేసును మోసగించిన ఇస్కరియోతు యూదా రెండు సార్లు 12 మందిలో ఒకరిగా గుర్తించబడ్డారు (మార్కు 14:10,43) ప్రత్యేకముగా ఈ శిష్యులను గూర్చిన వచనముల ప్రక్కన ఒక శిష్యుని ఒక సమయంలో వేరుగా గమనించగలం యేసు నొద్దకు వచ్చిన యోహాను ఆయన పేరిట దయ్యములను వెళ్ళగొట్టుట చూచి అతడు వారిని వెంబడించువాడు కాదు గనుక వానిని ఆటంకపరచితిమని తెలిపెను (మార్కు 9:31).

యోహాను ప్రకారం ఆంద్రేయ, పేతురు, ఫిలిప్పు, నతానియేలు, తోమా, ఇస్కరేతు యూదా, యూదా (ఇస్కరయోతు కాదు) పేరు చెప్పబడని వేరొక శిష్యుడు కొన్ని ప్రాముఖ్యమైన స్థలములలో కనిపిస్తాడు. నతానియేలు మూడు సువార్తల చిట్టాలో కనిపించడు యూదా (ఇస్కరియోతు కాదు) లూకా సువార్తలో యాకోబు కుమారుడైన యూదాగా గుర్తించబడ్డాడు కాని మత్తయి మార్కులలో తెలియబడని వాడుగా ఉన్నాడు. ఈ సువార్తలో యేసు ప్రేమించిన శిష్యుడు అనుఒకని గూర్చి చెప్పబడినది యోహాను సువార్త ప్రకారం మిగిలిన మూడు సువార్తల కంటే ప్రత్యేక రీతిలో శిష్యులు కనిపిస్తారు.

యూదా ఒక ద్రోహిగా గుర్తించబడినపుడే యేసుకు 12 మంది శిష్యులు ఉన్నారని వార్త ప్రత్యేకించి తెలియజేయబడినది (యోహాను 6:70,71) ఇస్కరియోతు యూదా 12 మందిలో ఒకరిగా మూడు సువార్తలు తెలియజేయుచున్నవి పన్నెండు మంది శిష్యులు యేసు దగ్గరగా వున్నప్పుడు యూదా కూడా వారితో ఉన్నట్లుగా ఈ వచనాలు బలమైన సాక్షం ఇస్తున్నాయి. యేసు పరిచర్య అంతటిలో ఆయనతో కూడ ఉన్నట్లు యేసు 12 మందినే ఏర్పరచుకున్నాడని కొందరు అనుమానిస్తారు. వారి ప్రకారం ఇశ్రాయేలీయుల మతమునకు ప్రతిగా క్రొత్త మతమును దాని వాస్తవమును నిర్థారించుటకు ఆది క్రైస్తవులే 12 మంది శిష్యులను కలుగజేసినట్లుగా చెప్పబడుచున్నది. వారు 12 మంది అపోస్తలులుగా మారుట వలన వారి మీద సంఘం కట్టబడింది 12 మంది పితరులకు బదులుగా ఇశ్రాయేలీయుల 12 గోత్రములకు మూలపురుషులకు బదులుగ అదే పద్ధతిలో Torah సంపాదకులు 12 మంది చిన్న ప్రవక్తలను కలిపినారు.

అనేక సార్లు యూద ఇస్కరియోతును 12 మంది శిష్యులలో గుర్తించుట ద్వారా సంఘం యొక్క ప్రారంభపు పునాదిని కట్టుటకు ఆది క్రైస్తవులు దీనిని కనుగొన్నట్లుగ చెప్పగలం. ఒకవేళ అది సత్యమైతే సంఘమును ప్రారంభించు వ్యక్తులలో ఒకడైన వానిని దొంగగా, దేశద్రోహిగా చేసి ఉండకపోవచ్చు దేవుని రాజ్యం సమీపముగా ఉన్నది అని బోధించుచున్నవాడు ఇశ్రాయేలును తిరిగి కట్టుటకు 12 మంది గుంపును కట్టిఉండవచ్చు ఆ 12 మందిలో ఒకడు మోసగించబడి ద్రోహబుద్ధితో బలహీనపడి ఉండవచ్చు వ్రాయబడిన అన్ని సువార్తలకంటే ముందుగా వ్రాయబడిన మార్కు సువార్త ఈ 12 మంది శిష్యులకు వ్యతిరేకముగా వున్న వాదన వ్యతిరేకించి ఉండవచ్చు.

యోహాను సువార్తలో యేసు చెప్పినవి జరిగించినవి మరియు వాటి ప్రాముఖ్యత అనేక సార్లు శిష్యులు గ్రహించలేదు తదుపరి పరిశుద్ధాత్మ సహాయముతో పునరుత్థాన ఆదివారమున యేసు వారికి ప్రత్యక్షమైనప్పుడు ప్రత్యేకించి లేఖనములలో వ్రాయబడిన వాటి వెలుగులో యేసు చెప్పినవి జరిగించినవని జ్ఞాపకము చేసుకొనిరి.

ఈ సువార్తలో (మిగిలిన 3 సువార్తలలో లేనివి) మొదటి అద్భుతమును నీటిని ద్రాక్షారసముగా మార్చుట అను సూచనకు సాక్షులుగా వారు ఆయన

యందు విశ్వాసముంచిరి (2:11). పరలోకం నుండి దిగివచ్చిన ఆహారమును గూర్చిన సంభాషణలో ఆయన చెప్పిన మాటలు మనుష్య కుమారుని శరీరము రక్తము త్రాగితేనే అని చెప్పినట్లు ఆయన శిష్యులలో అనేకులు ఈ మాట విని ఇది కఠినమైన మాట దీనిని ఎవడు వినగలడని చెప్పెను. దీనిని అంగీకరించుటకు ఇష్టపడని శిష్యులు కొందరు మరి ఎన్నడును ఆయనను వెంబడింపలేదు అని వ్రాయబడియున్నది (6:66). అప్పుడు యేసు ప్రత్యేకముగా 12 మంది వైపు తిరిగి మీరు కూడా వెళ్లిపోవలెనని యున్నారా? అని అడుగగా పేతురు ముందుగా మాటలాడి "ప్రభువా ఎవని యొద్దకు వెళ్ళుదము నీవే నిత్యజీవపు మాటలు గలవాడవు, నీవే దేవుని పరిశుద్ధుడవని మేము విశ్వసించి ఎరిగియున్నామని" చెప్పెను (6:68,69) ఈ సంఘటన ద్వారా యేసును వెంబడించిన అనేక మంది ఇతర శిష్యుల కంటే ఈ 12 మంది వేరుగా ఏర్పరచబడినారు అని గ్రహించాము.

మార్కు సువార్తలో నేను ఎవనినని మీరు అనుకొనుచున్నారని (మార్కు 8:29) అను ప్రశ్నకు బదులుగా పేతురు 'నీవు క్రీస్తువని' చెప్పెను. ఈ జవాబు యోహాను సువార్తలో వ్రాయబడిన పేతురు మాటలకు ధీటుగా ఉన్నవి. మునుపటి ధ్యానాలలో చెప్పబడినట్లుగా యోహాను సమాజంలో క్రీస్తు అనుమాట అంగీకరించబడలేదు. 'దేవుని పరిశుద్ధుడవు' అని ఇక్కడ వ్రాయబడియున్నది. యోహాను సువార్త ప్రకారం కిద్రోను వాగు దగ్గర ఉన్న తోటలో యేసు వేదన పడుచుండగా పేతురు, యోహాను, యాకోబులు ప్రార్థించక నిద్రించుట అనునది యోహాను సువార్తలో వ్రాయబడలేదు. అలాగుననే వారు యేసును బందీగా తీసుకొని వెళ్లుచుండగా శిష్యులు ఆయనను విడిచిపారిపోయిరి (మార్కు 14:50) అను సంఘటన కూడా కనబడదు. పేతురును గమనించినట్లయితే యేసు తన పాదములు కడగకూడదని ఇష్టపడని తాను నా పాదములను మాత్రమే కాదు నా శరీరమంతయు కడుగమని బ్రతిమలాడుట తదుపరి గమనించగలం. (యోహాను 13:6,9) ఆలాగే యేసు వెళ్ళు చోటికి పేతురు వెళ్ళ లేడని ప్రభువు పేతురుతో చెప్పియున్నాడు (13:36,37) ఇదే పేతురు ప్రధాన యాజకుని దాసుని కుడి చెవిని శిష్యులు యేసును తీసుకొని వెళ్ళుటకు వచ్చినపుడు తెగనరికెను (18:10).

ఈ సంఘటన యేసును దేవుని పరిశుద్ధునిగా ప్రకటించుటకు కారణం ఆయినప్పటికి యేసు తాను నెరవేర్చుటకు వచ్చిన పనిని పేతురు పూర్తిగ అర్థంచేసుకోలేదు.

యోహాను సువార్త మొత్తంలో మిగిలిన శిష్యులకు అతిధిపాత్రలు ఇచ్చినట్లుగా చూస్తాము ఆంద్రేయ అక్కడ ఉన్న చిన్నవాని వద్ద అయిదు యవల రొట్టెలు రెండు చిన్న చేపలు ఉన్నట్లుగా యేసుకు తెలియజేసెను గ్రీకులు ఫిలిప్పు నొద్దకు వచ్చినపుడు ఫిలిప్పు వచ్చి ఆంద్రేయతో చెప్పెను వారు ఆయనను చూడగోరు

చున్నారని (12:23). ఇస్కరియోతు యూదా యేసుని అడిగిన ప్రశ్న 'ప్రభువా నీవు లోకమునకు కాక మాకు మాత్రమే నిన్ను నీవు కనపరచుగొనుటకు ఏమి సంభవించెను' అని అడిగిన మాట పునరుత్థానము తరువాత శిష్యులకు తనను కనపరచుకొనుచున్నట్లుగా ఉన్నది. అందుకు యేసు తన్ను ప్రేమించిన వారికి ఆయన మాట గైకొన్నవారికి సంభవించునని చెప్పగా నిజ శిష్యులు ఆయనను నమ్మునని యూదాతో చెప్పినట్లుగా ఉన్నది.

కవలవాడైన తోమా రెండు ప్రాముఖ్యమైన వాటి సంఘటనలలో బలమైన పాత్ర పోషించాడు 7 నుండి 10 అధ్యాయాలలో వేదాంత పరమైన యేసుకు యూదులకు మధ్య జరిగిన సంభాషణలో అనేక సార్లు యూదులు ఆయనను చంపవలెనని ప్రయత్నించారు. యేసు యోర్ధానుకు అవతల దాగుకొనెను. ఆ స్థలము యేసు మరియు బాప్తిస్మము ఇచ్చు యోహాను ఇదివరకు బాప్మిస్మము ఇచ్చిన ,స్థలము అక్కడే లాజరు రోగిగా ఉన్నాడని వార్త చెప్పబడెను. ఆ క్రమములో చివరకు యేసు మనము యూదయకు తిరిగి వెళ్ళుదము అని జవాబు ఇచ్చెను. అయితే శిష్యులు అచ్చట దాగిన ప్రమాదం ఆయనకు తెలియజేసిరి గాని అతని యొద్ద మనము వెళ్ళుదము రండి అని యేసు స్పష్టపరచెను (11:15). అప్పుడు తోమా 'ఆయనతో కూడా చనిపోవుటకు మనము వెళ్ళుదము' అని తోటి శిష్యులతో చెప్పెను (11:16). యేసుతో యూదయకు వెళ్ళుట ద్వారా మరణించుటకైనను మనము వెళ్ళుదము అని వారిని ఒప్పింపచూచుచున్నాడు ఇది విధేయతను కనపరస్తుంది. యేసు మరణించుటకు బేతనియకు వెళ్ళుటలేదు. ఈ వ్యాది లాజరుకు మరణం కొరకు వచ్చినది కాదు దేవుని కుమారుడు దాని వలన మహిమపరచునట్లు దేవుని

మహిమ కొరకు వచ్చినది అని యేసు అప్పటికే చెప్పి ఉండెను (11:4). వాస్తవమునకు జీవమునిచ్చు అధికారమును అభ్యసించుటకు యేసు యూదయ వెళ్ళుచున్నాడు. తోమా ప్రయత్నము హర్షించ దగినదే కాని తప్పుగా అర్ధం చేసుకొనెను ఇక్కడ ఏమి జరగబోవుచున్నదో మనం గ్రహించగలం.

పునరుత్థాన ఆదివారమున మేడపై గదిలో తోమా లేడు కాని తరువాత ఆదివారము కనిపించెను. ఆ దినమున మేకుల ద్వారా తనకు కలిగిన గాయములను ప్రక్కలో బల్లెము పొడవగా కలిగిన గాయములను అతనికి కనపరచుట నిమిత్తమే ప్రత్యక్షమాయెను. అప్పుడు తోమా గొప్ప శబ్ధముతో "నా ప్రభువా, నా దేవా" (20:23) అని చెప్పుట ద్వారా ఆయనను ఒప్పుకొనెను. ఇది తోమా సందేహము మాత్రమే కాని పునరుత్థానుడైన దేవుని గూర్చిన అవగాహనకు వ్యతిరేకం కాదు. రాబోవు దినములలో నా దేవా! అని పశ్చాత్తాప పడువాడు తోమా వలె చూడనక్కరలేదు తాకనక్కరలేదు.

చివరిగా గలిలయ సముద్రములో చేపలు పట్టుటకు తిరిగి వెళ్ళిన శిష్యుల పేర్లు గమనించగలం. ఈ గుంపులో సీమోను పేతురు, దిదుమ అనబడిన తోమా గలిలియలోని వాడైన నతానియేలు జెబదెయ కుమారులు (యోహాను, యాకోబు) మరియు శిష్యులు ఇద్దరు అని వ్రాయబడి ఉంది (21:2). ఇక్కడ 12 మంది శిష్యులలో 7 గురిని మాత్రమే చూడగలము. మొదటి ముగ్గురిని మనం ఎరుగుదము ఆ యిద్దరు శిష్యులు ఎవరో తెలుసుకొనే అవకాశం లేదు జెబదయ కుమారులను మనం ఇంతకు ముందు కలువలేదు. (యోహాను, యాకోబులుగా కనుక యోహాను సమాజంలో తెలియబడిన మౌఖిక సాంప్రదాయంలోను వీరిని గమనించగలం) సువార్తలోని 20 వ అధ్యయంలోని 30,31 వచనాలతో సువార్త ముగిస్తుండగా తదుపరి కాలంలో 21వ అధ్యయం కలపబడినదని చెప్పుటకు కారణములను ఆలోచించవచ్చు. ఇది ఎందుకు కలపబడినది అను ప్రశ్నకు 2 సమాధానములు కలవు- మొదటిది యోహాను సమాజంలో కలుపునిమిత్తము మరియు క్రైస్తవ ఉద్యమములో పేతురు, యాకోబుల మద్య నాయకత్వ బలమును తెలుపును. రెండవదిగా ఈ సమాజమును ప్రారంభించిన వ్యక్తి మరణించకూడదు గనుక ఆలాగుననే ఆ శిష్యుడు చావడని మాట ప్రచురమాయెను (21:23).

ఈ అధ్యాయములో జీవించుచున్న క్రీస్తు ఐదువేల మంది జీవించుటకు ఏ ఆహారము పెట్టెనో అదే ఆహారం ఈ ఏడు మంది శిష్యులకు పెట్టినాడు ఈ శిష్యులు 153 గొప్ప చేపలు పట్టునట్లుగా తను కారణమాయెను (21:11). ఈ అద్భుతము ప్రకటన గ్రంథం 7:4లోని 144000తో పోల్చవచ్చు. త్రికోణంలో 10+7=17, ఒకటికితో మొదలై 17తో ముగిసే క్రమాన్ని కలిపిన ఎడల దాని జవాబు 153 అవుతుంది. ఈ అధ్యాయము ద్వారా సంఘము ఒక పరిపూర్ణ సంస్థగాను పేతురు ఆ మందకు కాపరిగా నిర్ణయించుటకు అంగీకారం తెలుపుతుంది. ఈ పేతురు తాను మరణించుటకు ముందు 'ఆయనను ఎరుగనని చెప్పను' అని ఆయనను ముమ్మారు ఎరుగననెను. తదుపరి హతసాక్షిగా మరణించెను(21:15-19).

21వ అధ్యయములో 'యేసు ప్రేమించిన శిష్యుడు' ఈ అధ్యాయము జతచేయబడే సమాయానికి మరణించియిండెను కాని నేను వచ్చువరకు ఆయన ఉండుట ఇష్టమైతే నీకేమని చెప్పినట్లుగా చూడగలము (21:22-23) ఈ రహస్య శిష్యుడు జెబదయ కుమారుడైన యోహానుగా గుర్తించబడ్డాడు. మరికొంత మంది ఇతనిని లాజరుగా చెప్పుదురు. లాజరు రోగమును గూర్చిన వార్తవచ్చినపుడు యేసు నొద్దకు వచ్చిన వారు నీవు ప్రేమించువాడు రోగియై వున్నాడని ఆయనతో చెప్పిరి ఆలాగుననే యేసు అభిషేక సమయములో పాతిపెట్టబడుటకు ముందు యూదులు యేసుతో కూడ లాజరును చంప నిశ్చయించిరి (12:1,9,10) గలిలయవద్ద చేపలు పట్టుచున్న ఏడుగురిలో యేసు ప్రేమించిన శిష్యుడు ఉన్నాడను మాట వాస్తవము కానీ ఆ గుంపులో యోహాను, యాకోబు, జెబదయి ఇద్దరు కుమారులు ఉండగా యేసు ప్రేమించినవాడు యోహానుగా గుర్తింపబడవచ్చు (21:2,7) శిష్యులను ప్రస్తావించినపుడు వారికి ఒక స్థిరమైన గుర్తింపు ఇవ్వబడింది. యేసు సీమోనుకు పేతురు అను పేరు పెట్టబడెను, తోమాకు దిదుమా అని, ఆంద్రయా పేతురు సహోదరుడు అని పేతురు ఆంద్రెయాల పట్టణమైన బెత్సయిదా నుండి ఫిలిప్పు వచ్చెనని గలిలయలోని కానా నుండి నతనియేలు, సీమోను, ఇస్కరియోతు కుమారుడైన యూదా ఇస్కరియోతు అని గుర్తింపు ఇవ్వబడెను. వేరొక యూదా (ఇస్కరియోతు యూదా కాదు) నికోదేము రాత్రి వేళ యేసు నొద్దకు వచ్చెను

అరిమతయివాడైన యోసేపు రహస్య శిష్యుడు మార్త మరియ సహోదరుడు యేసును అభిషేకించి తన పాదములను తలవెండ్రుకలతో తుడిచినది మరియ (11:2) యేసు ప్రేమించిన శిష్యుడు యోహాను అయితే మనం తలంచిన క్రమం ఇక్కడ కనబడుట లేదు కనుక యేసు ప్రేమించిన శిష్యుడు ఆ ఇద్దరు శిష్యులలో ఒకడు అయి ఉండవచ్చు. చేపలు పట్టుటకు వెళ్ళిన ఏడుగురిలో ఇతడు గుర్తించబడలేదు కనుక చేపలుకు వెళ్ళిన గుంపులో వీరిద్దరును ఉన్నారు.

Raymond Ebrown ఇచ్చిన సలహా ప్రకారం యేసు ప్రేమించిన శిష్యుడు యోహాను సమాజంలో స్థాపించినవాడై యుండవచ్చు. 12 మందిలో ఒకడు కాకపోవచ్చు. 21వ అధ్యాయం అంతను సువార్తను గూర్చిన సత్యమును ప్రకటించిన వాడు కావచ్చు. యేసు చేత ప్రేమించబడి యేసును ఆయనను గానే ప్రేమించిన వ్యక్తిగా అతనిని ఎరుగవచ్చు.

అనేక మంది బైబిలు పండితులు ఈ సువార్తలను రాసిన వారు తెలియబడనివారుగా ఉన్నారని అభిప్రాయపడుతున్నారు. 2వ శతాబ్ధంలో ప్రారంభ క్రైస్తవులలో ప్రముఖ వ్యక్తులకు వాటిని సూచించే శీర్షికలు ఇవ్వబడ్డాయి. ఇది క్రైస్తవత్వం యొక్క సంస్థాగతీ కరణను తీసుకు వచ్చిన ప్రక్రియ. యేసు ఉద్యమంలో ఆయనతో ఆయన జీవితంతో కొనసాగిన వారు యేసు మరణించి లేచిన తరువాత అనేక ఉద్యమాలుగా మారారు. మొదటి శతాబ్దం చివరినాటికి వీరందరు ఒక సంస్థగా దృవీకరించబడ్డారు.

యోహాను సువార్త యొక్క శీర్షిక దాని ప్రామాణికతను దృవీకరించే వ్యక్తిదే కాని యేసు ప్రేమించిన శిష్యుడిది కాకపోవచ్చు. అయినను ఈ సువార్తలో యేసుతో కలసిన ఈ సంభాషణలో పాలిభాగస్తులుగా నిలిచిన శిష్యుల విశ్వాసము గుర్తించబడింది. మార్కు సువార్తలో శిష్యుల ప్రతికూల వర్ణన యోహానులో కనబడదు. యేసు యొక్క పరిచర్యలో ఈ శిష్యుల పాత్ర బలమైన భాగంగా కనిపిస్తుంది. వారి మాటలు కొన్ని సార్లు వ్యంగ్యంగా చిత్రీకరించగలము. ప్రత్యేక రీతిలో భావితరపు శిష్యులు యేసుని చూడకపోయినను తండ్రిచేత పంపబడిన ఒకనిగా ఆయన యందు విశ్వాసం ఉంచుదురు.

పాఠము - 17

ఇల్లు ఆమె పూసిన అత్తరు వాసనతో నిండెను

ఈ సువార్తలో ఆశ్చర్యకరమైన విషయం ఏమిటనగా- దేవుని రక్షణ కార్యమునకు మూలమైన యేసు పుట్టుక సంబంధమైన పరిస్థితులు వివరించబడినపుడు యేసు తల్లియగు స్త్రీని గురించిన ప్రస్తావన గుర్తింపు రాయబడలేదు. ఈ సువార్తలో స్త్రీలకు ప్రాముఖ్యమైన పాత్ర ఇవ్వబడినను ఆమె పేరు రాయబడలేదు.

మార్కు సువార్తలో యేసు పుట్టుకను గూర్చి వివరణ లేదుగాని ఆయన బాప్తిస్మము సమయమును యేసు దేవుని కుమారునిగా అంగీకరించబడినట్లుగా చూడగలం. మానవుల పాప క్షమాపణ నిమిత్తం తన ప్రాణమును విమోచన క్రయధనముగా ఇచ్చుటకు దేవుని చేత యేసు నరునిగా పంపబడెనని ఈ సువార్త అంతటిలో వివరించబడింది (మార్కు 10:45). మత్తయి మరియు లూకా సువార్తల ప్రకారము ఒక యవ్వన స్త్రీని పరిశుద్ధాత్ముని ద్వారా కుమారుని కనుట చూడగలం (మత్తయి 1:20, లూకా 1:35). మరియకు పుట్టిన కుమారుడు పరిశుద్ధుడు. పరిశుద్ధాత్మ వలన పుట్టినవాడు. ఈ సువార్తలలో ఆయన పుట్టుక పలువిదాలుగా చెప్పబడింది. ఆయితే 'పరిశుద్ధాత్మ వలన కుమారుని కనెను' అని రెండు సువార్తలు చెప్పుచున్నవి ఆమె కుమారుడు మరియొక నరుడు కాడు ఈ 2 సువార్తలలో యేసు పరిచర్యలో మరియ పాత్ర మనకు కనిపించదు.

మొదటి 3 సువార్తలలో వ్రాయబడినట్లుగా ఒక సందర్భంలో యేసు శిష్యులు ఆయనతో ఆయన తల్లి మరియు సహోదరులు ఆయనతో మాటలాడుటకు వచ్చియున్నారనియు ఆయనకు సమీపమున వారు రాకుండా బహు జన సమూహము అడ్డుగా ఉన్నదనియు చెప్పిరి. ఈ సమయములో తన కుటుంబంతో తనకు ఉన్న సంబంధాన్ని పునరుద్ధరించుకొనె అవకాశం యేసునకు కలిగినను ఆయన వారిని కాదనుకొని దేవుని చిత్తమును నెరవేర్చువారు తన కుటుంబం అని ప్రకటించెను (మార్కు 3:30-34, మత్తయి 12:46-50, లూకా 8:19-21).

యోహాను సువార్తలో ముందుగా చెప్పుకున్న ప్రకారం యేసు పుట్టుక గురించి ఏవివరము వ్రాయబడలేదు. వ్రాయబడినది ఏమనగా వాక్యం శరీర ధారియగుట, ఈ సువార్త చదివిన వారికి యేసు తల్లి మరియ అని పిలువబడుతుందని అని నేర్చుకుందురు. ఈ సువార్తలో పరిశుద్ధాత్ముడు ప్రముఖ పాత్ర వహించినను ఈ లోకములోనికి యేసు వచ్చుట యందు ఆయన పాత్ర కనబడదు బాప్తిస్మమిచ్చు యోహాను మాత్రమే పరిశుద్ధాత్ముడు యేసు మీదికి దిగివచ్చి ఆయనను గూర్చి సాక్ష్యమిచ్చుట చూచియున్నాడు (1:32). ఈ లోకమందు ఆయన జన్మ అద్భుతమైనది కానిదానిగాను ఆయన తల్లి మరియ తెలియబడనిదానిగాను యున్నారు. కాని యేసు చేసిన మొదటి సూచక క్రియలో ఆమె పాత్ర ప్రాముఖ్యమైనది. ఈ సూచన అన్ని సంకేతాలకు వ్యతిరేకమైనది - ఆయన సిలువ మరణం.

యోహాను సువార్త ప్రకారం యేసు తల్లి ఏమి తెలియని, లోబడే యవ్వనస్తురాలు కాదు. కానా వివాహ విందు సమయములో అక్కడ జరుగుచున్న కార్యములను గమనించి ఆ పరిస్థితిని యేసుకు తెలియజేసినది ఆమె మాత్రమే. ద్రాక్షారసము అయిపోయినది విందు అయోమయ స్థితిలో ముగించబడినట్లు ఉన్నది తన తల్లికి యేసు ఇచ్చిన కఠినమైన జవాబు సువార్తలో యేసు అందరితో మాటలాడినపుడు చూపు స్వభావమును చూడగలం యేసు ఎవరితో మాటలాడుటకు ప్రారంభించినను ఆయన ఇచ్చు జవాబు పట్టించుకోనట్లుగా లేక కఠినముగా కనబడెను. వీరందరు ఆయనతో మాటలాడినపుడు నూతన దృష్టితో వాటిని గమనించాలి. వారిలో నికోదేము అయినను సమరయి స్త్రీ అయినను బేతనియ వారైన మరియ మగ్దలేను, గ్రీకులైనను, పేతురైనను, నతానియేలు ఫిలిప్పులైనను యేసు తల్లి అయినను, సువార్తలోను ఈ భావాలను వారు తమకు ఇష్టమైన రీతిగా అభివృద్ధి చేసకోవడాన్ని అనుమానించాల్సి వస్తుంది.

యేసు తల్లి మరియు సహోదరులు కానా వివాహ విందు పండుగలో ఉన్నవారైనను అక్కడ హాజరైన వారి బాగోగులు విషయంలో ఆయన తల్లి తన పాత్రను జరిగిస్తుంది. ఈలాగు సహాయపడుట ద్వారా సాంప్రదాయ ఆత్మ

కలిగినపుడు స్నేహితులు, బంధువులు మరియు పొరుగువారు కలిసి ఆనందాన్ని పొందుతారు. ఆవిందులో ద్రాక్షారసము అయిపోయినదని ఎరిగిన యేసు తల్లి యేసుకు వార్తను అందించింది. ఆమె ప్రత్యేకత ఏమిటనగా యేసు ఆమె మాటను కాదన్నట్టుగా ఉన్నను ఆమె దానిని బలహీనంగా తీసుకోలేదు. సేవకులను పిలిచి యేసు చెప్పిన ప్రకారం చేయుట ద్వారా తన విశ్వాసాన్ని బయలు పరెచెను. ఆ పరిస్థితికి తగినట్లుగా యేసు జరిగించాలని ఆమె నమ్మకం. యేసు కఠినమైన మాటలు వినక ఆయన విధిక్రమాన్ని ఆమె గమనించింది. ఆయన పరిచర్య ప్రారంభంలో ఆయన చేయగలిగిన పనులను విందుకు తగిన ద్రాక్షారసమును ఆయన అను గ్రహించగలడని ఆమె మాత్రమే అర్ధం చేసుకుంది. మరియు జోక్యం నరుల మధ్య యేసు సన్నిధి యొక్క ప్రణాళిక తెలియజేస్తుంది.

యోహాను సువార్తలో మాత్రమే సుఖారులో యేసు 2 దినములు గడిపినట్లుగా చూడగలం. అందువలన ఆ పట్టణములోని వారందరు వచ్చి ఆయన యందు నమ్మిక యుంచిరి. ఇది కూడా అధ్భుతమైన రీతిలో సంభవించుట ఒక స్త్రీ సాక్ష్యం వలన జరిగింది. ఆమె పాపములు తెలియపరచబడినప్పుడు అవమానముగా భావించక సమరయులు ఏ ప్రవక్త కొరకు వేచియున్నారో ఆయనే తనతో మాటలాడుచున్నాడని గుర్తించెను. అందరి మానవుల లాగానే ఆమె జీవితంలో కూడా ఒడిదుడుకులను కలిగి ఉంది. అయితే అవసరమైన సమయంలో దేవుని కుమారుని ఆమె ఎదుర్కొనినపుడు ఆసమయమునకు సంబంధించిన కార్యము జరిగించెను. కాలము వచ్చినపుడు ఆమె నిర్ణయాత్మకంగా వ్యవహరించింది. ఆమె ఎందు నిమిత్తము బావి దగ్గరకు వచ్చెనో ఆ పనిని మరిచి తన కుండనే బావి దగ్గర విడిచిపెట్టి మోషే చేత వాగ్ధానం చేయబడిన ప్రవక్త కొంచెము దూరములోనే ఉన్నాడని ప్రకటించుటకు పట్టణములోనికి వెళ్ళెను. దానికి జవాబుగా ఆ పట్టణస్థులు ఆ నూతన వ్యక్తిని చూచుటకు వచ్చి ఆయన వారితో ఉండవలెనని కోరుకున్నారు. 2 దినముల తర్వాత యేసు వెళ్ళిపోయినపుడు ఆ పట్టణస్థులు ఆ స్త్రీతో ఈలాగు చెప్పిరి "ఇక మీదట నీవు చెప్పిన మాటను కాక మా మట్టుకు మేము విని ఈయన నిజముగా లోక రక్షకుడని తెలుసుకొని నమ్ముచున్నామనిరి" (4:42). ఆ విధముగా సమరయ స్త్రీ యొక్క సాక్ష్యం దృవీకరించబడి విస్తరించినది.

వ్యభిచారమందు పట్టబడిన స్త్రీ రాళ్ళతో కొట్టబడు సమయమునందు నాటి సాంప్రదాయాల కట్టుబాటులు ఆది క్రైస్తవుల మధ్య మౌఖికంగానే ఉంది. క్రొత్త నిబంధన యొక్క పాత ప్రతులు వీటిని కలిగి ఉండునట్లు ఈ పుస్తకంలోని 8వ అధ్యయంలో గమనించగలం. ఈ సువార్త ముగింపులోని ఈ కథాంశము అనేక ప్రతులలో జత జేయబడింది. లూకా సువార్తలోని 21:38 తర్వాత ఈ కథను ఒక ప్రతిలో గమనించగలం. నేటి పరిశుద్ధ గ్రంథములో వ్రాయబడిన ఈ భాగము ఆ పాత ప్రతులలో నుండి తీయబడినదే అయితే 7,8 అధ్యాయాలలో యేసుకు యూదులకు మధ్య జరుగుచున్న బలమైన వాదనలకు ఇది అడ్డుపడుతుంది. ఏలాగైన నేమి ఈ మౌఖిక సాంప్రదాయం ఒక ప్రాముఖ్యమైన పాఠంగా జీవన విధానాన్ని తెలియజేస్తుంది.

ఈ వృత్తాంతము ఆనాటి సంస్కృతి యొక్క వంచనపై తీవ్రమైన విమర్శలను కలుగజేస్తుంది. నాటి ధర్మ శాస్త్రమును కలుగ జేసిన న్యాయాధిపతులను గుర్తించుట బదులు తన మనస్సాక్షి యొక్క స్వరమును విని అవి ధర్మశాస్త్రము కంటే బలమైనదని గుర్తించిన వారితో తన్ను పోల్చుకొనుచున్న యేసును గమనించవచ్చు. ధర్మశాస్త్రం ప్రకారం ఆమె చంపబడుట అప్పగించవలసినదే ధర్మశాస్త్ర ప్రకారము ఆమెకు శిక్ష విధించుటకు ఇష్టపడుచున్న న్యాయాధిపతులు ఆమెను ఖండించుటకు తగిన నైతిక అధికారం లేదని గుర్తించలేదు. అయితే నిస్సందేహంగా ఆ ఆధికారం కలిగిన యేసు 'నేనును నీకు శిక్ష విధింపను' అనెను (8:11) అధికారం కలిగిన వారు ధర్మశాస్త్రమును తమకు తగినట్లుగా మలచుకొనుట దేవుడు చేయు కార్యములుకావు దేవుని యెదుట మనమందరము దోషులమే కాని అందరమును ఖండించబడువారము కాము ఆశ్చర్య రీతిగా మొదటి క్రైస్తవులు ధర్మశాస్త్రము క్రింద దోషభరితురాలైన స్త్రీ ఖండించబడలేదు (శిక్షింపబడలేదు) అను వార్త ఎక్కువగా ప్రబలించబడినది. స్త్రీలను దూషించు విషయంలో మనుష్యుల వలన ధర్మశాస్త్రము దూషించబడుట కంటే దేవుని ప్రేమను తెలియజేయుటకు ఈ లోకములోనికి వచ్చిన సమ్మతి ప్రాముఖ్యమైనది.

యోహాను సువార్తలో యేసు పునరుత్థానమును జీవమునై యున్నాడని బేతనియవారైన మార్త మరియ అను ఇద్దరు స్త్రీలతో సంభాషించినపుడు

తెలియజేయుట. ఆశ్చర్యం కాదు యేసు ఎవరో ఎక్కడ నుండి వచ్చెనో తెలియని వారి మధ్య వారి యొక్క ఉద్దేశములను ప్రతిబింబించినట్లుగా వారు విశ్వాసులకు మాదిరిగా ఉన్నారు నీవు లోకమునకు రావల్సిన దేవుని కుమారుడునైన క్రీస్తువని నమ్ముచున్నానని మార్త ఒప్పుకొనుట గమనించగలం. పాఠకులందరు కూడా ఈ సువార్తలో మరియ ప్రకటించుచున్న ఆహ్వానమును వచ్చి చూడుము అను మాటలో గ్రహించవచ్చు (11:34). ఈ సువార్తలో అనేక సార్లు 'చూడుము' అనే ఆహ్వానాన్ని గమనించవచ్చు. 'నేను అనబడు ఆయనను' నరులు చూడవలసి యున్నది. అయితే ఇక్కడ మరియ మాటలలో సమాధిలో ఉంచబడిన దేహము చూచుటకు 'నేను అనబడిన ఆయనను' ఆహ్వానించాను.

ఈ కథ ప్రారంభంలో ఈ రచయిత మరియను ప్రభువునకు అత్తరు పూసి తలవెంద్రుకలతో ఆయన పాదములు తుడిచిన మరియగా ఆమెను గుర్తించుట అయోమయంగా ఉంది (11:21). ఎందుకంటే ఈ అభిషేకమును గూర్చిన వార్త తదుపరి అధ్యయంలో మాత్రమే చూడగలం. యేసు నొద్దకు రాత్రివేళ వచ్చిన నికోదేమును పోలినట్లుగా మరియ మిక్కిలి విలువగల అచ్చుజటామాంసీ అత్తరు ఒక సేరున్నర ఎత్తుతీసుకొని యేసు పాదములకు పూసి తన తల వెంద్రుకలతో ఆయన పాదములు తుడిచెను (12:3) దొంగై యుండిన యూదా విలువగల ఈ అత్తరును 300 దేనారములుగా లెక్కించి వ్యర్థపరచునట్లుగా ఎంచుచున్నాడు. అయితే యేసు మరియ చేసిన ఈ కార్యమును తన దేహమును పాతిపెట్టుటకు తగిన అభిషేకముగా ఎంచెను. వాస్తవమునకు యేసు శరీరమునకు ఇది అవసరమైన అభిషేకం. ఆ దినాలలో జీవము నిచ్చునది ఆత్మ అని యెరుగని వారు యూదుల సాంప్రదాయ ప్రకారం శరీరమును అభిషేకించుట ఆలాగున అరిమతయు యేసేపు మరియు నికోదేములు జరిగించుట చూడగలం. నిజ శిష్యురాలైన ఆ స్త్రీ యేసు శరీరమును నిజముగా అభిషేకించెను.

మార్కు మత్తయి సువార్తల ప్రకారము ఒక తెలియబడని స్త్రీ ఒక అత్తరు బుడ్డి తీసుకొని మిక్కిలి విలువగల అచ్చుజటామాంసీ ఆయన తల మీద పోసెనని చెప్పుచున్నాడు. ఈ విషయంలో యేసు ఒక ప్రవచనమును చెప్పుట గమనించాలి.

"సర్వలోకంలో ఎక్కడ ఈ సువార్త ప్రకటింపబడునో అక్కడ ఈమె చేసినదియు జ్ఞాపకార్థముగా ప్రశంసింపబడునని చెప్పెను (మార్కు 14:9, మత్తయి 16:23)" ఆమె చేసిన పనిని గూర్చి చెప్పబడిన ఈ మాటలు ఎంత ప్రాముఖ్యమైనవో గమనించవచ్చు. సువార్త ప్రకటించబడిన ప్రతి స్థలములో సర్వలోకంలో ఈమెను గుర్తించిన వార్త గుర్తించబడుతుంది. శిష్యులలో ఎవరిని గురించి ఇలాంటి మాటలు ఎప్పుడు చెప్పబడలేదు. యోహాను సువార్తలో బేతనియలోని మరియ చేసిన ఈ పనిని యోహాను ఎంతో అందంగా వ్రాయుట నన్ను ఆకర్షించింది. ఇల్లు ఆ అత్తరు వాసనతో నిండెను (12:3) మరియ చేసిన ఈ పని యేసుని మాత్రమే కాదు ఆ ఇల్లు అంతటిని విభిన్నమైన వాతావరణంతో నింపింది. సువార్త ప్రకటించబడిన స్థలములలో మరియ భవిష్యత్తును గూర్చి యేసు చెప్పలేదు. మరణించబోవు ఆయన విషయంలో ఆమె చేసిన పని అక్కడ ఉన్న అందరిపై తక్షణ ప్రభావాన్ని చూపింది లాజరు యొక్క మరణము మరియు పునరుజ్జీవము యేసు మరణమును నిశ్చయించగా మరియ ఆయన దేహమును ప్రతిష్ఠించినపుడు ఆయన శరీరమును సమాధిలో నుంచుట తెలియజేస్తుంది. ఉపమాన రూపకముగా ఫలించు నిమిత్తము మరణించి పాతిపెట్టబడుటను మరియ జరిగించినట్లుగ చేస్తుంది (12:24).

మరణించి 4 దినములుగా సమాధిలో ఉంచబడి వాసన కొట్టుచున్న దేహమును వచ్చి చూడమని చెప్పుట ద్వారా బేతనియరాలైన మరియ యేసును ఆహ్వానించింది. యేసు పాదములను అభిషేకించిన ఈమె ఆయన మరణము నిమిత్తము దానిని చేసినను యేసును లాజరు సమాథి యొద్దకు తీసుకొని వెళ్ళుట ద్వారా జీవముపై తనకు ఉన్న అధికారమును తన పిలుపులో నెరవేర్చుట అను ఉద్దేశాన్ని తెలియజేస్తుంది. పునరుత్థానము జీవము తానేనని నమ్ముచున్నానని మార్త ఒప్పుకొని మరణము మీద యేసునకు కలిగిన జయము నడిపించి చూపించుట మరియ చేసెను. యోహాను సువార్తలో ఏ శిష్యుడు పోషించలేని పాత్రను యేసు చేత ప్రేమించబడిన ఈ ఇద్దరు స్త్రీలు చేసిరి (11:5).

కపెర్నహోము తిబెరియ మధ్య గలలియ సముద్రమునకు పశ్చిమ తీరాన ఉన్న ఒక చిన్న గ్రామము పేరు మగ్ధల. యెరూషలేమునకు తూర్పున ఉన్న సరిహద్దు ప్రాంతం మగ్ధలేనే మరియ బేతనియ మరియ వేరువేరు స్త్రీలు. మగ్ధలేనే మరియ యేసు పాదములను కన్నీటితో అభిషేకించింది. ఈమె యూదులకు భయపడి దాగుకొనిన శిష్యులకు యేసు పునరుత్థానమును ప్రకటించిన స్త్రీ యేసును మరల చూచెదమని శిష్యులు ఎన్నడును అనుకొనలేదు. ఆయన పునరుత్థానము వారి మనస్సులలో ఎప్పుడు గ్రహించలేదు (20:9). ఈ కథలో ఖాళీ సమాదిని చూచిన మగ్ధలేనే మరియ ఆయన శవమును ఎవరో ఎత్తికొని పోయిరని తలంచింది తనతో మాటలాడుచున్నవాడు తోటమాలి కాడు యేసు అని గుర్తించిన మరియ శిష్యుల యొద్దకు ఈ మంచి సువార్తను తెలియజేయుటకు పరుగెత్తుకొని వెళ్ళి నేను ప్రభువును చూచితిని అని చెప్పెను (20:18). యేసు దేహము దొంగిలించబడినదని మొదట ప్రకటించిన ఈ స్త్రీ యేసుని చూచి ప్రభుని ద్వారా ఉపదేశింపబడి "నా సహోదరుల యొద్దకు వెళ్ళి నా తండ్రియు మీ తండ్రియు నా దేవుడును మీ దేవుడునైన వాని యొద్దకు ఎక్కిపోవుచున్నానని" వారితో చెప్పుమనెను (20:17). యోహాను సువార్తలో యేసు సిలువమీద మరణించిన తర్వాత జీవించుచున్న ప్రభువును చూచిన మొదటి వ్యక్తి ఈ స్త్రీయే.

పునరుత్థానుడైన యేసును చూచిన మొదట సాక్షుల జాబితా పలురకాలుగా ఉంది. 1కొరింథి 15:5-8 గమనించినట్లుయితే పౌలు 2 చిట్టీలను చూపుతున్నాడు. ఒక స్థలములో మొదట పేతురు ఆ తదుపరి 12 మంది తర్వాత స్థలములో మొదట యాకోబు-తదుపరి అందరి అపొస్తలులు వ్రాయబడియున్నారు. యోహాను సువార్తలో మగ్ధలేనే మరియ మొదట తదుపరి 12 అపొస్తలులు పలు క్రైస్తవ సమాజంలో వారి మూలపురుషుడైన శిష్యుని జాబితాలో మొదటిగా ఉంచుట స్పష్టమైయున్నది. పునరుత్థానుడైన యేసును మొదట చూచినది ఈమెయే గనుక యోహాను సమాజంలో ప్రారంభ సభ్యులలో ఈమె ఉండుట గమనించగలం. ఈ సమాజానికి ఏర్పడడానికి కేంద్రమైన వారిలో మగ్ధలేనే మరియయు బేతనియవారైన మార్త-మరియయు సమరయ

స్త్రీయు యేసు తల్లియు మరియు గుర్తు తెలియని ప్రేమించబడిన శిష్యులును ఉన్నారు. ఈ గుంపు గలలియ సమరయ మరియు యూదయ సంబంధించిన మంటి రహదారులలో యేసుతో ప్రయాణించినపుడు అర్థం చేసుకోలేని విషయాలను ఈ ప్రత్యేకమైన సమాజం గుర్తించగలిగింది.

సిలువ మీద వ్రేలాడుచున్న యేసు తన తల్లిని తాను ప్రేమించిన శిష్యుని గుర్తించెను. దేహ సంబంధమైన తన కుటుంబానికి వ్యతిరేకంగా తాను ప్రేమించిన శిష్యునికి తల్లిగా తన తల్లిని అప్పగించి నూతన కుటుంబాన్ని కట్టెను (19:26,27). ఆయన పునరుత్థానుడైన తర్వాత మగ్ధలేనే మరియను తన నూతన కుటుంబంలోని సభ్యులు తన సహోదరుల యొద్దకు యేసు పంపి తాను తండ్రి యొద్దకు ఎక్కిపోవుచున్నాడని చెప్పమనెను. యోహాను సమాజంలో నిస్సందేహంగా అన్నింటిని అర్థం చేసుకొని దానికి సాక్షులుగా నిలుచున్న స్త్రీలు ఆ ఘనతను ఆనందించారు. ఆదరణ కర్త అయిన పరిశుద్ధాత్మునికి వారు సేవకులుగా ఉన్నారు. అదే ఆత్మ యందు మార్కు సువార్త చెప్పుచున్నట్లు సిలువవేయబడు సమయములో పురుషులైన శిష్యులు కనబడలేదు గాని అక్కడ సంభవించిన వాటికన్నిటికి స్త్రీలు సాక్షులుగా నిలిచిరి.

వారిలో మగ్ధలేనే మరియయు, యాకోబు తల్లియైన మరియయు చిన్న యాకోబు యేసే అనువారి తల్లియైన మరియ మరియు, సలోమియు ఉండిరి. ఆయన గలలియలో ఉన్నప్పుడు వీరు ఆయనను వెంబడించి ఆయనకు పరిచారం చేసిన వారు వీరు కాక ఆయనతో యెరూషలేమునకు వచ్చిన ఇతర స్త్రీలు అనేకులను గొల్గాతా ప్రాంతములో వారిలో ఉండిరి (మార్కు 15:40,41) మగ్ధలేనే మరియయు యోసే తల్లియైన మరియ ఆయన ఉంచబడిన చోటు చూచిరి అని ఈ సువార్త చెప్పుచున్నది (మార్కు 15:47). మార్కు సువార్తలో ఈ స్త్రీలకి ఇవ్వబడిన ప్రాదాన్యత కంటే ఎక్కువ ప్రాధాన్యత యోహాను సువార్త ఇచ్చుచున్నది. వీరు కేవలము ఆయనను వెంబడించు నమ్మకస్థులే కాక (మార్కు సువార్తలో శిష్యులకు మరోక పేరు) ఆయన సిలువ మరణమును సమాధికి సాక్షులు కూడా. వీరు యేసు పరిచర్యలో ప్రముఖమైన పాత్రను పోషించి క్రైస్తవ సమాజంలో ప్రాముఖ్యమైన కేంద్రంగా మారగలిగారు.

పాఠము - 18

లేఖనము చేత శుద్ధి చేయబడుట

యోహాను సువార్త ఆశ్చర్యకరమైన విషయాలతో నిండి ఉంది సరిగ్గా చెప్పాలంటే తన ప్రత్యేకమైన మార్గంలో నూతనత్వాన్ని బాషా విధానాన్ని కలిగి ఉండడం ద్వారా ఒకసారి చదివినవారు మరియొక సారి చదవాలనుకుంటారు. మనం కనుగొనవలసినది మరి ఏదోయున్నదని ఈ సువార్తను చదివిన వారికి అనిపిస్తుంది. దీనిలోని ప్రత్యేకతలను అనువదించుట సులభం కాదు కనుక ఈ అనువాదములు ప్రత్యేకంగా కనబడుతాయి.

సువార్తలోని ఈ ప్రత్యేకత క్రైస్తవ చరిత్రలో జరిగించబడు మతమునకు సంబందించిన విషయములను తెలియపరచబడుట చూచి గ్రహించగలదు, మత సంబంధమైన కార్యములను చేయు విషయములో మత సంబంధమైన కార్యములకు మద్య భేదం కలదు. బాప్తిస్మము ప్రభువు బల్ల మత సంబంధమైన కార్యం అయితే పాదములు కడుగుట అనునది మత సంబంధమైన చర్యగా చెప్పబడుతుంది. ఈ మత సంబంధమైన కార్యములు జరిగించబడినపుడు వాటి యందు రక్షించు కృపను చూడగలం క్రైస్తవ సాంప్రదాయ అనుభవాలలో మత సంబంధకార్యములను సంఘంలోని అభిశక్తులు జరిగించగా, మత సంబంధ చర్యలను సామాన్యులు జరిగిస్తారు. యోహాను సువార్త ప్రకారం యేసు ఒక్కడైయున్నందున మత సంబంధ కార్యములను మరియు శిష్యుల పాదములను కడుగుట అను మత చర్యను కూడా జరిగించారు.

ఇంతకు ముందు ధ్యానాలలో బాప్తిస్మమిచ్చు యోహాను చేత యేసు బాప్తిస్మము పొందెనని ఈ సువార్తలో వ్రాయబడి ఉండలేదు. యేసు తన పరిచర్యను బాప్తిస్మము ఇచ్చే వానిగా ప్రారంబించినట్లు ఈ సువార్తలో గమనించగలం. యోహాను కంటే ఎక్కువ మందికి యేసు బాప్తిస్మము ఇచ్చెను. అనేకులు యేసు నొద్దకు ఆకర్షింపబడిరి (3:22, 4:1) దీనిని చూచిన యోహాను శిష్యులు యోహాను నొద్దకు వచ్చి నీవెవరిని గూర్చి బలమైన సాక్ష్యమిచ్చెదవో ఆయన బాప్తిస్మము ఇచ్చుచున్నాడు ఇదిగో అందరు ఆయన యొద్దకు వచ్చుచున్నారని చెప్పసాగిరి (3:26).

సంఘ కట్టుబడిలో పరిశుద్ధాత్ముడు బలముగా పనిచేయుచు క్రైస్తవ్యం సంస్థాగత కార్యములు చేయుచుండగా మత సంబంధ ఆచారములు ప్రారంభించబడినవి. యోహాను కంటే యేసు ఎక్కువగా బాప్తిస్మము ఇచ్చుచున్నాడని అనునది సమస్యగా మారింది. అందును బట్టి ఈ సువార్త రచయిత దానిని వివరిస్తూ అయినను యేసే బాప్తిస్మము ఇయ్యలేదుగాని ఆయన శిష్యులు ఇచ్చుచుండిరి అని వ్రాసెను (4:2). యోహాను సమాజపు వారి ఉద్దేశం ప్రకారం యోహాను చేత యేసు బాప్తిస్మము పొందును అనునది సమస్యాత్మకమైనది. యోహాను బాప్తిస్మం అనగా పాప క్షమాపణ నిమిత్తం మారుమనస్సు విషయమైన బాప్తిస్మం (మార్కు 1:4) మార్కు సువార్త ప్రకారము బాప్తిస్మము నిమిత్తము యోహాను నొద్దకు వచ్చిన వారు తమ పాపములను ఒప్పుకొనిరి (మార్కు 1:5) వాక్యము శరీరధారియైన యేసు అని ఎరిగినవారు యేసు తన పాపములను యోహాను ఎదుట ఒప్పుకొనినను ఊహించరు. అయినను బాప్తిస్మము నీటి యందు ఆత్మ యందు బాప్తిస్మము ఇచ్చు ఆయన వలననే ప్రారంభం అయినది.

యోహాను సువార్త ప్రకారం నీటి యందు బాప్తిస్మమిచ్చు యోహాను బాప్తిస్మమునకును పరిశుద్ధాత్మలో బాప్తిస్మం ఇచ్చు యేసునకును మధ్య స్పష్టమైన విలక్షణతను గమనించగలము (1:33). మత్తయి 3:10 ప్రకారం యోహాను భాప్తిస్మమునకు ఒక ఉద్దేశము అతని తీర్పు సంబంధమైన ప్రసంగమునకు ప్రత్యేకత ఏమి ఇవ్వబడలేదు (మత్తయి 3:10) ఆయన ఇశ్రాయేలునకు ప్రత్యక్షమగుటకు నేను నీళ్ళలో బాప్తిస్మ మిచ్చుచు వచ్చితినని బాప్తిస్మమిచ్చు యోహాను ప్రకటించెను (1:31). యోహాను పరిచర్య పరిశుద్ధాత్మ యొక్క ఆగమనము మరియు దేవుని గొఱ్ఱెపిల్ల ప్రవేశమును ప్రకటించుట వరకే నిర్ణయించబడింది. మనుష్య కుమారుడు దిగి వచ్చుట అనునది యోహాను యొక్క వేధాంతములో తన పరిచర్యలో కలసి ఉన్నట్లుగా చూడగలం.

అనేక మంది వ్యాఖ్యాన కర్తలు యోహాను సువార్తను మత సంబంధమైన ఆచారాలకు సంబంధించిన వేదాంత శాస్త్రంగా యోహాను సువార్తను ఒక పత్రంగా పరిగణిస్తారు. దీనికి కారణం నికోదేముతో యేసు మాటలాడుచు బాప్తిస్మము అనే మత ఆచారమును మత సంబంధమైన ఆచారంగా సంభాషించుకొనుట. 5 వేల మందిని పోషించునది ప్రభువు బల్లకు ధీటుగా సంభాగించుట అయితే ఈ లేఖన భాగములు ఈ వివరణలకు మద్దతు ఇవ్వవు.

తాను జరిగించిన దాని ప్రాముఖ్యతను యేసు ఇతరులకు బాప్తిస్మం ఇచ్చుట ద్వారా నికోదేముతో యేసు సంభాషణలో చూడగలం. యేసు నికోదేముతో చెప్పిన దానిని ఒకడు క్రొత్తగా జన్మించితేనే గాని దేవుని రాజ్యమును చూడలేడను మాట నికోదేముకు అర్థం కాలేదు. తాను చెప్పినది అతనికి అర్థం అవునట్లు యేసు వేరు మాటలతో దానిని మరల చెప్పెను. ఒకడు నీటి మూలముగాను ఆత్మ మూలముగాను జన్మించితేనే గాని దేవుని రాజ్యములో ప్రవేశింపలేడని చెప్పెను (3:5). పై నుండి జన్మించుట మరియు నీటి ద్వారా ఆత్మ ద్వారా జన్మించుట ఒక్కటే యేసు బాప్తిస్మము ఇచ్చుట పాపక్షమాపణ నిమిత్తం ఆచారం కాదుగాని ఆత్మయందు నూతన స్వభావమును సృష్టించుటయే.

ఇక్కడ ఈ సందర్భం కానిదాని ఒక విషయంలో మనము దృష్టి సాధించాలి. యూదులకు యోహాను శిష్యులకు మధ్య శుద్ధీకరణ ఆచారము గూర్చి వివాదము కలిగింది. యూదులు బలిపీఠమును చేయుటకు ముందు దైవమందిర ఆవరణములో పాదములు కడుగుకొనుట మత సంబంధ స్నానాలు చేయుట అనే శుద్ధీకరణ ఆచారమును కలిగియున్నారు. యోహాను బాప్తిస్మం కూడా పాపక్షమాపణ నిమిత్తం జరుగు శుద్ధీకరణ ఆచారమే. ఏ ఆచారములు ఆ సమస్యకు కేంద్రమో తెలియలేదు. బాప్తిస్మమిచ్చు యోహాను బాప్తిస్మము మరియు యూదుల బాప్తిస్మములు తెలియజేయునది పై నుండి జన్మించుట మరియు శుద్ధీకరణ ఆచారము అను వాటిని వేరు చేయుట. యోహాను శిష్యులకు యూదులకు మధ్య జరిగిన వివాదంలో యేసు అన్నిటికి పైగా నున్నాడు పాపము నుండి పరిశుద్ధ పరచబడుట అను దానిని పరిచయం చేయుట కాదుగాని పై నుండి జన్మించుట ద్వారా మరణము మీద విజయము పొందుట ఆయన పరిచర్యలోని ప్రాముఖ్యత.

యోహాను సువార్త ప్రకారం యేసు నీటిని ద్రాక్షా రసముగా మార్చుట ద్వారా శుద్ధీకరణ ఆచారమును విలువలేనిదిగా చేసియున్నాడు. యూదుల శుద్ధీకరణ ఆచారం ప్రకారం రాతి బానలలో ఆకట్టుకునే పరిమాణం కలిగి యుండుట ఆశ్చర్యకరం (3:6) ఆలాగుననే యేసు శరీరమునకు పూయుటకు వాడబడిన సుగంధ ద్రవ్యముల పరిమాణం కూడా గొప్పదై యూదులు పాతిపెట్టు మర్యాద తగినంతగా ఉన్నది (19:40) ఈ 2 సందర్భాలలో వీటికి ఇవ్వబడిన ప్రాధాన్యత అసంబద్ధంగా కనిపిస్తుంది. ఈ సువార్తలో గమనించినట్లయితే

పస్కా పండుగకు ముందు కొందరు యెరూషలేమునకు వెళ్ళి తమ్మును తాము శుద్ధిచేసుకొనుటకు వెళ్ళిరి (11:55). పస్కా పండుగకు కేంద్రమైన బానిసత్వం నుండి స్వతంత్రించబడుట కంటే ఈ శుద్ధీకరణ ఆచారమునకే ఎక్కువ విలువనిచ్చినట్లు తెలుస్తుంది. ఇక్కడ గమనార్హమైనది. యేసు తన శిష్యులతో చివరిగా బోజనమునకు కూర్చుండెనని, పస్కా భోజనము కాదు మొదటి 3 సువార్తల వ్రాయబడిన దానికి వ్యతిరేకముగా (మార్కు 14:4, 22:2) యోహాను సువార్తలో ఈ చివరి భోజనము ప్రభువు బల్లకాదు పస్కా భోజనము కాదు. ఆ మరుసటి ఉదయమున యేసు పిలాతు ముందుకు తీసుకొన పోబడినప్పుడు యూదులు ఆ సభాస్థలి లోపలికి వెళ్ళలేదు. ఎందుకనగా ఆ రాత్రివారు పస్కాను భుజించి ఉండినందున వారు మైల పరచబడుటకు ఇష్టపడలేదు (18:28) సువార్త అంతటిలో శుద్ధీకరణ ఆచారమునకు విలువ ఇవ్వబడలేదు.

6వ అధ్యాయంలోని సంభాషణలో యేసు తనను గురించి పరలోకం నుండి దిగివచ్చిన జీవాహారము తానే అని ప్రకటించుకొనెను నిర్గమము సమయంలో మోషే మధ్యవర్తిత్వం ఫలితంగా ఆకాశం నుండి కురిసిన మన్నా కంటే ఈ జీవాహారము ఉన్నతమైనది (6:48,49) యేసు దీనికి ముందే జీవాహారము నేనే నా యొద్దకు వచ్చువాడు ఏమాత్రమును ఆకలిగొనడు నాయందు విశ్వాసముంచువాడు ఎప్పుడును దప్పిగొనడు అని చెప్పెను (6:35). అరణ్యములో మన్నాను తినినవారు మరల ఆకలిగొనిరి ఈ వాగ్ధానము అనేక మాటల ద్వారా మరల మరల చెప్పబడింది. ఎవడైనను ఈ ఆహారమును భుజించితే వాడెల్లప్పుడును జీవించును మరియు నేను ఇచ్చు ఆహారము లోకమునకు జీవము కొరకైన నా శరీరమే (6:51). నా శరీరము తిని నా రక్తము త్రాగువాడు నాయందును నేను వాని యందును నిలిచియుందుము. నన్ను తినువాడును నా మూలముగా జీవించును (6:56,57). పరలోకం నుండి దిగి వచ్చిన కుమారునికి మన్నాకు మధ్య తేడా స్పష్టంగా తెలియపరచబడింది. ఒకరు ఆకాశం నుడి క్రిందికి రాగా మరియొకరు పరలోకం నుండి క్రిందికి వచ్చియున్నారు. ఒక ఆహారము శరీరమందు కొన్ని గంటలు ప్రాణమును తెప్పరిల్లజేయును. కాగా మరియొక ఆహారము ఆత్మయందు నిత్యజీవమును దయచేయును. ఒక దానిని నోటితో భుజించుదుము మరియొక దానిని హృదయముతో భుజించెదము.

పరమునుండి వచ్చిన ఆహారమైన యేసు అనే భావన ఒక క్రమాన్ని అనుసరించే విధంగా గమనించగలగాలి. నా యొద్దకు వచ్చువాడు మరియు నాయందు నమ్మిక యుంచువాడు అనుమాటలతో ప్రారంభమై తదుపరి దానిని భుజించువాడు నన్ను హత్తుకొనువాడు అను గొప్ప అనుభవాలతో గుర్తించబడింది. వచ్చుట, చూచుట, నమ్ముట, భుజించుట మరియు హత్తుకొనుట అనునవి ఇతర ధ్యానాలలో కూడా యోహాను యొక్క బాషా శైలిగా కనబడుచున్నది. శరీర సంబంధమైన చిహ్నాలతో ఇక్కడ ఏ ఆచారము వివరించబడలేదు. ఆత్మ ద్వారా నీటి ద్వారా తిరిగి జన్మించుట అనునది జీవము మరియు హత్తుకొనుట అను సత్యంతో చూడగలం. యేసు చెప్పిన దానిని అర్థం చేసుకొనలేని శిష్యులు ఇది కఠినమైన మాట ఎవడు వినగలడు అని సణుగుకొనిరి (6:60) ఈ సంభాషణ అంతటిని యేసు వివరించుచు ఆత్మయే జీవింపచేయుచున్నది. శరీరము కేవలము నిప్రయోజనము. నేను మీతో చెప్పియున్న మాటలు ఆత్మను జీవమునై యున్నవి (6:63). యేసు చెప్పిన దానిని నికోదేము అర్థం చేసుకొనలేనప్పుడు ఈ మాటలు ప్రతిధ్వనించుచున్నవి. శరీర మూలముగా జన్మించినది శరీరము ఆత్మ మూలముగా జన్మించునది ఆత్మయునై యున్నది (3:6). ఈ ప్రకటనలు ఆత్మ యొక్క వాస్తవికత కొరకు నిలబడడానికి భౌతిక వస్తువుల సామర్థ్యాన్ని తిరస్కరించవలసి వస్తుంది.

ఈ 2 ప్రకటనలు శరీరం యొక్క విలువను తిరస్కరిస్తున్నాయి. ఇది ఒక చిహ్నంగా గాని లేక జీవిత ప్రతినిధిగాను లేక మతాచారంగాను సమర్థవంతంగా లేదు. వచ్చుట, చూచుట, నమ్ముట, భుజించుట, హత్తుకొనుట అనునవి ఆత్మ సంబంధిత రాజ్యములో మాత్రమే జరుగును. ఎందుకనగా నిత్య జీవమునకు రాయబారిగా చెప్పబడుచున్న తాను వాక్యముగా అక్కడ ప్రతినిధిగా ఉన్నది. ఆత్మ యందు మాత్రమే విశ్వసించినవారు ఆయన యందును ఆయన వారియందును హత్తుకొని యుండిరి. పైనుండి జన్మించుట గాని పరలోకం నుండి దిగివచ్చిన రొట్టెగాని ఒక దినము తర్వాత మరియొక దినమునకు క్షయమైనవిగా కాక పునరావృతమైయే విధంగా ఉంటాయి. ఇవి శరీర సంబంధమైన మద్ధతు లేకుండా జీవమును కలిగి ఉంటాయి.

యోహాను సువార్తలో యేసు తన శిష్యులతో కలసి చివరి సారిగా భోజనము చేసినట్లుగా వ్రాయబడియున్నది (13:1) ఆ సమయములో యేసు

వారి పాదములను కడుగుచు తనను అప్పగించువానిగా యూదాను గుర్తించియున్నాడు. ఈ ఆహారముతో భుజించబడిన రొట్టె ద్రాక్షారసములు యేసు శరీరమునకు రక్తమునకు సాదృశ్యములుకావు. మరియొక మాటలో చెప్పాలంటే చివరి బోజనము ప్రభువు బోజనము కాదు. ఈ బోజన విషయం తలంచినపుడు కానా వివాహవిందును తెలియజేసిన రీతిగానే ఈ వర్ణన కూడా తెలియ జేయబడింది. ఆ సమయములో ఏమి సంభవించునో ఆ సంబంధిత విషయాలను తెలుసుకున్నాము. ఈ సంఘటనలు సంక్లుప్తమైన ఆవర్తన వాక్యములు పరిచయం చేయబడ్డాయి.

పస్కా పండుగకు ముందు
యేసు తన ఘడియ వచ్చునని ఎరిగి
ఈ లోకం నుండి తండ్రి యొద్దకు వెళ్ళవలసి యుండగా
లోకంలో తన వారిని ప్రేమించి వారిని అంతము వరకు ప్రేమించి
వారు బోజనము చేయుచుండగా
తండ్రి తన చేతికి సమస్తమును అప్పగించెనని ఎరిగి
తాను దేవుని యొద్దనుండి బయలు దేరివచ్చెననియు దేవుని వద్దకు వెళవలసియున్నదనియు
ఆయన భోజన పంక్తిలో నుండి లేచి తనపై వస్త్రము అవతల పెట్టి వేసి ఒక తువ్వాలు
తీసుకొని నడుమునకు కట్టుకొనెను (13:1-4) (నా స్వకీయ అనువాదం).

యేసు తన తండ్రి యొద్దకు వెళ్ళవలసిన ఘడియ వచ్చునని ఎరిగినవాడై దాని కొరకు తనను సిద్ధపరచుకొనెను. అందరి చేత బోధకుడని ప్రభువని (13:13) పిలువబడుచున్న తాను ఒక పరిచారకుడిగా కనపరచకొనెను. తన ఘడియ మహిమ పొందుటకు మాత్రమే కాక (12:23) తన దాసత్వాన్ని కూడా కనపరుస్తుంది. భోజనానికి ముందు శిష్యుల పాదములు కడిగిన తర్వాత ఇతరులు వచ్చుటకు ముందే తాను చేసిన పనిలోని సందేశమును వివరించియున్నారు. కాబట్టి "ప్రభువును బోధకుడనైన నేను పాదములు కడిగిన యెడల మీరును ఒకరు పాదములు ఒకరు కడుగ వలసినదే" "నేను మీకు చేసిన ప్రకారము మీరును చేయవలెనని మీకు మాదిరిగా ఈలాగు చేసితిని" (13:14,15).

యేసునకు పేతురుకు మధ్య కలిగిన సంభాషణలో ఈ కార్యములోని భావము తెలియజేయబడింది. నీవెన్నడును నా పాదములు కడుగరాదని పేతురు పలుకగా వారి పాదములు కడుగుట యేసు స్పష్టపరచెను. నేను నిన్ను కడుగని యెడల నాతో నీకు పాలులేదనెను (13:8) పాదములు కడుగబడని యెడల మరియు పై నుండి జన్మించని యెడల పరలోక రాజ్యంలో ప్రవేశించుట యేసుతో పాలుపంపులు పొందుట అసాధ్యమని చెప్పబడుచున్నది. కారణం ఏమిటనగా కడుగబడినవాడు పవిత్రుడై సమస్త విషయములోను పవిత్రుడుగానే ఉండును (13:10).

ప్రత్యేకించబడిన ఈ శిష్యులు యేసు హస్తముల చేత పాదములు కడిగియుండగా నేటి క్రైస్తవులు మాత్రం సంఘ అధికారుల చేత పాదములు కడుగబడుట ఎన్నడు గమనించము. ప్రభువు తాను చేసిన పనిని పాదములు కడిగిన తరువాత వారికి మాదిరి యుంచి యున్నాడని చెప్పియున్నాడు. వారికి ఒక ఆజ్ఞ ఇచ్చాడు మీరును ఒకరి పాదములు ఒకరు కడుగవలసినదే (13:14). తాను చేసిన పనికి ప్రాముఖ్యత ఒక ధన్యతను ప్రభువు పలికెను ఈ సంగతులు మీరు ఎరుగుదురు గనుక వీటిని చేసిన యెడల మీరు ధన్యులగుదురు (13:17). ఈ ధన్యతలో విధితో కూడిన లేఖనంగా మనం గ్రహించాలి ఎరుగుట కంటే కార్యములు చేయుట ప్రాముఖ్యమై యున్నది.

యోహాను సువార్త ప్రకారము అధీకృత మతాధికారులచే నిర్వహించ బడవలసినటు వంటి బాప్తిస్మం యేసు తీసుకోలేదు. ప్రభువు బల్లను జరిగించలేదు. రొట్టె ద్రాక్షారసము మతాచారంగా చేయలేదు యేసు పాదములను కడుగుట మాత్రమే ఒకరి యెడల ఒకరు జరిగించవలసియున్నదని చెప్పుట ద్వారా పరలోక రాజ్యము ప్రజాస్వామ్య బద్ధంగా కనపరుచుచున్నాడు.

తండ్రి ప్రతిష్ఠ చేసి తనను పంపియున్నాడని యేసు తనను గురించి తాను చెప్పుకొనెను (10:36). ఆలాగుననే ఆయన శిష్యులను పవిత్రపరచి ప్రతిష్ఠించమని చెప్పుచున్నారు (17:17). తండ్రి చేత ప్రతిష్ఠించబడి పంపబడిన యేసును గూర్చిన మాట ఆలాగుననే ఆయన చేత పంపబడిన శిష్యులను గూర్చిన మాటకు నేడు మతపరమైన ఆచారములను జరిగించుటకు అధికారం పొంది అభిషేకించబడిన మతాధిపతులకు పోలిక లేదు. యేసు చేసిన వీడ్కోలు

ప్రార్థనలో వారు ప్రతిష్ఠించబడినది వేరు చేయబడినది, మత సంబంధ నాయకత్వం కొరకు కాదు అని స్పష్టంగా చెప్పెను. 'సత్యమందు వారిని ప్రతిష్ఠ చేయుము. 'నీ వాక్యమే సత్యము' అని చెప్పినప్పుడు 17:17 వారు సత్యమునందు ప్రతిష్ఠించబడి వేరు చేయబడినట్లుగా ఉన్నది. మార్గము జీవమునై యున్న యేసు కనపరిచిన సత్యము నందు వారు పాలిభాగస్తులై వేధాంత పరంగాను సమాజపరంగాను వేరు చేయబడ్డారు. ఈ ప్రతిష్ఠిత సమాజంలో వారసత్వమును స్థాపించుట లేదు.

శిష్యుల పాదములు కడిగిన యేసు దానిని వివరిస్తూ దాసుడు తన యజమానుని కంటే గొప్పవాడు కాదు పంపబడినవాడు తన్ను పంపిన వానికంటే గొప్పవాడు కాదని మీతో నిశ్చయముగా చెప్పుచున్నాను అనెను (13:16), నిశ్చయముగా నేను మీతో చెప్పుచున్నాను అను ఈ మాట మాదిరికరంగా ఒకరి యెడల ఒకరు జరిగించాలని ఆజ్ఞనిచ్చుటలో పరిచయం చేయబడింది.

ఇది చాలా సామాన్యమైనది. దాసుడు యజమానుని కంటే గొప్పవాడు కాదని ఎవరికి తెలియదు. ఇది మరలా చెప్పబడినను దాని ప్రాముఖ్యతను తెలియజేయుచున్నది. క్రైస్తవ సమాజంలో పంపబడినవాడు పంపినవాని కంటే గొప్పవాడు కాదని సత్యాన్ని బలముగా తెలియజేయుట అవసరమైయున్నది. అపొస్తలులు వారిని గురించి వారు గొప్పగా ఊహించుకొని వైభవములో ఉండిపోకుండునట్లు వారికి చెప్పబడినది. పౌలు కూడా మిక్కిలి శ్రేష్ఠమైన అపొస్తలులతో మాటలాడవలసి వచ్చింది (2 కొరింథీ 11:5) మొదటి శతాబ్దపు అంతమున క్రైస్తవ ఉద్యమం సంఘుసంస్థలుగా మారుతున్నప్పుడు దైవ కృపను అధికారిక మతాధికారుల చేత నియంత్రణ చేయబడింది. యోహాను సమాజపు వారు దేవుడు కొలత లేకుండా ఆత్మను అనుగ్రహించెను అను మాటను పట్టుబట్టి (3:34) మతాచారములు జరిగించియున్నారు. ఆత్మ కార్యములు కొద్దివిగా జరిగించలేదు. సామాన్యముగా మతాచారములో కనుగొనలేము. గాలి తాను వీచుటకు ఇష్టపడు ప్రతి స్థలములో వీచుచు తన శక్తిచేత జీవమును నిలుపు చున్నది.

రొట్టెను భుజించుట పరలోకం నుండి దిగిన రొట్టె అను సంభాషణను ముగించినపుడు శరీరమునకు ప్రాముఖ్యత నివ్వలేదు. నేను మీతో చెప్పియున్న

మాటలు ఆత్మయు జీవమునై యున్నవి అనెను (6:63) మరియు తదుపరి ఆయన మాటలాడుచు ఒకడు నా మాటను గైకొనిన యెడల వాడెన్నడు మరణము పొందదు అని చెప్పెను (8:51). అదే విధంగా పాదములు కడుగబడినపుడు దేహమంతయు కడుగబడినదిగా ఎంచబడుచున్నది. యేసు శిష్యులతో మాటలాడుచు నేను మీతో చెప్పిన మాటను బట్టి మీరు ఇప్పుడు పవిత్రులై యున్నారు. నా యందు మీరును మీయందు నా మాటలును నిలిచి యుండిన యెడల మీకు ఏది ఇష్టమో అడుగుడి అది మీకు అనుగ్రహించ బడెను అని చెప్పెను (15:3,7).

పరిచారకులుగా ఒకరు పాదములను మరియొకరు కడిగి శుద్ధి చేయబడిన యెడల ఆయనయందు వారు నిలిచియుందురు. ఆయన మాటలు వారియందు నిలిచియుండును. యేసు వారిని ఇక ఏమాత్రమును సేవకులుగా ఎంచుటలేదు. వారు ఆయనను బోధకునిగాను ప్రభువుగాను ఎరిగియున్నారు. ఆయన వారిని స్నేహితులని పిలుచుచున్నారు ఎందుకనగా నేను నా తండ్రి వలన వినిన సంగతులు అన్నిటిని మీకు తెలియజేసితిని అనెను (15:15). ఈ విధముగా ఒకరి పాదములను ఒకరు కడిగిన వారు మన దేవుడైన తన దేవుని యొద్దకు వెళ్ళిన ఒకని చేత గుర్తించబడుచున్నారు. ఈ శుద్ధి చేయబడుట ప్రభువు చెప్పిన మాటలోని నెరవేర్చుట ద్వారా నరులను ఆయన యొద్దకు అనుమతించు చున్నాడు. చూచుటకు నమ్ముటకు భుజించుటకు స్నేహితులుగా హత్తుకొనుటకు ప్రభువును బోధకుడునైన ఆయనను ఎరుగుటకు తదుపరి పేతురు ఆయనను అర్థం చేసుకున్నట్లుగా ఇప్పుడు మనం అర్థం చేసుకొనగలం. శుద్ధీకరణ ఆచారం కాదుకాని లేఖనము కలిగించు పరస్పర కట్టుబడి అని యోహాను చెప్పుచున్నాడు. యోహాను సమాజము సహోదర సహోదరులుగా చెప్పబడుచున్నది (20:17). ఆలాగుననే స్నేహితులు అని చెప్పుచున్నవి (15:15) యేసునందు నిలిచిన వారు శరీర సంబంధమైన వాటిని బట్టి నిలుచువారు కారు సామాన్య క్రైస్తవ సమాజం మతపరమైన సంఘు అధికారం చేత పరిశుద్ధాత్మను నియంత్రించుటకు గాని వారి ఆత్మీయ జీవితాలను సంస్థీకరణ చేయుటకుగాను ఇష్టపడరు. క్రైస్తవ జీవితము ఆయన వాక్యం నందు నిలిచియుండుట (8:31) మరియు పేతురు ఒప్పుకొన్నట్లుగా ఆయన యందలి నిత్యజీవపు మాటలు కలిగియుండుట (6:68).

పాఠము - 19

పగలు ఉండగనే మనం పని చేయవలెను

యోహాను సువార్తలో వ్రాయబడిన 3 స్వస్థత అద్భుతములు 1. ప్రధాని (4:46-54) కుమారుడు 2. బెతెస్థ కోనేటి దగ్గర రోగి (5:1-16) మరియు 3. పుట్టు గ్రుడ్డివాని గూర్చిన అద్భుతాలు (9:1-14) వీటిలో 2 రచనలు అధ్భుతములను వివరించిన తరువాత ఈ స్వస్థతలు విశ్రాంతి దినమున జరిగినవని వ్రాయబడియున్నది. సబ్బాతు దినమున 4వ ఆజ్ఞలో రబ్బానీయుల అనువాదమును బట్టి క్రియలతో కూడిన స్వస్థత నిషేదించబడినది ఆ రోగితో యేసు తన పరుపును ఎత్తుకొని వెళ్ళమని చెప్పెను. మరియొక చోట తానే తను ఉమ్మితో మట్టిని కలిపెను. మరియొక అద్భుతములో ప్రత్యేకంగా వివరించబడినప్పుడు ప్రత్యేక దినమున కాకపోయినను చివరి సమయములో స్వస్థ పరచబడుట గమనించగలము.

బబులోను చెర తరువాత సమాజమందిరములు ప్రాముఖ్యమైన ఒక నూతన సంస్థగా మారినవి. యూదా మతములోని దీని స్థలము యెరూషలేములో కట్టబడిన దేవుని మందిరమునకు ప్రత్యామ్నాయం కాదు. యెరూషలేము దేవాలయము భూమియందంతటిలో యెహోవాకు బలులను అర్పించు ఒకే ఒక స్థలం. సమాజ మందిరములు ధర్మశాస్త్రమును ధ్యానించుటకును సంఘముగా కూడుకొనుటకును ప్రాముఖ్య స్థలములుగా చెప్పబడినవి. వాటిలో శాస్త్రులు అనుదిన జీవితములో ధర్మశాస్త్రమును ఏలాగు ఉపయోగించుకోవలెనో తెలియజేయు న్యాయస్థాన ఆదేశాలను నిర్ణయించువారుగా ఉన్నారు. ఆజ్ఞలన్నిటిలో సబ్బాతు దినమున పనిచేయరాదు అనునది ఎక్కువ చర్చకు కారణమైనది. సబ్బాతు దినమున జీవితం గడిచిపోతుంది. ఆ దినమున ఏమి చేయవలెనో ఏమి చేయకూడదో ఇంకను నిర్ణయించబడవలసి ఉన్నది. ఈ ఆచారాన్ని క్రమ బద్ధీకరించడానికి బోధకులు అనబడినవారు పనిని నిర్వచించు మార్గములను వెదకసాగారు. ఆ వెతుకలాట దేవుని మందిరమును కట్టినపుడు ఆయన ఇచ్చిన సూచనల వైపునకు వారిని తీసుకొని వెళ్ళెను (నిర్గమ 35:4,

39:43) ఇక్కడ 39 ప్రత్యేక పనులు గుర్తించబడినవి. ప్రత్యక్ష గుడారమును కట్టునిమిత్తమై అవసరమైన జాబితాను నిర్వచించిన తరువాత సబ్బాతు దినమున చేయకూడని లేక చేయుటకు అంగీకరించబడని వాటిని నిర్వచించారు. బారమును మోసుకొనిపోవుట దేనినైనను కలిపి సిద్ధపరుచుట. ఈ జాబితాలో ఉన్నవి.

సబ్బాతు దినమున చేయుటకు అనుమతించబడినవి. ఏవో, అనుమతించ బడనివి ఏవో నిర్ణయించుటకు యేసు యొక్క అధికారమును సమర్థించుటకు యోహాను సువార్తలో విశ్రాంతి దినమున జరిగిన అద్భుతాలు వాదనలను రేపింది. యూదుల మధ్యను ఇటువంటి ప్రశ్నలు పైకి రాగా నిస్సందేహంగా క్రైస్తవులకు కూడా ఈ ప్రశ్నలు కలవు. వీరందరూ ప్రారంభంలో యూదులు, క్రైస్తవులుగా మారి వారు యూదులుగా ఆగిపోవాలన్న అలోచన వారి మనసులలోనికి కూడా రాలేదు. మన కాలంలోని మొదట శతాబ్దంలో యూదుల మధ్య ప్రాముఖ్యమైన గుర్తింపు కలిగినది సబ్బాతు. అన్య జనులకు తెలిసిన కొన్ని విషయాలలో సబ్బాతును ఆచరించుట కూడా ఒక ఉద్ధేశం. మరియొక మాటలో క్రీస్తును వెంబడించువారుగా సబ్బాతు దినమున ఆచరించుటను కొనసాగించవలెనో లేదో అను ప్రశ్న ఆది క్రైస్తవులు అడగలేదు. కాని దానిని అనుమతిగా తీసుకున్నారు. సబ్బాతు ఆజ్ఞగా నిషేదించబడినది ఏమిటి అను ప్రశ్న కలిగెను (నిర్గమకాండం 35:4-39-43) (వరకు) బోధకులు 39 పనుల జాబితాను వెలికి తీశారు. వాటిలో హెలీనీయుల పట్టణ కేంద్రాలలో జరుగుచున్న కొన్ని సామాన్య పనులు చేర్చబడలేదు. కనుక ఆ ప్రశ్న ఎంతో ఔచ్చిత్యాన్ని కలిగి ఉంది. ఈ 39 క్రియల జాబితాలో ఏవి స్వీయసూచనగా పరిమితం చేయబడుటకు అర్థం కాబడినవో తెలియలేదు. ఈ 39 శీర్షికలుగా ఉండి వాటి క్రింద ఇలాంటి ఇతరమైన పనుల కలపబడినవి. యూదులకు పునరుత్థానుడైన క్రీస్తును ప్రకటించును. యూదులు లేఖనములోని కొన్ని భాగములను ఉదహరించుట ద్వారా ఈ సమస్యను పరిష్కరించారు లేఖనములను ఉదహరించుట మాత్రమే కాకుండా సబ్బాతు దినమున యేసు ప్రవర్తించిన రీతిని క్రైస్తవులు జవాబుగా నివేదించారు.

బెతెస్థ కోనేటి దగ్గర స్వస్థపరచబడిన రోగి విషయంలో 2 సమర్థనలు మీ ముందు ఉంచుతాను. వాటిని వేరువేరుగా ఉదహరిస్తాను (7:19-23) ఉన్న భాగంలో కూడా రోగిని స్వస్థపరచుటను గురించి వ్రాయబడింది. ఈ వచనాలలో వాదన చిన్నదిగా ప్రారంభమై బలమైనదిగా మారుట గమనించగలం ఒక సమస్యలో ఒక న్యాయమును వర్తిస్తే ఈ విషయంలో వేరొక న్యాయం ఎంతగానో వర్తిస్తుంది. అధికారిక నిర్ణయంలో మొదటి దానికన్నా రెండవది ఎక్కువ సమస్యగా తెలుస్తుంది.

కోనేటి దగ్గర రోగిని స్వస్థపరుచు విషయంలో ఎనిమిదివ దినమున పుట్టిన వ్యక్తి యొక్క సున్నతి సబ్బాతు దినం అయితే యూదులు ఏమి చేయుటకు నిర్ణయిస్తారో దాని మీద ఆధారపడి ఈ వాదన కొనసాగింది.

సున్నతి దినమున చేయవలసిన పనులను జరిగించుట సబ్బాతు దినమున నిషేదించబడిన 39 పనుల జాబితాలో ఉంది. ఇది గందరగోళాన్ని సృష్టించింది. లేఖనములలోని ఒక ధర్మమును లోబడుటకు లేఖనములలోని మరియొక ధర్మమును ఎదిరించవలసి వస్తే ఏమి చేయవలెను. ఈ విషయంలో యూదులు సబ్బాతు ధర్మం కంటే సున్నతి ధర్మమే ప్రాముఖ్యముగా ఎంచిరి. సున్నతి నిజమైన యూదుని గుర్తు బోధకుల ఆలోచన ప్రకారం సబ్బాతును యూదులు మాత్రమే పాటించాలి. బోధకులు సబ్బాతు యూదుల పెండ్లి కుమార్తె అనియు తనతో ఉండుట చెరగని కట్టుబడి అని చెప్పిరి. యూదుల నిమిత్తము ఏర్పరచబడిన వివాహ స్థలమును అన్యజనులు పంచుకొనకూడదు కనుక యూదులు సబ్బాతును న్యాయముగా జరిగించు నిమిత్తము యూదులు సున్నతికి ప్రాముఖ్యత ఇవ్వాలి.

దేవుని చేత ఏర్పరచబడిన ప్రజలకు సున్నతి ఒక ప్రత్యేక గుర్తుగా ఉన్నది కాలము గడుచుకొలది ఇది ఒక సమర్థమైనదిగ ఎంచబడినది పురుషుని శరీరములో ఇది ఒక నాణ్యమైన అనుభవం. 7వ అధ్యాయము 19 నుండి 23 వరకు సున్నతి సంస్కారమును గూర్చి వాదన ఇది మానవుని శరీరములో ముంగోళ్లను సబ్బాతు దినమును తొలగించుట పరిపూర్ణత అని ఎంచితే సబ్బాతు దినమున ఒకనికి పూర్ణ స్వస్థత నిచ్చుట ఎంత ఘనమైనదిగా ఎంచవలెను. శరీరములోని ఒక అవయము కంటే శరీరమంతయు ప్రాముఖ్యమైది అని ఇంకితజ్ఞానం కలిగిన వారు గ్రహించగలరు.

మరియొక వాదన కూడ ఇక్కడ ఉన్నది శిష్యులు సబ్బాతు దినమున పంట చేలలో కంకులను సబ్బాతు దినమున భుజించుట మార్కు (2:23-28) దావీదును అతనితో కూడ ఉన్నవారును సముఖపు రొట్టెలు తినుట న్యాయమని మీరు ఎంచితే సబ్బాతు దినమున నా శిష్యులు పంట చేలలో వెన్నులు తెంచి తినుట న్యాయము కాదా? ఎందుకనగా దావీదు మరియు అతని మనుష్యులకంటే నా శిష్యులతో నా సన్నిధి బహు గొప్పది కాదా? దావీదు కంటే యేసు ఆధిపత్యాన్ని అంగీకరించువారి మధ్య ఈ వాదన పనిచేస్తుంది దీనిని బట్టి ఆది క్రైస్తవులు అనేక అభిప్రాయం కలిగిన వారై సబ్బాతు దినమున జరిగించవలసిన క్రియల గురించి సబ్బాతు దినమున యేసు స్వభావమును అంగీకరించబడిన నిర్ణయముగా ఎంచుకున్నారు ఆది క్రైస్తవులు గ్రీకు నాగరికతను గూర్చి బహుగా ఎరిగిన వారు కనుక ఈ న్యాయవాదనలు జ్ఞానముగల ముగింపునకు సమర్థమంతమైన మార్గమును చూపించగలిగినది. ఈ రకమైన వాదనలు సాంప్రదాయ హెబ్రీ సంస్కృతిలో భాగం కావు కానీ జ్ఞాన సాహిత్యంలో భద్రపరచబడినవి మేధోసంబంధమైన తీర్మానములు ప్రామాణిక పద్ధతి యొక్క ఆలోచనల ద్వారా సాంప్రదాయ బద్ధంగా విస్తరించినది.

సున్నతిని గూర్చిన ప్రాముఖ్యత మీద ఆధారపడి వచ్చిన వాదనలో బెతెస్థ కోనేటి దగ్గర స్వస్థపరచబడిన రోగిని గూర్చి కూడ సమర్థించబడింది. 'నాతండ్రి ఇది వరకు పనిచేయుచున్నాడు నేనును చేయుచున్నాను' అని సమర్థించుట చూడగలం. పురాతనమైన యూదుల ప్రశ్నకు సమాధానం యేసు సబ్బాతు ప్రవర్తన మీద ఆధారపడినది. దేవుడు తన ధర్మము తను పాటించునా? అను ప్రశ్నను మరి స్పష్టముగా దేవుడు సబ్బాతు దినమును పాటించునా? అని చెప్పుచున్నది నేటి దినాలలో ఈ ప్రశ్న ఉండదు ఎందుకనగా సాధారణంగా సహజచట్టాలు అని పిలువబడే ప్రధాన విధులను మనం స్వయంగ అర్థం చేసుకుంటాం. ఐజక్ న్యూటన్ భూమి మరియు ఆకాశములోని అన్ని నక్షత్రాలు గురుత్వాకర్షణం ద్వారా నియంత్రించబడుచు సంబంధిత కక్షలను అనుసరిస్తాయి అని ప్రతిపాదించినపుడు క్రైస్తవులలో అనేకులు అతడు దేవుడు ఉనికిని నిరాకరిస్తున్నాడు అని భావించారు. ఆకాశ సంబంధమైన వాటినే దేవుడు తన చేతులతో కదిలించుచున్నాడు అని వారు తలంచారు. ఉదయముననే సూర్యుడు

పైకి వచ్చుట సాయంకాలమున క్రిందకు దిగుట దేవుని వలనే జరుగుచు ఉదయ సాయంకాలము ఏర్పరచుచున్నది అని అనుచున్నారు. ఒకవేళ సబ్బాతు దినమున ప్రభువు పనిచేయటం మానివేస్తే సూర్యుడు ఉదయించడు అస్తమించడు మరియు అనేక పనులు జరగవు అని వారి ఉద్దేశం విశ్రాంతి దినము కూడ సూర్యుడు ఉదయించుచున్నాడు ప్రకృతి పనిచేయుచున్నవి అనగా సబ్బాతు దినమున దేవుడు పనిచేయుచున్నాడు అని అర్థం అవుతుంది.

బోదకుల రచనలలోను అలెగ్జాంద్రియ వాడైన ఫిలో రచనలలో దేవుడు సబ్బాతు దినమున పనిచేస్తాడు అని వేరువేరు వివరణలు ఇవ్వబడ్డాయి ఉదా॥కు సబ్బాతు దినమున దేవుడు ఆత్మ సంబంధమైన మెథో సంబంధమైన వాటి విషయములో పనిచేస్తూ వారములో మిగిలిన దినాలలో భౌతిక విషయాలపై పనిచేస్తాడని అర్థం ఇచ్చువాదన ఉన్నది "ఫిలో" దేవుడు పనిచేయుచు పరిపూర్ణ విశ్రాంతి తీసుకొనగలడని వివరించుచున్నాడు మరియొక మాటలో చెప్పాలంటే దేవుడు పనిచేయుచు సబ్బాతు ఆజ్ఞను పాటించుటకు పని నుండి దూరముగా ఉండగలరు.

"నా తండ్రి ఇప్పటికిని పనిచేయుచున్నాడు" అని యేసు చెప్పినపుడు ఆయన సబ్బాతు దినమున కూడ ఆగకుండ పనిచేయుచున్నాడు. సృష్టిని చేయు సమయమున మాత్రమే దేవుడు పనిచేసి అప్పటి నుండి నేటి వరకు విశ్రాంతి తీసుకుంటున్నాడని చెప్పుట సత్యం కాదు లేదు దేవుడు ప్రతి దినము పనిచేయుచున్నాడు ఈ అంగీకారాన్ని వినిన యూదులు ఇది సత్యం అని అంగీకరిస్తారు. అయితే యేసు నేను కూడ ప్రతి దినం పనిచేయుదును అని చెప్పుచున్నాడు. ఆయన ఏ విధమైన వాదన చేయుటలేదు. ఇది ఒక శాస్త్రీయమైన వాదన. ఇది ఆయన స్వభావమును తెలియజేస్తుంది. యేసు సబ్బాతు రోజున పనిచేయడానికి దేవుని హక్కును కలిగి ఉన్నాడని పేర్కొన్నాడు. ఆయన పలికిన ఈ మాటలు అర్థం చేసుకొనుట యూదులకు కష్టతరముకాదు. ఆయన విశ్రాంతి దినాచారము మీరుట మాత్రమే కాక దేవుడు తన సొంత తండ్రి అని చెప్పి తన్ను దేవునితో సమానునిగా చేసుకొనెను కనుక ఇందు నిమిత్తం యూదులు ఆయనను చంపవలెను అని మరి ఎక్కువగా ప్రయత్నం చేసిరి (5:18) నాటి ఒక ప్రాథమిక సిద్ధాంతానికి యేసు వాదన ఒక ప్రత్యక్ష సవాలు బబులోను చెర తరువాత వున్న యూదులకు ఇది సవాలు దేవుడు ఒక్కడై ఉన్నాడు.

బెతస్థ కోనేరు వద్ద రోగిగా వున్న వానిని స్వస్థపరచుట కుమారుని యొక్క సబ్బాతు కార్యక్రమములను వివరిస్తున్నాయి. 19-30 వచనాలలో కుమారుడు అనుదినం పనిచేయుచున్నాడు. తీర్పు తీర్చుటకును, జీవమును ఇచ్చుటకును సబ్బాతు దినమున కూడ పనిచేయుచున్నాడు. ఇవి కూడ ప్రత్యేకమైన దైవిక హక్కులే! అదేమనగా కుమారుడు దేవుడు మాత్రమే చేయగలిగిన పనులు చేయుచు దేవునితోను తండ్రితోను సమానముగా ఉన్నాడు యేసు ఆరోగిని స్వస్థపరచి తన పరుపును ఎత్తుకొనమని ఆజ్ఞాపించెను రోగికి జీవితమును ఇచ్చుట ద్వారా తమ అమాయకత్వములో ఆయనకు తీర్పు తీర్చిన వారికి యేసు తీర్పు తీర్చెను.

నా తండ్రి యిప్పటికిని పనిచేయుచున్నాడని ప్రకటన తాత్కాలికముగా చెప్పబడినది గనుక అయోమయమును కలుగజేస్తుంది. ఈ ప్రశ్న కొంత కాలం బైబిలు పండితులను ఊపిరాడకుండా చేసింది. యేసు సిలువ మీద మరణించినపుడు తండ్రి పని చేయుట మానిన ఆదరణ కర్త సత్యసరూపియగు ఆత్మ కుమారుని పనిని కొనసాగించినట్లుగా అనుదినము కొనసాగించుచున్నది. ఇప్పుడు శిష్యులు చేస్తున్న పని కుమారుని చేత జరిగించబడినది కాదా. ఈ ప్రశ్నలు ఒక్క ప్రశ్నగా చెప్పదలచుకుంటే 'నేటి వరకు' అను మాట మరణాంతర భావము కలిగి ఉన్నది.

ఈ మాట తాత్కాలికమైనదే నేటి వరకు మాటకు అంతము అని కనబడలేదు. నేడు అనగా తండ్రితో కుమారుడు కలసి చేయుచున్న పని అని చెప్పవచ్చు. 19-47 వరకు వచనములను గమనించినట్లయితే 'నేడు' అనునది భూమి మీద నున్న కుమారుని యొక్క సన్నిధిని గూర్చినదిగా ఉన్నది. ఆయన వ్యక్తిత్వమును గూర్చి నరులు నిర్ణయము చేయవలసియున్నది. ఈ నిర్ణయము జీవము మరణము మద్య బేధము కలుగజేయుచున్నది. మోషేయు ప్రవక్తలను ధర్మశాస్త్రములో ఎవరిని గురించి రాసిరో ఆయనే ఈ నిత్యజీవము నిచ్చువాడు. ఆయన సన్నిది నేడుగా పరిగణించబడుతుంది. ఈ నేడు అనబడునది తండ్రియైన దేవుడు మరియు కుమారుడైన దేవుని మానవత్వపు మరణాంతర అనుభవం.

మరియొక మాటలో నేటి వరకు అనునది ఇప్పుడు జరుగుచున్న దానిని గురించి తెలియజేయుచున్నది. కాని భవిష్యత్తును గూర్చి మాటలాడలేదు. ఇది వర్తమానాన్ని ఒక ప్రక్రియ యొక్క గొప్ప అనుభవాన్ని తెలియజేస్తుంది.

గ్రుడ్డి వానిగా జన్మించిన మనుష్యుని స్వస్థపరిచే ముందు కొనేటివద్ద ఉన్న రోగిని స్వస్థపరచు సమయములో యేసు మాటలాడిన మాటలు అనుబంధాన్ని కలిగి ఉంటాయి. పగలు ఉన్నంత వరకు నన్ను పంపిన వాని క్రియలు మనము చేయుచుండవలెను. రాత్రి వచ్చు చున్నది అప్పుడు ఎవడును పనిచేయలేడు, (9:4) పగలు ఉండగా లోకము వెలుగు ఉండగా తండ్రి పనిని జరిగించి ముగించవలసియున్నది. ఆలాగుననే సబ్బాతు దినము ఎవడును పనిచేయుటకు వీలులేని రాత్రివంటిది కాదు. కాని తీర్పు తీర్చుట జీవము నిచ్చుట అనుకార్యములు జరిగించు పగలు వలె ఉన్నది. కుమారుడు భూమి మీద ఉన్నంత వరకు అది పగలు అది సబ్బాతు ఆయన లోకములోనికి వెలుగైయున్నాడు (9:15) మీరు వెలుగు సంబంధులు (12:36) వారు దేవుని వలన పుట్టినవారు (1:13) నేడు అను సబ్బాతు దినమున పనిచేయుచున్నారు.

యోహాను ప్రకారం కాలం (బహుగా) యేసు జీవితంలో జరిగిన సంఘటనలు యూదుల విందుల ద్వారా ఏర్పడి వాటి వివరణకు సంధర్భాన్ని అందిస్తుంది. 'మూడవ దినము' "ఆ ఘడియ" ఇప్పటిని గూర్చి చెప్పబడిన 'ఆ 'ఘడియ' అను మాటలు వేదాంత పరంగా ఉపయోగించబడినవి. యేసును ఆయన శిష్యులును పగటి సంబంధులు గాను, యూదా (13:30) నికోదేము (3:2, 7:50, 19:39) రాత్రి సంబంధులుగాను ఎంచబడుతున్నారు. యేసు లోక రక్షకుడిగా మహిమ పరచబడుట అను ప్రత్యక్షత మధ్యాహ్నకాలం నందు జరుగును (4:6, 19:14) ఇది అపొకలిపిటిక్ అంచనాలతో విభేదిస్తుంది. కాని మరణాంతర అనుభవం అర్థరాత్రి ముగిస్తుంది. మనము అనుకొనని ఘడియలో ప్రభువు వచ్చును. రాత్రివేళ దొంగవచ్చినట్లు మొదటి 3 సువార్తలలో యేసు మధ్యాహ్నము 3 గంటలకు చనిపోయెను. అది మిట్ట మధ్యాహ్నం కాదు. యోహాను సువార్త ప్రకారం వేధాంతపరంగా దేవుని పనిని అన్ని సమయాలలో జరిగించుటకు సబ్బాతు ఒకరోజుగా ఏర్పరచబడింది.

3వ స్వస్థత కూడా యోహాను ప్రకారం ఒక ప్రత్యేక సమయమును తెలియజేస్తుంది. ఇది యాదృచ్ఛికం కాదు. కుమారుడు మరణించు సమయానికి యేసు అక్కడ లేకపోయినను గలిలయలోను కానానులో ఉన్న యేసు ఆ అధికారితో నీవు వెళ్ళుము నీ కుమారుడు బ్రదికి యున్నాడని చెప్పెను. అదే సమయమునకు కపెర్నహోములోని తన కుమారుని జ్వరము విడిచెను. ఇది సరియైన సమయంనందు జరిగిన అద్భుతం (4:52) దీని ప్రాముఖ్యత ఏమిటనగా అధికారికి యేసు చెప్పిన మాటలు ఏ సమయములో చెప్పబడును అదే సమయానికి స్వస్థత జరిగింది. యేసు అక్కడ లేక పోయినను అన్య జనులకు ఆ సమయమున స్వస్థత ఇవ్వగలిగాడు. కుమారుడు స్త్రీ పురుషుల మధ్య ఉన్నపుడు నిత్యజీవమైన తాను వారి చేత అంగీకరించబడ్డారు. సబ్బాతు యొక్క అంతిమ ఉద్దేశం జీవితంలోని స్వేచ్ఛను కలిగియుండుట.

కొంత మంది యూదులు మరియు ప్రారంభ క్రైస్తవులు తాత్కాలికంగా దేవునితో కలిసి శాశ్వతమైన సబ్బాతును కొనసాగించారు నిత్యజీవము కలిగిన క్రైస్తవులు ఇప్పటికిని దేవుడు పని చేయుచున్నాడు అని చెప్పుదురు, యోహాను సువార్తలో ఈ ప్రత్యేకతను చూడవచ్చు (3:15,16,36, 5:24, 6:40,47,54, 20:31) కుమారుడు చేసిన అద్భుత కార్యముల కంటే గొప్ప కార్యములు చేయుట నిత్యజీవము పోందిన క్రైస్తవుడు నేడు చేయవలసి ఉన్నది (14:12). కుమారుడు జరిగించిన దానిని క్రైస్తవులు కూడ జరిగించవలెను. ఎలాగనగా తండ్రియు మరియు కుమారుడు సబ్బాతు దినమున పని చేయుదురు వారు మరియొక మాటలో శాశ్వత సబ్బాతు నందు జీవించుచున్నారు. దేవుని పోలి వారి అనుదిన జీవితాలలో దేవుని కార్యములు చేయుచు సబ్బాతు విశ్రాంతిని కూడ అనుభవించగలరు. మహిమాన్వితమైన క్రీస్తు మరణాంతర సబ్బాతును స్థాపించారు దీనిలో వెలుగు సంబంధులు మరి ఎక్కువ కార్యములు చేయుచు లోకములోనికి ఎక్కువ జీవమును కలుగ చేస్తారు. పగలు ఉండగనే వారు పని చేయవలసి ఉన్నది.

పాఠము - 20

ప్రేమచేత ఐక్యపరచుట

నీ పూర్ణ హృదయముతోను నీ పూర్ణ ఆత్మతోను నీ పూర్ణ శక్తితోను నీ దేవుడైన యెహోవాను ప్రేమింపవలెను (ద్వితీయోపదేశకాండం 6:5). నేటి దినాలలో ఈ ఆజ్ఞ వెంబడించబడుచున్నట్లుగా లేదు. ఈ ప్రేమను బలవంతంగా నెరవేర్చగలమా? ఒకరి యెడల ప్రేమను ఒక విధిగా కలిగి ఉండలేము. ప్రేమ అనునది మన మనస్సు నందు కలిగే ఒక భావన, దానిని వివరించుట కష్టం. పాస్కల్ చెప్పిన రీతిగా ప్రేమ యొక్క ప్రత్యేక కారణాలను ఏ కారణం చేత వాదించలేము ఒకరిని ప్రేమించమని ఆజ్ఞాపించుట వారి జీవితములో ద్వేషమును కలిగించుటయే. దాని ద్వారా ఒకని వ్యక్తిత్వాన్ని బలహీనపరచి అతని ఆత్మీయ ఉనికిలోని ఆంతర్యాన్ని తొలగించుట జరుగుతుంది. ప్రేమ అనునది ఒక శృంగార సాంప్రదాయం కావచ్చు, దీని ద్వారా స్వాభావికంగానే ఒకరికి ఒకరు సంబంధించిన వారు అవుతారు. ఈ ప్రేమ వ్యక్తులను బలముతో జతపరుస్తుంది. ఆది నుండి జతపరచబడిన వారివలె ఎరుగుటకు ప్రారంభిస్తారు. ఈ శృంగార ప్రేమ ద్వారా మనుష్యులు సహజ కణములోని ఒకరి నొకరు అంతరార్థంగా ఎంచుకుంటారు. ఈ ప్రేమ సాంఘీక కట్టుబాట్ల మధ్య నియంత్రించబడుచున్నను, ఒకరి యెడల ఒకరు తమ మనస్సును ఉద్రేకంతో పంచుకుంటారు. ఈ ప్రేమ యొక్క మూలాలు మన మనస్సులోని అంతర్భాగంలో చెప్పలేనంత లోతులలో దాగి ఉన్నాయి.

పాతనిబంధనలో ప్రేమ అనునది ఎంచుకొనుటలో, ఇష్టపడుటలో తెలియబడుతుంది. ఇది ఒక వ్యక్తి యొక్క ఉద్దేశమును లేక సంకల్పమును అభ్యసించుటయే. శాస్త్రీయ హెబ్రీ పదజాలంలో నాన్సిక స్థితులను లేక సామర్థ్యాలను వివరించే పదములు లేవు. నేటి దినాలలో మనం చేసే విధంగా మన క్యారకలాపాలను అధ్యయనం చేసే పదాలు లేవు. మనస్సు, భావము, చిత్తము, వాదన, మనస్సాక్షి అనే పదములు లేవు మానసిక మరియు మానసిక ఋతులు శరీరబాగాలలోనే ఉంటాయి. హృదయం అనునది తన ఇష్టాన్ని నెరవేర్చు ఒక అంగము. ఇవి భావోద్రేకాలు కావు ఒక ఉద్దేశంతో ఇతరులను వారి పూర్ణ హృదయముతో ప్రేమించమని ఆజ్ఞాపించుట ప్రయోజనకరము.

ఈలాగుననే ఈ మార్గము ఒక ఆలోచనను వ్యక్తీకరిస్తుంది. ఉదాహరణకు "హృదయ శుద్ధిగలవారు ధన్యులు" అని గమనించగలం. ఒకరు తాను అనుకొనిన దానిని జరిగించలేనపుడు వారు స్వచ్ఛమైన హృదయము కంటే, సమగ్రమైన హృదయం కంటే వేరుగా రెండు మనసులు కలిగి ఉంటారు.

ఒకవేళ ప్రేమించుటకు ఎన్నుకొనుటకు కారణమైతే నీ దేవుని పూర్ణమనసుతో ప్రేమించమను ఆజ్ఞ అర్థం చేసుకొనగలరు. ఇతర దేవుతలను ఎన్నుకొనుట కంటే ఏక హృదయముతో దేవుని ప్రేమించి ఎన్నుకొనుట మంచిది. శోదించబడిన ఇశ్రాయేలు కానాను దేవతలను పూజించారు. కానాను దేశంలో యెహోవాను సేవించుట మరియు ప్రేమించుట అనునది కానాను దేశంలోనికి ప్రవేశించుటకు ముందే మోషే వారి ముందు ఉంచిన ఆజ్ఞగా చెప్పవచ్చు. ఇశ్రాయేలీయులు దేవుని చేత ప్రేమించబడి ఎన్నిక చేయబడిన వారు ఆమోసు, యెషయ ప్రకారం దేవుడు ఇతర దేశ చరిత్రలతో అనుభంధం కలిగి ఉన్నను యెహోవా ఇశ్రాయేలీయులు అని ఎన్నిక చేయబడిన వారితో నిబంధన చేసుకున్నాడు. ఇశ్రాయేలు దేవుని కనుగుడ్డు వంటివారు దేవుని చేత ప్రేమించబడి ఎన్నిక చేయబడి ఇష్టపడిన దేవుని జనాంగము అందును బట్టి దేవునిని ప్రేమించ ఇష్టపడడానికి ఆయనను ఎన్నిక చేసుకోవడానికి ఇశ్రాయేలును ఆజ్ఞాపించుట తప్పుకాదు.

ప్రేమ లేక ద్వేషం అనునది శక్తివంతమైన మనోభావాలుగ నేటి దినాలలో మనలను సంబంధం కలిగి ఉండునట్లు చేయుచున్నది. ప్రత్యేకించి ద్వేషము రెచ్చకొట్టి శక్తివంతమైన శత్రుత్వముగా మారి పక్షపాత బుద్ధివలన ప్రతీకారము తీర్చుకునే కోరికను కలుగజేస్తుంది. ఈ మానసిక స్థితులు పురాతన ప్రతులలో చదువబడినటువంటివి కాక ఆధునిక శృంగార భావాలుగ ఉండాలి. ఇస్సాకు ఏశావును ప్రేమించెను కాని రిబ్కా యాకోబును ప్రేమించెను (ఆది 25:28). దీని వలన తల్లిదండ్రులు ఎవరినో ఒకరిని ప్రేమించుటకు ఇష్టపడ్డారు. యాకోబు రాహేలును ప్రేమించాడు (ఆది 29:18). కాని లేయ ద్వేషించబడింది (ఆది 29:31) మరియు లేయ కంటే రాహేలును యాకోబు ఎక్కువగా ప్రేమించెను (ఆది 29:30) అనగా లేయ ఎన్నిక చేయబడిన భార్యగా లేదు ఈ మాటలు యేసు ప్రకటనలో కూడ గమనించవచ్చు. తన ప్రాణమును ప్రేమించువాడు

దానిని పోగొట్టుకొనును. ఈ లోకములో తన ప్రాణమును ద్వేషించువాడు నిత్యజీవము కొరకు దానిని కాపాడుకొనును (12:25). అదే విధంగా తనను ద్వేషించువాడు తన తండ్రిని ద్వేషించుచున్నాడు అని యేసు సూచించెను (15:25,24) అలాగుననే వారు మరియొకని ఎన్నుకున్నట్లు ఉన్నది. గ్రంథకర్త వారి ధర్మశాస్త్రంలో వ్రాయబడినది నెరవేర్చబడుచున్నట్లుగాను కీర్తనకారుడు చెప్పుచున్నట్లుగా మనం చూడవచ్చు (కీర్తనలు 35:19, 69:4.) ఈ వచనాలలో ప్రేమ మరియు ద్వేషము ఒకని మనస్సు ఉద్దేశము తెలియజేయుచు వారి ఎన్నికను కనపరుస్తుంది. నేటి దినాలలో తన జీవితమును ద్వేషించువాడు ఈ లోకములో మానసిక రోగిగా ఎంచబడుచున్నాడు. అయితే జీవితాన్ని ఇష్టపడడం అనునది ఈ లోకములో ఒక ఎన్నికగా ఉండకూడదు అని అర్థం అవుతున్నది.

యోహాను ప్రకారం ఇది వరకు చెప్పబడిన రీతిగా క్రొత్త నిబందనలోని ఏ ప్రతి కంటెను ఈ సువార్తలో పాత నిబంధన ప్రభావం ఎక్కువగా కనిపిస్తుంది శరీరం మరియు ఆత్మ మధ్య ధ్వంధ్వ వాదం విస్తృతంగా ఉన్నప్పటికిని గ్రీకు పదజాలములో స్పష్టమైన స్వల్ప భేదము మరియు తార్కికతత్వము కనిపిస్తుంది. యేసు ఇచ్చిన క్రొత్త ఆజ్ఞ ఘనమైన నాగరికతను తెలియజేస్తుంది. మీరు ఒకరినొకరు ప్రేమింపవలెను అని మీకు క్రొత్త ఆజ్ఞ ఇచ్చుచున్నాను నేను మిమ్మును ప్రేమించినట్లే మీరును ప్రేమింపవలెను అని (13:34, 15:17) ఆజ్ఞాపింపబడిన రీతిగా వారు ఇతరుల పాదములు కడగవలసి ఉన్నది. ఈ క్రొత్త ఆజ్ఞ శిష్య సమాజమునకు చెప్పబడినది. దీనిని నెరవేర్చుటయే ఈ సమాజమునకు గుర్తింపు మీరు ఒకని ఎడల ఒకరు ప్రేమగల వారు అయిన ఎడల దీనిని బట్టి మీరు నా శిష్యులు అని అందరు తెలుసుకుందురు (13:35), అది వారికి శక్తిని కలిగించును.

ప్రేమించుట అనగా ఎన్నుకొనుట లేదా ఇష్టపడుట అనునది తెలియజేస్తుంది ప్రేమించిన శిష్యుడు అను మాటలో ఇష్టపడిన వాడు అని చెప్పవచ్చు, లాజరు రోగిగా ఉన్నపుడు యేసు నొద్దకు వచ్చినవాడు - ఇదిగో నీవు ప్రేమించువాడు రోగియై ఉన్నాడు (11:3) అని చెప్పబడింది అయితే యేసు మార్తను, ఆమె సహోదరిని, లాజరును ప్రేమించెను అని వ్రాయబడినది (11:5) అనగా వీరు ముగ్గురు ఆయనచే ఇష్టపడిన స్నేహితులు. అయితే

రచయిత ప్రత్యేక రీతిలో లాజరు సమాది యొద్దకు వెళ్లిన యేసు కన్నీళ్లు విడవగా చూచిన యూదులు అతనిని ఎలాగు ప్రేమించెనో చూడుడి అని చెప్పుకొనిరి (11:35,36). మనకు కనబడునవన్ని మనము అనుకొనిన రీతిలో నిర్వచించ బడదగినవి కావు. ఇక్కడ యూదులు తలంచినది వారు అర్థం చేసుకొనలేని మనస్సు తెలియజేస్తుంది. యేసు బేతనియకు వచ్చినది దుఃఖించుచున్నవారిని ఓదార్చుటకు కాదు మరియు తాను దుఃఖించుటకు రాలేదు. అవును యేసు లాజరును ప్రేమించెను కాని యేసు బేతనియకు వచ్చినది దేవుని కుమారుడు దాని వలన మహిమ పరచబడునట్లు (11:4) తాను ప్రేమించిన స్నేహితుడు మరణించినందున యేసు దుఃఖించెను అను ఆలోచన ఆయన జీవమును పునఃరుద్ధానము అనునది నిరాకరించుటయే.

తన వీడ్కోలు సంభాషణలో తండ్రికి కుమారునికి మధ్య ఉన్న ఒకరి ఎడల ఒకరికి కలిగిన ప్రేమను తెలియజేయుచున్నది. తండ్రి తన కుమారుని ప్రేమించినందున జగత్తుపునాది వేయబడకముందే తాను ప్రేమించుచున్న కుమారుని మహిమ పరచుట గమనించవలెను (17:23) కుమారుని భూలోక యాత్ర సమయములో ఈ మహిమ ముసుగువేయబడినట్లుగా ఉన్నది. కుమారుడు శిలువ వేయబడుట వాస్తవమునకు ఆయన ఎత్తబడుట మరియు తండ్రి యొద్దకు తిరిగి వెళ్లుట అనగా దీని ద్వారా తండ్రి, కుమారుడు ఒకరి ఎడల ఒకరి ప్రేమలోను ఐక్యత పునరుద్ధరించబడుట. అనగా తాను ఎక్కడ నుండి వచ్చెనో అక్కడికి తిరిగి వెళ్లెను. ప్రేమ స్థాపించిన ఐక్యత మానవాళి ఎదుట బహిరంగ పరచబడినపుడు కుమారుడు మహిమ పరచబడతాడు.

తన వీడ్కోలు ప్రార్థనలో యేసు ప్రేమలోని మహిమ ఏకత్వాన్ని కలిగించినట్లు శిష్యుల మధ్యకూడ కలుగవలెను అని కోరుకున్నాడు. ఈ మహిమ శిష్యులకు కూడ అనుగ్రహించవలెను అని తాను ఇష్టపడ్డాడు (17:22). దేవుని మహిమను కనపరచు ప్రేమ భౌతిక సంబంధమైన ప్రేమకాదు నరుల స్వభావం వంటిది కాదు. దైవ సంబంధికులుగా తండ్రి కుమారులకు కలిగిన ప్రేమ వారిని ఏకపరచుచున్నది ఆకారణముచేత యేసు తండ్రి చిత్తమును కుమారుడు నెరవేర్చుచున్నాడు అని యేసు తెలియజేయుచున్నాడు (14:31) తండ్రి ప్రేమ యందు ఆయన నిలుచుచున్నాడు (15:10). ఈ ఐక్యతలోని ప్రేమ మహిమను

కనపరచుచున్నది. మహిమ లేకుండా ఏకమై ఉండుట దైవిక సంబంధమైన ప్రేమవలన ఐక్యత కాదు దైవిక సంబంధమైన ఈ ఐక్యత మానసిక భావోద్వేగం కాదు ఏక చిత్తమును కలిగి పవిత్రమైన ప్రేమ వలన కలిగిన ఏకత్వము.

యోహాను సువార్తలో ప్రేమకు ఇవ్వబడిన నిర్వచనం ఎన్నిక చేసుకొనుట ఇష్టపడుట వంటిది కాదు, హెబ్రీయుల ఆలోచన వంటిది కాదు, గ్రీకుల మానసిక ఉద్వేగం కాదు, మానసిక సంబంధమైనది కాదు 19వ శతాబ్దంలోని ప్రేమవంటిది కాదు సువార్తలోని ప్రేమ ఎన్నిక చేయబడుట ఇష్టపడుట కంటే గొప్పగ ఒకరిని గెలుచుకొనుటవంటిది. యోహాను చెప్పుచున్న ప్రేమ దైవిక సంబంధమైన ఐక్యత రాయబారిగా యోహాను సువార్తలో ప్రేమకు నూతన నిర్వచనం ఇచ్చి ఐక్యత రాయబారిగ తెలియజేస్తుంది మరియు దేవుని మహిమకు నూతన నిర్వచనంను ఇస్తుంది. శక్తిని ప్రదర్శించుట అనుటకంటే ఒకడు తన స్వభావమును మార్చుకొనుట ప్రేమ యందు ఏకత్వమును కనుపరుచుట ప్రేమ తండ్రి కుమారుడు కాదు కుమారుడు తండ్రి కాదు కాని వారి ఇరువురు ఏక ప్రయోజనమును కోరినవారు నిజమైన ప్రేమచేత ఏకముగా నున్నారు.

పరిశుద్ధ గ్రంథం నుండి బహుగా కంఠస్థం చేయబడిన వాక్యం "దేవుడు లోకమును ఎంతో ప్రేమించెను కాగా ఆయన తన అద్వితీయ కుమారునిగా పుట్టినవాని యందు విశ్వాసముంచు ప్రతివాడును నశించక నిత్యజీవం పొందునట్లు ఆయనను అనుగ్రహించెను (3:16)". సామాన్యముగా ప్రేమించువారు ఒకరితో ఒకరు కలసి జీవించుట, ఒకరి బాధలో మరియొకరు సహాయకులుగా నిలుచుట అనుకుందురు. ఈ వచనములో మనం మొదట గమనించవలసినది తన కుమారుని ఈ లోకములోనికి ఇచ్చుట. త్యజించి ఇచ్చుట ద్వారా తన ప్రేమను వెల్లడి పరిచాడు. అయితే దేవుడు తన కుమారుని విచక్షణా రహితంగా ఇవ్వలేదు. దేవుడు ఆయనను ఒక నిర్దేశించిన ఉద్దేశంతో పంపియున్నాడు. ఐక్యపరచబడిన వారిని వృద్ధి పరచుటను ఉద్దేశంతో దేవుడు పంపినాడు. కుమారుడు ఎత్తబడి మహిమ పరచబడి మనుష్యులందరూ చూచి విశ్వసించునట్లు దేవుడు ఆయనను పంపెను (3:15).

ఎత్తబడిన ఆయనను చూచినవారు నమ్మి నిత్యజీవం పొందుకొని ఆయనతో కలసి జీవించునట్లు దేవుడు ఆయనను పంపెను. ఈ సువార్తలో

నమ్ముట మరియు ప్రేమించుట అనునవి పాలుపంపులు పొందు క్రియలుగా కనిపిస్తాయి. విశ్వాసమనునది అంగీకారం తెలుపుట కాదు ఇది ఒక సిద్ధాంత ప్రతిపాదన ప్రేమవలె విశ్వాసం కూడా మనలను ఐక్యపరచి జీవింపజేయును. కుమారుడు మహిమ పరచబడుట ద్వారా తండ్రి కుమారుల ప్రేమలోని ఐక్యతను బయలు పరచబడి విశ్వాస సమాజంలో కూడా అదే ప్రేమచేత ఐక్యపరచి దేవుని మహిమలో ఆయన ప్రేమలోనికి ఆకర్షించుకొనెను.

మంచి కాపరి తన గొఱ్ఱెల కొరకు ప్రాణం పెట్టునట్లుగా సిలువ మీద నుండి యేసు తన గొఱ్ఱెలను పిలుచుచున్నాడు (10:6) మరియు ఆయన గొఱ్ఱెలు ఆయన స్వరమును ఎరుగును గనుక ఆయనను వెంబడించెను. ఆయన మందగా కాపరియందు వారికి కలిగిన నమ్మకమును బట్టి అవి ఐక్యము కలిగియున్నవి. తండ్రి కుమారుని ఎరిగిన రీతిగా కుమారుడు తండ్రిని ఎరిగిన రీతిగా గొఱ్ఱెలు తమ కాపరి స్వరము ఎరుగును. క్రమముగా ఆయన దొడ్డివి కాని వేరే గొఱ్ఱెలు మంచి కాపరి స్వరమును వినును. అందును బట్టి మంద ఒక్కటియు గొఱ్ఱెల కాపరి ఒక్కడును అగును (10:15,16) ప్రేమ యొక్క ఐక్యత్వములో తండ్రి కుమారుడు ఏకముగా ఉండునట్లు తండ్రి తన కుమారుని లోకములోనికి పంపెను. ఈ ప్రేమ శక్తి క్రైస్తవ సమాజంను ఐక్యపరచి దేవుని మహిమను గురించి సాక్షమిచ్చును. యేసు తన ప్రాణమును పెట్టుటకు ఇష్టపడుటయే తండ్రి అతనిని ప్రేమించుటకు కారణమై యున్నది (10:17). ఈ శక్తి క్రైస్తవులను ఒక దొడ్డిలో ఐక్యపరుస్తుంది.

ఒక మనుష్యుడు ప్రజల కొరకు చనిపోవుట వలన జనమంతయు నశింపకుండునట్లు (11:50-52). ప్రధాన యాజకుని వాదన యేసు మరణమును తెలియజేస్తుంది అనునది. గ్రంథకర్త యొక్క ఉద్దేశం మార్త మరియల సహోదరుడు లాజరు ఉండగనే మరియ యేసును అభిషేకించునది వ్రాయబడినది. పస్కాపండుగకు ఆరు రోజుల ముందు భోజనమునకు కూర్చుండునప్పుడు మార్త ఉపచారము చేసెను. లాజరు ఆయనతో కూడ భోజనమునకు కూర్చుండెను (12:1,2) మరియ చేసిన పనిలోని ప్రాముఖ్యతను యేసు యూదాను గద్దించుట ద్వారా స్థాపించెను. యూదా ఆ అత్తరును మూడు

వందల దేనారములకు అమ్మవలసి ఉండగా ఆ దానిని వ్యర్థపరచెను అనెను. అందుకు యేసు నన్ను పాతిపెట్టు దినమునకు ఆమెను దీనినుంచుకొన నియ్యుడి అని చెప్పెను. (12:7) ఈ సువార్త పాఠకులలో అనేకులు లాజరు లేపబడుట యేసు మరణమునకు మరియు అభిషేకము ఆయన పాతిపెట్టబడుటకు సాదృశ్యముగా చెప్పబడుచున్నది. గతములో చెప్పబడిన రీతిగా అనేక మందికి యేసు ఎవరో ఏమైయున్నాడో తెలియక ఆయన అభిషేకమును పాతిపెట్టబడుటను సరిగా అర్ధంచేసుకోలేరు. వారు మృత దేహమును మరియు యూదుల ఆచారమును మాత్రమే తెలుసుకొనుటకు ఇష్టపడతారు (19:38-41).

ఒక వ్యక్తి మరియొక వ్యక్తిని ప్రేమ చేత గుర్తించి తన ప్రేమను కనుపరుచుటకు వ్యయము చేయుటకు వెనుకాడని ప్రదర్శన మరియు యేసును అభిషేకించుట యేసు శిష్యుల పాదములు కడిగినట్లుగా ఆమె యేసు పాదములను అభిషేకించెను. పాదములను అభిషేకించుట శరీరమంతా శుద్ధి చేయుటకు తగినది. అరిమతయి యోసేపు వలె మరియు నూట ఏబది సేర్ల యెత్తు బోళముతో కలసిన అగరును తెచ్చిన నికోదేము వలె కాక సేరున్నర యెత్తు అత్తరు తెచ్చిన మరియ ప్రభు యెడల తనకు కలిగిన ప్రేమలో ఏకపరచబడింది. (12:3) సరిపడినంత పరిమాణం ఆసాధారణమైన విలువ కలిగిన ఆ అత్తరు సువాసన చేత ఆ ఇంటిని నింపింది. ఆమె చేసిన పని వెంటనే ప్రతి ఫలాన్ని చూపింది.

లూకా సువార్తలో అభిషేకము గురించి వ్రాయబడినది. శ్రమల కాలము నకు సంబంధించినది కాదు. ఈ కథలోని స్త్రీ గృహాధిపతిచేత పాపాత్మురాలుగా యెంచబడినది. ఆమె యేసు పాదములను కన్నీటితో కడిగి మరియ వలె వెంట్రుకలతో తుడిచి పాదములను ముద్దు పెట్టుకొనెను. (లూకా 7:37-39) ఈ భాగంలో ఆ స్త్రీ చేసిన కార్యమును యేసు చేత ఇద్దరు అప్పుచేసిన వారి ఉపమానంగా వర్ణించబడింది. వారు చేసిన అప్పుల మధ్య ఎంతో బేధము ఉన్నప్పటికిని అవి క్షమించబడినవి. వీరిలో ఎవడు అతని ఎక్కువ ప్రేమించునో చెప్పమని యేసు అడిగెను. ఈ సందర్భంలో కన్నీటితో పాదములను కడుగుట మరియు పాదములను ముద్దుపెట్టుకొనుట బలమైన భావోద్వేగమును కలిగి

వున్నందున ఆ స్త్రీయొక్క ప్రేమ ఘనపరచబడింది. ఈ రెండు చోట్లు పాదములను అభిషేకించుట వెంట్రుకలతో పాదములను తుడుచుట చెప్పబడినది. కాని మార్కులో (మార్కు 14:3-9) మరియు మత్తయిలో (మత్తయి 26:6-13) స్త్రీ అత్తరును ఆయన తలమీద పోసినట్లుగా కనబడుచున్నది. ఇది రాచరికమును రక్షణను గూర్చిన సూచనగా ఉన్నది.

యోహాను సువార్తలో ఈ కథ ఇతర సువార్తలో ఉన్న భావములను కలిగి ఉండలేదు. ఈ సువార్తలో పాతిపెట్టబడునటువంటి దేహమునకు అభిషేకమును మరణించబడుటకు ఏర్పరచబడినవారికి ప్రేమ చేత ధనమును వ్యయము చేసి అభిషేకించుట చూడగలము. యేసు చేత ప్రేమించబడిన ముగ్గురిలో ఈమె ఒకరిగా గుర్తించబడినది (11:5) పాతిపెట్టబడువాని యెడల తనకు కలిగిన భక్తిగల ప్రేమలో ఏకపరచబడినది. ఈ కథ విశ్వాసము నందలి ప్రేమ కలిగిన విశ్వాసము ఐక్యపరుచుటకు మంచి ఉదాహరణ. దీనిలో ప్రేమ కనబడుచున్నది. దీనియందు ఒక విశ్వాసిని మరియు లోకమును రక్షించుటకు దేవుని చేత పంపబడిన ఒకరిని చూచుచున్నాము. ఈ కృప అభిషేకము యొక్క చర్యగా ప్రేమ యొక్క శక్తి యందు వారిని ఒక్కటిగా ఏకపరచింది. లూకాలో వ్రాయబడిన ఈ కథ క్షమించబడు నిమిత్తమైన ప్రేమగా కనబడుతుంది. లూకా సువార్తలోని ప్రేమ కన్నీళ్ళతో ముద్దులతో బలమైన బావోద్వేగంగా కనబడగా యోహాను సువార్తలో అధిక వెల హెచ్చించిన అత్తరులో కనపరచిన కృపను చూడగలం. యోహాను సువార్తలోని ప్రేమ యొక్క శక్తి మరియకు యేసునందు కృప పరిష్కారంగా చూపిస్తుంది. మరియ చేసిన కార్యము యేసు క్రీస్తు శిష్యుల పాదములు కడిగినప్పుడు మరియు వారును మరియొకరి పాదములు కడుగుట ద్వారా ఆయనను పోలియుండవలెనని ఒక మత సంబంధమైన అమరికగా గమనించగలం (13:14,15). యోహాను సమాజంలో పాదములు కడుగుట అనునది శ్రమల యందు కలుగు మరణమునకు తమ్మును అప్పగించుకొనుటకు ఒక గుర్తింపుగా మారింది. తగ్గింపు కలిగి పాదములు కడుగుటలో విలువను, కృపను, ఏకత్వమును కలిగిన వారి వలె ఉండుటను చూడగలరు. తండ్రి కుమారుడు దైవిక ప్రేమ చేత ఏకమైయుండునట్లుగా నేడు విశ్వాసుల సమాజం జీవించవలెను. శక్తి చేత జ్ఞానము మరియు అధికారం కాదుగాని ప్రేమ చేత

ఐక్యపరచబడిన క్రైస్తవ సమాజం దేవుని మహిమను ప్రేమను తెలియజేస్తుంది. ఈ స్థితిలో మీ ధర్మ శాస్త్రము అని యేసు చేత వర్ణించబడిన మోషే ధర్మశాస్త్రము కాదుగాని యేసు ఇచ్చిన ఆజ్ఞలు సమాజం హృదయమునకు హత్తుకొనవలెను. నా ఆజ్ఞలను అంగీకరించి వాటిని గైకొనువాడే నన్ను ప్రేమించువాడు. నన్ను ప్రేమించువాడు నా తండ్రి వలన ప్రేమించబడును. నేనును వానిని ప్రేమించి వానికి నన్ను కనపరచుకొందును (14:21) యేసు ఇచ్చిన ఆజ్ఞను అంగీకరించి గైకొనువాని యందు. యేసు తనను కనపరచుకొందునని తండ్రి ప్రేమను బట్టి చెప్పుచున్నాను. శిష్యులు ఒకరినొకరు ప్రేమింపవలెననునదియే యేసు ఇచ్చిన ఆజ్ఞ. దాని ద్వారా యేసు వారియందు తనను కనపరచుకొనెను. అందును బట్టి లోకము వారిని ఆయన శిష్యులనుగా గుర్తించగలదు.

యోహాను మొదటి పత్రికలో దేవుడు ప్రేమయైయున్నాడు. (1 యోహాను 4:8) దేవుని వలన పుట్టినవారు (1 యోహాను 4:7) కాపరి ఆయన స్వరము విని ఆయనను వెంబడించును (10:4) అనునవి విశ్వాసమందు జరుగుచున్నవాటిని చూచుట అను నిర్వచనము యోహాను సమాజంలో ఉన్నది. తండ్రి మరియు కుమారుని యొక్క మహిమ ఏక పరచబడిన క్రైస్తవ సమాజనందు ఉన్నది (17:26) దైవిక ఉనికిలో ప్రేమయందలి ఐక్యత నిర్మించబడింది. వారు మనయందు ఏకమై ఉండవలెనని వారి కొరకు మాత్రము నేను ప్రార్థించుట లేదు. వారి వాక్యము వలన నా యందు విశ్వాసముంచు వారందరు ఏకమై ఉండవలెనని వారి కొరకు ప్రార్థించుచున్నాను (17:21).

యేసు సిద్ధాంతము దేవుడు ఒక్కడైయున్నాడు అను ఏకైక ప్రాథమిక సిద్ధాంతానికి బహిరంగ సవాలు. దేవునికి కలిగిన అనేకమైన వాటిని తాను కూడా కలిగియున్నాడని యేసు చెప్పుట యూదులు గమనించినపుడు దేవుని తన్ను సమానంగా చేసుకొనుచున్నాడు అని యూదులు ఆయనను చంపవలననే కోరికను మరి ఎక్కువ కలిగిఉండిరి (5:18) 'నేనుయు తండ్రియు ఏకమై ఉన్నాము' అని యేసు ప్రకటించినపుడు ఆయనను చంపుటకు రాళ్లు చేత పట్టుకొనిరి (10:30,31) 'తండ్రి నాయందును నేను తండ్రియందు ఉన్నాము' అని యేసు తన అర్హతను ప్రకటించినపుడు వారు ఆయనను పట్టుకొనచూచిరి

(10:38-39) ఈ ప్రకటనలు బహిరంగంగా చేయబడినవి ఇది దేవ దూషణ అని వారు దూషించిరి నీవు మనుష్యుడవై వుండి దేవునివని చెప్పుకొనుచున్నావు (10:33) యేసు తన శిష్యులతో ఒంటరిగా ఉన్నప్పుడు ప్రేమయందు తాను తండ్రి ఏకమైఉన్నామని చెప్పియున్నాడు. తండ్రియు కుమారుడును మరియు శిష్యులను ఏకమైఉన్నారు. ఆ కాలమునాటి ప్రధాన యాజకుడు శిలువను గూర్చిన ఒక ప్రకటన చేసి ఉన్నాడు యేసు ఆ జనము కొరకు, ఆ జనము కొరకు మాత్రమే కాక చెదరిపోయిన దేవుని పిల్లలను సమకూర్చుటకును (11:51,52) తండ్రి కుమారుల ప్రేమ దేవునియందలి పుట్టిన వారినందరిని సర్వలోకమున చెదరిపోయినను ఒక్కరిగా సమకూర్చెను. దేవుని ప్రేమయందు ఏకపరచబడి ఒకరినొకరు ప్రేమించవలెను అను ఆజ్ఞను క్రైస్తవ సమాజం వెంబడించిన యెడల లోకము కుమారుని తండ్రి చేత పంపబడిన కుమారునిగా విశ్వసించును (17:21-23)

ఇది దేవుని కుమారుని ఐక్యతతో తన్ను నమ్మి ప్రేమించిన వారి ద్వారా మహిమనిచ్చును మనము ఏకమైఉన్నలాగున వారును ఏకమై ఉండవలెను అని నీవు నాకు అనుగ్రహించిన మహిమను నేను వారికి ఇచ్చితిని (17:22) యేసు తనను మాత్రమే ఘనపరచుటలేదు (14:21). ఆయన వారియందు ఉన్నాడు (17:26) మహిమ పరచబడిన క్రీస్తు అక్కడలేకుండా లేదు తండ్రి మరియు కుమారుని ప్రేమయందు ఏకమై ఉన్న వారి మధ్య ఉన్నాడు. ఒక్కడు నన్ను ప్రేమించిన ఎడల వాడు నా మాట గైకొనును అప్పుడు నా తండ్రి వానిని ప్రేమించును మేము వాని యొద్దకు వచ్చి వాని యొద్ద నివాసము చేతును (14:23) దేవుడు మందిరములలో నివశింపడు (4:21) తండ్రి నన్ను ఏలాగు ప్రేమించెనో ఆలాగుననే ఆయనను ప్రేమించు సేవకులు క్రీస్తుతో కూడా తమ్మును ప్రేమలో కనుగొందురు. ఆ కారణము చేత యేసు నా ప్రేమయందు నిలిచియుండుడి అని శిష్యులకు చెప్పెను (15:9) ఈలాగు జరిగించువాడు తండ్రితోను మరియు కుమారునితోను ఏకమగుదురు.

పాఠము - 21

యేసు కన్నీరు విడిచెను

"యేసు కన్నీరు విడిచెను" అనుమాట ఆయన మానవ స్వభావం కలిగినవాడు అని కనపరుచుచున్నది అనుటకు దీనికంటే గొప్ప రుజువు కనబడదు దేవునితో యేసు ప్రత్యేక అనుబంధం కలిగిన వాడు అని చెప్పుటకు ఆయన దైవస్వభావం కలిగిన వాడని ఋజువు పరచుటకు కొన్ని విషయాలు చెప్పుకోవచ్చు. మనుష్యుల మనసులలోని ఆలోచనలు ఎరుగుట అద్భుతములు జరిగించుట, దెయ్యములను వెళ్ళగొట్టుట, నీటి మీద నడుచు శరీరమందలి ప్రత్యేకత నీటిని ద్రాక్షారసముగా మార్చుట మొదలగునవి. ఆలాగుననే యేసునందున్న మానవ స్వభావానికి ఋజువులుగా ఏకాంత స్థలములో విశ్రాంతి తీసుకొనుట, కాలినడకతో దూర ప్రయాణం చేసి అలసిపోవుట, ఆకలిగొనుట, దాహమగుట తన చుట్టూ జరుగుచున్న పరిస్థితులను గమనించి బలమైన భావోద్వేగాన్ని అనుభవం కలిగి ఉండుట, దుఃఖపడి కన్నీరు విడుచుట మొదలగునవి మానవునిగా ఆయన ప్రత్యేక సంబంధాలు.

యోహాను సువార్త ప్రకారం యేసు సమరయ స్త్రీని దాహమునకు నీరు ఇమ్మని అడిగాడు కాని ఆమె తనకు నీటిని ఇచ్చినపుడు ఆయన వాటిని తాగలేదు. శిష్యులు సమీపమున నున్న సుఖారను ఊరి నుండి బోజనమును కొని తీసుకొని వచ్చినపుడు దానిని ఆయన భుజించలేదు. కాని ఈ సువార్త ఆయన జరిగించిన అద్భుతాలను నాటకీయంగా వివరించింది. నీటిని ద్రాక్షారసముగా మార్చుట నీటిమీద నడుచుట అల్లకల్లోల సముద్రం నుండి దోనెను అద్దరికి తెచ్చుట మొదలగునవి. ప్రతి జాలరి కలలు కనే చేపలను సముద్రములను దున్ను చేపలను పట్టుటకు కర్మాగారములు ఏర్పడక ముందే అద్భుతముగా 153 పెద్ద చేపలను పట్టునట్లు చేయుట ఈ సువార్తలో వ్రాయబడి ఉంది.

మొదటి 3 సువార్తలో మరణించి ఇంకను పాతిపెట్టబడని వారిని తిరిగి జీవమునకు తెచ్చుట వ్రాసియుంచారు. యోహాను సువార్తలో 4 రోజులుగా సమాధిలో ఉన్న ఒక వ్యక్తిని బ్రతికించుటను గూర్చి వ్రాయబడి ఉంది. ఆ

శరీరము పాడైపోవుచున్న స్థితిలో చెడ్డ వాసన కలిగియున్నది. ఈ అద్భుతము నాయీను విధవరాలి కుమారుని వెంటనే బ్రతికించునటువంటిది కాదు. యాయీరు కుమార్తెను బ్రతికించినటువంటి అనుభవం కూడా కాదు (మార్కు 5:22,23,35-43, లూకా 8:41,42,49-56).

యోహాను సువార్త ప్రకారం యేసు జీవితంలో లాజరును తిరిగి బ్రతికించుట ఒక కీలకమైన పాత్రగా కనిపిస్తుంది. మొదటి 3 సువార్తలలో దేవాలయమును శుద్ధి చేయుట యేసును చంపుటకు యూదులు ఉద్దేశించుటకు కారణమైతే యోహాను సువార్తలో లాజరును తిరిగి బ్రతికించుట కారణమైనది. లాజరును తిరిగి బ్రతికించుట కార్చిచ్చువలె వ్యాపించినపుడు లేపబడిన లాజరును చూచుటకు అనేకులు ఆసక్తి కనపరిచారు. యేసునకు కలిగిన ఈ ప్రజాదరణను నియంత్రించలేక పోవుట వలన యూదులు నిరాశ చెందారు. ఈ నిరాశ లాజరును చంపుటకు నిర్ణయం తీసుకున్నట్లుగా చేసింది (12:10).

లాజరు జబ్బు పడినపుడు తన మరణం మరియు పునరుజ్జీవం అను దానిని ఎంతో నైపుణ్యంతో వివరిస్తూ జరిగిన పరిస్థితులను వివరంగా చెప్పారు యేసు జీవితంలో ఈ కథ ఒక ముఖ్యమైన పాత్రను పోషించింది ఇది సువార్త యొక్క వేదాంతంను తెలియజేస్తుంది. ఈ కథలోని పూర్తి భావాన్ని అర్థం చేసుకోడానికి దానిని గూర్చి పూర్తి అవగాహన కలిగిఉండాలి.

యేసును మరియు ఆయన శిష్యులును యోర్దానుకు అద్దరిన ఉన్నట్లుగా కథ ప్రారంభమవుతుంది. యేసు దేవదూషణ చేయుచున్నాడు అని ఆరోపించుచున్న యూదులు ఆయనను రాళ్లతో కొట్టవలెను అని ఉండగ వారి నుండి తప్పించుకొను నిమిత్తం వారు అచ్చటకు వెళ్ళిరి అక్కడ ఎంత కాలము ఉండెనో చెప్పబడలేదు కాని వారు దాగుకొనియుండగా లాజరు యొక్క సహోదరీలు అయిన మార్త, మరియ బేతనియ నుండి ఆయన నొద్దకు నీవు ప్రేమించిన వాడు రోగిగా ఉన్నాడు అని ఆయన వద్దకు కబురు పంపిరి (11:3) వాస్తవమునకు యేసు మార్తను తన సహోదరిని మరియు లాజరును ప్రేమించెను సహాయము కొరకు వారు పంపిన కబురు వారు ప్రేమించుచున్న యేసు నుండి శీఘ్రమైన జవాబు పొందవలసి ఉండెను. ఆ వార్త వినినను యేసు తాను ఉన్న

స్థలములోనే మరి రెండు రోజులు నిలిచెను తాను ప్రేమించిన వారి క్షేమముకంటే తన ప్రాణమును కాపాడు కొనుట ప్రాముఖ్యమని యేసు తలంచినట్లుగా కనబడవచ్చు కానీ ఆయన ఉన్న స్థలములోనే అదనముగా రెండు రోజులు నిలచి ఉండుట సువార్త రచయితకు ఒక ప్రాముఖ్యమైన ప్రత్యేక అనుభవముగా ఉండవచ్చు, ఆ రెండు రోజులలో సమరయులతో ఉండగ వారు ఆయనను సుఖారను పట్టణమునకు తీసుకువెళ్ళిరి.

ఆ రెండు రోజుల అంతమున యూదయకు తిరిగి వెళ్ళుదమని అనే నిర్ణయాన్ని యేసు ప్రకటించాడు. శిష్యుల సామాన్యమైన ప్రతిచర్య వారు ఆయనను చంపచూచుచున్నారు. ప్రభువు వారికి ఇచ్చిన జవాబు తన జీవితాన్ని ఏది నడిపించుచున్నదో దానిని తెలియజేస్తుంది. పగటి వెలుతురు ఉండగనే ఆ 12 గంటలు వారు పనిచేయవలెను రాత్రివేళ వారు తొట్రిల్లుదురు ఇది వరకు చెప్పబడినట్లుగా ఆయన జీవితము చక్కగా సిద్ధపరచబడిన పద్ధతిని పాటిస్తుంది. ఆయనను రాళ్ళతో కొట్టి చంపబోవుచున్నారను మాట శిష్యులకు ఒక చీకటి కోణంగా కనిపించవచ్చు. వారు తప్పుగా ఆలోచించారు. పగలు ఉండగనే ఆయన ఈ లోకంలో ఉండెను పగటి వెలుతురులో ఆయన పనిచేయబడెనని తెలిపిన తర్వాత ఎందునిమిత్తం ఆయన యూదయ వెళ్ళుచున్నాడో ఆ ఉద్ధేశాన్ని విశదీకరించాడు. మన స్నేహితుడైన లాజరు నిద్రించుచున్నాడు. అతనిని నిద్ర నుండి లేపుటకు వెళ్ళుదము (11:11) శిష్యులు ఆయన మాటలను అర్థం చేసుకోలేదు. పాఠకులు దీనిని గ్రహించినట్లు శరీర సంబంధమైన నిద్రను గూర్చి ప్రభువు చెప్పలేదు గాని మరణమును గురించి ప్రభువు తెలియజేసెను (11:13) విశ్వాసులు తమ మరణమును నిద్రగా భావించాలని తెలియజేయబడింది.

యేసు మాటలను తప్పుగా అర్థం చేసుకున్నవారిలో తోమా 'ఆయనతో కూడా మనం మరణించుటకు యూదయకు వెళ్ళుదము రండి' అని ప్రోత్సహించెను (11:16). యేసు ఇప్పటికే 2 సార్లు వారితో జరగబోవు దానిని వివరించారు. ఈ వ్యాధి మరణము కొరకు వచ్చినది కాదు కాని దేవుని కుమారుడు దీని వలన మహిమ పరచబడునట్లు దేవుని మహిమ కొరకు వచ్చినదనెను (11:4). లాజరును నిద్రలేపుటకు తాను యూదయకు

వెళ్ళుచున్నట్లుగా యేసు చెప్పెను. ఈ 2 విషయాలను తోమా అర్థం చేసుకోలేకపోయాడు. తాను కనపరిచిన నమ్మకత్వం మెచ్చదగినదే కాని తన అపనమ్మకం బలహీన భావాన్ని చూపిస్తుంది. ఈ మొదటి కార్యము యోర్దాను అద్దరిని జరిగినది. మనుష్యులు నేటి లోకమును అంధకారమైనదిగాను చెడ్డతరంగాను ఎంచినపుడు యేసు వారితో ఉన్నాడని వారు మరచి పోకూడదు ఇది పగటివేళ అని ఒకడు తన పనిని ముగించవలెను. జరగబోవునది ఏదో అది దేవునికి మహిమ తెచ్చినదియే! మరణం నుండి జనులను నిద్రలేపుట లోకములోనున్న మనుష్య కుమారుని ఉద్దేశ్యం.

యూదయలో ఉన్న యేసు బేతనియాకు దగ్గరగా వచ్చినపుడు లాజరు శరీరం అప్పటికే నాలుగు దినములు సమాదిలో ఉన్నది అని చెప్పబడింది. మార్త మరియ దుఃఖించుచున్నారు వారిని ఓదార్చుటకు చాలామంది యూదులు వారి గృహమునకు చేరిరి. యేసు వచ్చుచున్నాడని వినిన మార్త ఆయనను ఎదుర్కొనుటకు ఊరి చివరకు వెళ్ళెను. ఆయనతో మార్త "ప్రభువా నీవు ఇక్కడ ఉండిన ఎడల నా సహోదరుడు చావకుండును ఇప్పుడైనను నీవు దేవుని ఏమి అడిగినను దేవుడు నీకు అనుగ్రహించును అని నేను ఎరుగుదును (11:21-22)". ఈ మాటల ద్వారా మార్త తన నిరాశను తన ఆలోచనను తెలియజేసెను. యేసును గూర్చిన మార్త మనస్సులో ఆయన దేవుని ఏమి అడిగినను అది ఆయనకు ఇవ్వబడెను.

నీ సహోదరుడు మరలలేచునన్ని మాట ఓదార్పును కలుగజేస్తుంది కానీ, మార్త మరణాంతర సందర్బంగ దాన్ని గ్రహించింది దేవుని న్యాయపు తీర్పును అంత్య దినములలో తన సహోదరుని పునరుత్థానం గూర్చిన నమ్మకాన్ని ఆమే తెలియజేసింది. లోకములో ఉన్న ఈ సాంప్రదాయ నమ్మకాన్ని సువార్తలలో ఈలాగున దృవీకరించారు. పునరుత్థానమును జీవమును నేనే నాయందు విశ్వాసము ఉంచువాడు చనిపోయినను బ్రతుకును. బ్రతికి నాయందు విశ్వాసముంచిన ప్రతివాడును ఎన్నటికి చనిపోడు (11:25-26).

మరణము అను ప్రకటన ఇక్కడ రెండు విధాలుగ వేరు భావాలతో కనబడుట ఆశ్చర్యము కాదు దీనిని వేరువేరుగా అర్థం చేసుకొనుట వలన

సువార్తలోని బోధనను గ్రహించలేము. విశ్వసించి చనిపోయిన వాడు ఎవడైన శరీరమందు మరణించును, బ్రతికి విశ్వసించువాడు ఎవడైనను అంత్యదినములు అయిన తరువాత ఎన్నటికిని మరణించడు. నిద్ర అని యేసు పలికిన మాట శరీరమందలి మరణం అని రచయిత ముందుగనే తెలియజేసెను. దీనిని బట్టి యేసు తండ్రి చేత పంపబడెను అని ఒక్కడై ఉన్న యేసును విశ్వసించిన వారు శరీరమందు మరణించితిరే గాని అంత్యదినముల తరువాత ఎన్నటికిని మరణించడు.

మరియొక మాటలో చెప్పాలి అంటే పునరుత్థానం అనునది మార్త గ్రహించినట్లుగా అంత్య దినములలో జరిగినదికాదు నిత్యజీవము యేసు నందు విశ్వాసముంచు ప్రతి వ్యక్తికి పునరుత్థానంలో ఇప్పుడే ఇక్కడ దొరుకును. లోకమునకు రావలసిన దేవుని కుమారుడైన క్రీస్తు అని మార్త ఆయనను ఒప్పుకొనెను (11:27).

ప్రకాశమానమైన ఈ సంభాషణ తరువాత మార్త ఇంటికి తిరిగి వెళ్ళి మరియతో బోధకుడు వచ్చి నిన్ను పిలుచుచున్నాడని చెప్పెను. మరియ త్వరగా లేచి మార్త ఆయనను కలిసికొనిన చోటనే గ్రామంలోనికి రాకముందే కలిసికొనెను. వారి ఇంటివద్దనున్న యూదులు ఆమె వెంట వెళ్ళిరి. యేసును కలిసిన తరువాత మార్త పలికిన ప్రతీ మాటను మరియ కూడ చెప్పెను. యూదులు కానీ మరియ కానీ మార్తతో యేసు చేసిన సంభాషణ ఎరిగి ఉండరు. యేసు నొద్దకు వచ్చినవారు ఏడ్చుచుండిరి ఈ భావోద్వేగ ఏడ్పును చూచిన యేసు కలవరపడి ఆత్మలో మూలుగుచు కదిలించబడినట్లుగా తర్జమా చేయబడింది (11:33) దీని అర్థం వారి దుఃఖంలో ప్రభువు పాలుపొందినట్లు కాదు. ఇక్కడ వ్రాయబడిన గ్రీకు భాషలో అర్థం. బలమైన అసమ్మతి, కోపం, ఆక్షేపణ, ఆందోళన, బెదిరింపు ఆయన ప్రతిచర్య సానుభూతి కాదు. ఇది ఒక వికర్షణ. ఆయన ఎందునిమిత్తం వచ్చెనో అర్థం చేసుకొనలేని వారి ప్రవర్తన ఆయనకు ఆందోళన కలిగించింది.

ఆయన పొందిన వేదన తప్పనిసరిగా ఆయనలోని మానవత్వాన్ని కనపరచలేదని చెప్పలేం. లేఖనములలో దేవుని గూర్చి చెప్పవలసి వచ్చినపుడు

మానవ సంబంధ భాషలో అనుభవంలో తెలియజేయబడింది. దేవుడు కోపపడెను. ఇది జరిగించినందుకు సంతాపపడెను అనునటువంటివి మరణము యొక్క బలమును బట్టి ఏడ్చుచున్నవారిని చూచి యేసు ఆందోళన చెందుట మానవ సంబంధమైనది కాదు. ఆయన ఎందునిమిత్తం వచ్చునో దానిని వారు అర్థం చేసుకోలేకపోవుట వలన కలిగిన బలమైన అనుభవం ఇద్దరు సహోదరీలు తలంచినట్లు యేసు ఆలస్యం చేయలేదు. దేవుని మహిమను కనపరుచునట్లు తగిన సమయమునసే వచ్చియున్నారు. ఏడ్చుచు మూల్గుచున్నవారితో ఆయన సంభాషించుట లేదు. మొదటి 3 సువార్తలలో ఇప్పటివలె కాక నాయిను విదవరాలితోను, యాయీరు యింటివారితోను ఏడ్వకుడి అని చెప్పెను (లూకా 8:16, మార్కు 5:39, లూకా 8:52) కాని లాజరు విషయంలో ఆయన చేయవలసి ఉన్నది ఏదో దానిని జరిగించుటకు సమయము వచ్చెను. యేసు వారితో అతనిని ఎక్కడ ఉంచిరి అని అడుగగా వారు వచ్చి చూడమనిరి.

రమ్మని కోరుట వేరు సందర్భాలలో ఈ సువార్తలో విశ్వసించునట్లు ఇవ్వబడిన ఆహ్వానం కాని ఇక్కడ అది వేరుగా ఉన్నది. మరణించిన దేహమును చూచుటకును వాసన కొట్టుచున్న దేహము నొద్దకు వెళ్ళుటకును ఇవ్వబడిన ఆహ్వానం ఈ పరిస్థితులలో రచయిత "యేసు ఏడ్చెను" అనిరాసెను. అనగా తన చుట్టునున్న వారు బలముగా దుఃఖించుచుండగా ఆయన కూడా దుః ఖించెనా? మరణమును ఎదుర్కొనినప్పుడు మానవ రీతిగా దుఃఖించిన మొదటి 3 సువార్తలలో గెత్సమనే తోటలో యేసు పడిన వేదనకు సమానముగా యోహాను చూపించుచున్నాడు.

పురుషులు స్త్రీలు అందరూ మరణించవలసి ఉన్నందునా యేసు ఏడ్చెను, యూదుల ప్రతి చర్యలో ఈ జవాబు కనబడుచున్నది. 'ఆయన అతనిని ఏలాగు ప్రేమించెనో చూడుడని' చెప్పుటకే వారు ఇక్కడికి తేబడునట్లుగా గమనించాలి మరియ మరియు ఇతరుల వలె తాను ప్రేమించిన వానిని పోగొట్టుకున్నందుకు యేసు దుఃఖపడుచున్నాడని అనుకొనకూడదు. యోహాను భావం వారికి అర్థం కాలేదు తన ప్రేమను కనపరుచుటకు యేసు దుఃఖపడలేదు కాని, ఆయన బేతనియకు ఎందుకు వచ్చెనో ఆ ఉద్ధేశమును వారు గ్రహించనందున ఆయన దుఃఖించెను. యేసు మరల తనలో మూలుగుచు సమాధి యొద్దకు వచ్చెను

(11:38) ఆయన సమాధి యొద్దకు వచ్చినపుడు కోపంతోను ఆందోళనతోను ఉండెను. ఈ భావోద్రేకాల మద్య నలిగిన వాడై యేసు ఏడ్చెను. మార్త మరియ మరియు యూదులు (11:37) లాజరుమరణమును ఆపనందుకు అసంతృప్తిని వ్యక్తపరిచారు. వారి అవిశ్వాసమునకు యేసు స్పందించాడు. మరణమును చూచుటకు రమ్మని ఆహ్వానించుటకు బదులు వారు ఆయనలో జీవమును చూచి ఉండవచ్చు. యూదుల మనోభావములను బట్టి యేసు నిరాశపడెను. నవ్వు మరియు కన్నీరు అనేకమైన కారణముల వలన మన ఉద్రేకాన్ని కనపరిచే సూచనలు. వచ్చి చూడమని వారు ఇచ్చిన ఆహ్వానమునకు ప్రతిచర్య యేసు కన్నీళ్ళు విడుచుట. యేసు ఏడ్చుట అనునది ఆయన మానవ స్వభావమును కనపరిచినది కాని అవి దుఃఖమునకు సంబంధించినవి కావు. కాని దిగ్భ్రాంతి సంబంధించినవి.

మొదటి కార్యము యోర్ధాను అద్దరిని జరిగినది. 2వ కార్యము బేతనీయ పట్టణముకు బయట జరిగినది. 3వ కార్యమునకు తెలుసుకొనుటకు సిద్ధపడదాం. సమాధి ఒక గుహలాంటిది దాని ద్వారము రాతితో కప్పబడుతుంది. సాదారణంగా ఇలాంటి సమాధి ఎత్తైన కొండకు ప్రక్కన ఉంటుంది. ఒక కొండపై చదును చేయబడి దానికి గృహకు ద్వారముగా ఉంచబడు రాయి చాలా పెద్దదిగా నుండి చక్రము వలె దొర్లించబడుటకు అనువుగా రాతి మార్గం సిద్ధపరచబడి ఉంటుంది. ఆ ఉపరితలముపై రాతి చక్రము వేరుపడకుండా నిరోదించడానికి ఒక చిన్న గోడను కడతారు. ఆ రాతిని తొలగించమని యేసు చెప్పినట్లుగా గమనించాలి. యూదయకు తిరిగి వెళ్ళిన యెడల ఆయనకు కలుగు ప్రమాదమును గురించి ఆయనను వారించిన యూదుల వలె సమాధి రాయిని తెరుచుట ద్వారా కలుగు పరిణామాలతో మార్త యేసును హెచ్చరించింది. ఇంత వరకు మార్తతో చెప్పని ఒక మాట యేసు ఇక్కడ గుర్తు చేసినట్లుగా గమనించాలి. నీవు నమ్మిన యెడల దేవుని మహిమను చూతువు అను మార్తతో చెప్పుట ద్వారా నమ్మిన వారు మరణించరని ముందుగా చెప్పబడినట్లుగా చూస్తున్నాం (11:40) యోర్ధాను అద్దరిని యేసు శిష్యులతో లాజరు రోగము గురించి మాటలాడినపుడు ఈ వ్యాధి మరణము కొరకు వచ్చినది కాదు, దేవుని కుమారుడు దానివలన మహిమ పరచబడునట్లు దేవుని మహిమ కొరకు

వచ్చినదని చెప్పెను (11:4). లాజరు పాతిపెట్టబడిన స్థలమునకు పిలువబడిన యేసు మార్తతో నమ్మినవారు దేవుని మహిమను చూతురని చెప్పెను. నమ్ముట మరియు చూచుట మరియు దేవుని మహిమ నరులకు అందుబాటులో ఉంటుంది. ఈ వాగ్ధానమును బట్టి సమాధికి అడ్డుగా ఉన్న రాయి ఒక వైపుకు తొలగించబడింది.

మార్తతో సంభాషణలో చెప్పబడిన అంశం ముందుకు వచ్చింది. నీవు దేవుని ఏమడిగినను దేవుడు నీకు అనుగ్రహించునని మార్తతో చెప్పెను (11:22) యేసు ప్రార్థించెను గాని దేవుని యొద్ద నుండి యేదియు కోరలేదు కాని తన మనవిని దేవుడు వినియున్నాడని దేవుడు ఎల్లప్పుడు వినుచున్నాడని దేవునికి స్తుతులు చెల్లించాడు (11:41) ఈ ప్రార్థన దేవుని నిమిత్తమును తన నిమిత్తమును కాక దేవుడు తనను పంపెనని చుట్టూ నిలిచి ఉన్నవారు నమ్మునట్లు జనసమూహము నిమిత్తమై ప్రార్థించెను (11:42). ఆయన క్రీస్తుగా దేవుని కుమారుడిగా ఇశ్రాయేలు రాజుగా మనుష్యకుమారుడిగా నమ్మబడుటకు కాదుగాని దేవుని చేత పంపబడిన ఒకనిగా నమ్మబడవలెను. నిత్యజీవము పునరుత్థానము నిత్య మరణముపై విజయము నమ్మినవారికి దేవుని యొద్ద నుంచి వచ్చియున్నాడని తెలియజేయుచున్నది. ఇది క్లుప్తముగా ఈ సువార్త భావము.

లాజరు బయటికి రమ్మని యేసు బిగ్గరగా చెప్పగా చనిపోయినవాడు కాళ్ళు చేతులు ప్రేత వస్త్రములతో కట్టబడినవాడై ముఖమునకు రుమాలు ఉండగా వెలుపలికి వచ్చెను. అతని కట్లు విప్పి పోనీయుడని యేసు వారితో చెప్పెను (11:44). లాజరు కట్టబడి ఉన్నను సమాధి నుండి బయటకు రాగలుగుట మరణము యొక్క చేతకాని తనంగా కనిపిస్తుంది. "నాయందు విశ్వాసముంచు వాడు చనిపోయినను బ్రతుకును బ్రతికి నాయందు విశ్వాసముంచు ప్రతివాడును ఎన్నటికిని చనిపోడు" అని పలికిన యేసుమాట బలముగా ఋజువు పరచబడినది (11:25,26).

సువార్తలలోని అన్ని అద్భుతాల వలె ఈ అద్భుతము కూడా గుంపు యొక్క ప్రతిస్పందన తెలియజేస్తుంది. యేసు పలికిన ఈ మాటల చేరిన వారిని

రెండు బాగాలుగా చేసింది మరియు యొద్దకు వచ్చి ఆయన చేసిన కార్యమును చూచిన యూదులలో అనేకులు ఆయన యందు విశ్వాసముంచిరి కాని వారిలో కొందరు పరిసయ్యుల యొద్దకు వెళ్ళి యేసు చేసిన కార్యములను గూర్చి వారితో చెప్పిరి (11:45,46) కాగా ఆ దినము నుండి వారు ఆయనను చంప ఆలోచన చేయుచుండిరి (11:53).

లాజరును మృతులలో నుండి లేపుట యోహాను సువార్తకు ఒక తొడుగు వంటిది. ప్రస్తుతం దేవుని ప్రతీకార న్యాయం పనిచేయడం లేదని అనిపించినప్పటికి అంత్య దినములలో అది జరుగుతుంది. యోహాను సువార్తలో దేవుడు న్యాయమును ప్రకటించువాడైనను దేవుడు జీవము ఇచ్చువాడు అనునది ప్రాముఖ్యంగా కనబడుచున్నది. యేసు మార్తను తన సహోదరుని ప్రేమించెనని వ్రాయబడినను ఈ సువార్త ప్రారంభంలో "దేవుడు లోకమును ఎంతో ప్రేమించెను కాగా ఆయన తన అద్వితీయ కుమారునిగా పుట్టినవానియందు విశ్వాసముంచు ప్రతివాడును నశింపక నిత్య జీవం పొందునట్లు ఆయనను అనుగ్రహించెను". లోకము తన కుమారుని ద్వారా రక్షణ పొందుటకే గాని లోకమునకు తీర్పు తీర్చుటకు దేవుడు ఆయనను లోకములోనికి పంపలేదు (3:16,17).

విశ్వాసులు అల్లకల్లోలంతో కూడిన సముద్రములో చీకటిలో జీవించరు. అలాంటి అనుభవం వారిని భయపెట్టి మ్రింగి సముద్రపు లోతులలో పడవేయును. అయితే వారు లోకమునకు వెలుగైయున్న వెలుగులో జీవించెదరు అని ఉపోద్ఘాతంలో చెప్పబడినది (1:4). వారు విడుదల పొందిన వారై తండ్రి వారిని ప్రేమించుచున్నాడను జ్ఞానంతో తండ్రి చేత పంపబడిన కుమారుడు ఇచ్చు నిత్య జీవంలో ఈ లోకమందు జీవించెదరు. సువార్తలోని ఈ సత్యము పురుషులను స్త్రీలను విడిపించెను. కుమారుడు మిమ్మును స్వతంత్రులునుగా చేసిన యెడల మీరు నిజముగా స్వతంత్రులై యుందురు (8:36) మరణము జయించబడినది. శరీరము వంటి మరణము నిద్రవంటిది. ఈ సత్యమును ఎరిగినవాడు స్వతంత్రుడు (8:32) వారు విడుదల పొంది వెళ్లుదురు. సువార్త యొక్క సత్యం నిగూఢమైన దానిలో లేదు గాని నిత్య జీవితంలో కనబడుతుంది. సువార్త స్వతంత్రం ఏదనగా పునరుత్థానమును జీవమునై ఉన్నవాడు బ్రతుకుటకు ఇచ్చిన పిలుపులో స్వతంత్రత కలదు.

పాఠము - 22

జీవజలపు నదులు

నీరు జీవితమునకు ఎంతో అవసరము. నీరు కొద్దిగ అవసరం అయినను తక్కువ పరిమాణం వాడుకొని జీవి బ్రతుకగలదు అవి ఎలాగైనను ఏర్పడి ఉండవచ్చు కానీ బ్రతుకుటకు నీరు అవసరం ఉపరితలం క్రిందవున్న అరణ్యంలో కూడ నీటిని నిలుపుకునే అద్భుతమైన వ్యవస్థకలిగిన జీవులు ఉన్నాయి. నీరు లేకపోతే అవికూడ మరణిస్తాయి. మార్స్ గ్రహం మీద జరుగుచున్న ప్రయోగాలలో నీరు అక్కడ ఉండెనో లేదో అని నిర్ధారించుటకు ప్రయత్నిస్తున్నారు. భౌతికలోకంలో జీవించుటకు నీరు అవసరం. 2012 సం॥ సెప్టెంబరు 27న మార్స్ అన్వేషణలో శాస్త్రవేత్తలు ఒక ప్రవాహం యొక్క శక్తితో రాతి కదలికలను తెలియజేయు చిత్రాలను అందుకున్నట్లు తెలియజేశారు. లక్షల సం॥ల క్రితం ఉన్న నీటి ఒరవడి ఇప్పుడు ఎండిపోయి ఉన్నది.

ప్రాచీన లోకములో నీరు ఎంత అవసరం అనునది గుర్తించబడినది. సృష్టిని గూర్చిన పూర్వ శాస్త్రీయ కథలు అనేకం మహాసముద్రంలో ప్రారంభమౌతాయి. వాటిని లొంగదీసుకొని సృష్టిని జరిగించుట వలన ఇపుడు మనం నివసించే ప్రపంచం ఏర్పడింది. పరిశుద్ధ గ్రంథంలో కూడ రచయిత ప్రారంభిస్తూ దేవుని ఆత్మ జలములపైన అల్లాడుచూ ఉండెను అని తెలియజేశారు (ఆది 1:1). ఆదికాండము 2వ అధ్యాయంలో దేవుడు నాటిన తోటలో ఒకప్పటి అరణ్యం నాలుగు శాఖలుగా మారిన నది ఇచ్చు జీవమును బట్టి తోటగామారింది (ఆది 2:10). ప్రకటన గ్రంథంలోని నూతన భూమి కూడ ఆదికాండము 2వ అధ్యాయం వలనే జీవపు నదిని కలిగి ఉంది (ప్రకటన 22:1). యేహెజ్కేలు పొందిన దర్శనంలో తిరిగి కట్టబడిన యెరుషలేము మందిరపు బలిపీఠము క్రిందనుండి ఉబికిన నీరు క్రమక్రమముగా దేశములకు శక్తివంతమైన జీవమునిచ్చు నదిగా పారుచున్నది (యెహెజ్కేలు 47:1-12). ఈ దర్శనములో దేవునితో జీవితం నీటి ద్వారా కూడ నిలబడుచున్నది.

నీటిని గూర్చి ఈ అంతులేని వర్ణన యోహాను సువార్తలోని వేదాంతంలో నీటికి నేపథ్యాన్ని అందిస్తాయి. ప్రారంభించుటకు యోహాను నీటిలో ఇచ్చిన

బాప్తిస్మంనకు యేసు నీటిలోను, ఆత్మలోను ఇచ్చిన బాప్తిస్మంనకు స్పష్టమైన బేధం కనబడుచున్నది యోహాను బాప్తిస్మంలో నీరు పాపము నుండి శుద్ధీకరించినదిగా కనబడుచున్నది. ఈ బాప్తిస్మము శుద్ధీకరణ ఆచారము దానికి భిన్నముగా నీటియందలి యేసు ఇచ్చు బాప్తిస్మము నూతన జీవమును ప్రసాదిస్తుంది. నీటియందు ఆత్మయందు ఇచ్చు బాప్తిస్మము దేవుని కుమారులను తీర్చిదిద్దుతుంది. ఈ రెండు బాప్తిస్మముల మధ్య భేదమును గమనించినట్లు అయితే ఒకటి నీటివలన మరియొకటి ఆత్మవలన అని కాదు గాని యేసు ఇచ్చు బాప్తిస్మము నీరు మరియు ఆత్మ వలన దేవుని కుమారులను సిద్ధ పరుస్తుంది (3:5).

నీటిలో యేసు ఇచ్చు బాప్తిస్మము ఇంకను నిర్వర్తించబడలేదు. ఆత్మకు సంబంధించినంత వరకు నీరు ఒక సాధనంగా వాడబడుచున్నది. బాప్తిస్మము ఇచ్చు యోహాను యొక్క బాప్తిస్మము నీటినుండి ఇవ్వబడినపుడు దానిని వేరుపరచు నీటియొక్క భేదమేమి ఇది అస్పష్టంగానే కనబడుచున్నది. యోహాను కంటే ఎక్కువ మంది శిష్యులకు యేసు బాప్తిస్మము ఇచ్చుచున్నాడని ఈ సువార్త చెప్పుచున్నది (4:1). ఈ రచయిత ఈ రెండు జలాల మధ్య వ్యత్యాసాన్ని తెలియజేయాలి అనుకున్నాడు గాని అది అతనికి చేతకాలేదు అతని మనస్సులో ఏదో దాగి ఉన్నది అని స్పష్టము అవుతుంది.

యేసుకు సమరయ స్త్రీకి మధ్య జరిగిన సంఘటనలో ఇలాంటిదే కనబడుచున్నది సమరయులు యాకోబు బావిలోని నీరు మీద ఆధారపడి తనకును తన కుమారులకును తన పశువులకును అది ఇవ్వబడినది అని అనుకొనుచున్నారు (4:12) ఈ నీరు ఆ ప్రజలకు పశువులకు శరీర అవసరతలు తీర్చు నిమిత్తం పదిహేడు శతాబ్దాలుగా మూలంగా అందించబడుతుంది ఇప్పటి వరకు ఎవరును నీటి కొరకు వెదకుచూ వచ్చి ఎండి పోయినదిగా కనుక్కొని నిరాశపడి వెనుకకు తిరిగినట్లుగా ఎప్పుడు జరగలేదు అనేక వంశావలులకు ఈ నీరు జీవపు మూలంగా ఉండిపోయినది. యాకోబు త్రవ్విన ఈ బావి జీవపు ఊటవలే ప్రభావం కలిగినది అని అనుట అతిశయోక్తి కాదు.

యాకోబు బావిలో నీరు సంపద వంటిదిగా ఒక్కటై ఉన్నది. ఇది తీర్చు దాహం తాత్కాలికమైనది. దీనికి భిన్నంగా యేసు వాగ్ధానం చేసిన నీరు

త్రాగువాడు ఎపుడును ఎప్పటికినీ దప్పికకొనడు అని చెప్పుచున్నది. (4:13-14) ఆశ్చర్యమైన సంగతి ఏమనగా సమరయ స్త్రీ ఎంతో ఆశతో ఆయనను చూచి అయ్యా నేను దప్పిగ కొనకుండునట్లును చేదుకొనుటకు ఇంత దూరం రాకుండునట్లు ఆ నీరు నాకు దయచేయుము అనెను (4:15) ఆమెకు ఆ నీటిని ఇచ్చుటకు బదులు యేసు వేరొక మాటను మాట్లాడుటకు ప్రయత్నించాడు. యేసు ఇచ్చిన నీటిని గూర్చి పాఠకుడు ఆశ్చర్యంగా వదిలిపెట్టబడ్డాడు.

కానా వివాహవిందు గూర్చిన భాగంలో వివాహ యజమానుని ఇంట ఆరు రాతి బానలు కలవు యూదుల శుద్ధీకరణ ఆచారం నిమిత్తము అవి ఒక్కొక్కటి రెండేసి మూడేసి తూములు పట్టును (2:6) యాకోబు త్రవ్వించిన బావిలోని నీరు అతడును అతని కుమారులను అతని పశువులు త్రాగు నిమిత్తమే (4:12) కానీ రాతి బానలలో పట్టిన నీరు ఆ ఇంట వివాహం జరుగుచున్న సమయంలో గలిలయలోని కానానులో అనుదిన అవసరం నిమిత్తం నీరు కాదు, దాహం తీర్చు నిమిత్తము. ఈ నీరు యూదుల శుద్ధీకరణ ఆచారం కొన్ని సమయాలలో జరిగించుటకు మాత్రమే అని చెప్పబడుచున్నది. అయితే ఇందులో ఉండవలసిన నీరు సరస్సు నుండి కానీ తోట్ల నుండి కాని తెచ్చిన నీటితో నింపబడకూడదు ప్రవహించుచున్న నది నుండి నింపబడవలసి ఉన్నది అదియే జీవించు నీరు అందువలననే ఆరాతి బానలు ఖాళీగా ఉన్నాయి. శుద్ధీకరణాచారం జరుగుసమయంలోనే అవి నింపబడతాయి.

బాప్తిస్మము ఇచ్చు యోహాను నీరు యాకోబు బావి నీరు కానా ఇంటిలో ఆరు రాతి బానలలో నింపబడిన నీరు మత సంబంధమైనదై దేవునితో మానవ అనుబంధాన్ని నిర్దేశించిన హక్కుగా ఒక్క స్థాయిలో నిలిచింది. అనేక తరములుగా మతము అనునది ఒక సంప్రదాయ సంస్థగా దేవుని కొరకైన దాహాన్ని తీరుస్తుంది. అందువల్ల ఇది కృతజ్ఞత గుర్తింపును కలిగిఉంది.

ఈ లోకంలో దేవుని కుమారుని ఉనికి పరిస్థితులను మార్చివేసింది నీరు ద్రాక్ష రసంగా మార్చబడింది ఆ ద్రాక్ష రసము పోయబడకమునుపు అప్పటి వరకు పెండ్లి విందులో త్రాగుటకు విరివిగా అతిథులకు పోయబడినది నాణ్యత లేనిదై త్రాగుచున్నారు. అయితే ఈ ద్రాక్షారసము ద్రాక్ష నిపుణులు చెప్పినట్లుగా ఎవరు ఇప్పటి వరకు త్రాగని గొప్ప ద్రాక్షారసంగా దాహం తీర్చెనని

చెప్పుచున్నారు. ఇద్దరు వ్యక్తులు జీవిత సంపూర్ణతను అనుభవింప బోవుచున్నారు అని జరుపుకొనే వివాహ విందులో ప్రజలకు ఇది చాలా అవసరం.

మత్తయి మార్కు లూకాల వంటి యేసు పరిచర్య వివరము కాక యోహాను వేరుగా చెప్పుచున్నాడు. యోహాను ప్రకారము గలలియ సముద్రములోని తుఫానును యేసు అణుచుటలో ముఖ్యమైన మార్పులు కన్పిస్తాయి. సృష్టి యొక్క ప్రారంభంలోని దృశ్యంలో దేవుడు మొదటి సముద్రముపై తన ఇష్టాన్ని జరిగించుట గమనించాలి. సువార్తలలో మాత్రమే గెన్నెసరెతు సరస్సు గలలియ సముద్రముగా చెప్పవచ్చు. ఈ నీరు కలిగిన సముద్రం అనేక పట్టణాలలోని పెద్దపెద్ద సరసుల కంటే పెద్దది కాదు. సువార్తీకులకు వేదాంత పరమైనటువంటి సముద్రం ఈ సముద్రము సృష్టి ప్రారంభంలోని నీటితో పోల్చబడి సృష్టి ఏర్పరచబడకమునుపే దేవుని ప్రణాళిక ప్రకారం లోపరచబడియున్నది. దానియేలు దర్శనాలలో దేవుని ప్రజలను శ్రమపరచు రాజకీయ శక్తులు సముద్రములో నుండి వచ్చిన జంతువుల వలె కనబడుచున్నవి. ప్రకటనలోని దర్శనములో నూతన భూమిపై సముద్రం ఉండదు (ప్రకటన 21:1). యేసు సముద్రము మీద నడుచుట సముద్రము అల్లకల్లోలముగా ఉన్నప్పుడు తన ఆజ్ఞ చేత లోబరచుకున్నప్పుడు మొదట క్రైస్తవుల మరణ శక్తుల ప్రభావము మీద జీవితమునకు కలిగిన జయంగా గ్రహించుచున్నారు. యోహాను ప్రకారం నాటకీయ దృశ్యంలో ప్రథమంగా యేసు తనను గురించి నేను అని తన్ను గురించి చెప్పుచున్నాడు (6:20). ఈ భాగంలో అల్లకల్లోలంగా ఉన్న సముద్రము మీద ఆయన నడిచెను. ఈ అల్లకల్లోలము భయమును ఆందోళనను తెలియజేస్తుంది. నీటి మీద నడుచువాడు పునరుత్థానమును జీవమునైయున్నాడు. సృష్టికర్త నుండి సృజించబడినవారిని వేరు చేయుటకు ఉద్దేశించిన మరణము మరియు దుష్ట శక్తుల మీద జయము కలిగినవాడు. నీరు సంస్థాగతమైన మతమునకు సాదృశ్యమైనను దాహమును తాత్కాలికముగా తీర్చు శక్తి కలదు కూడా. మరణము యొక్క పంజాతో దయ్యము యొక్క శక్తిని కూడా సూచించే మూలముగా ఇది కనబడుతుంది. నీటిమీద అధికారమును ప్రదర్శించు సర్వశక్తి గల యేసు మనకు నిరీక్షణను ఇచ్చుచున్నాడు.

యోహాను ప్రకారం ఒక నిర్ణయాత్మకమైన దృశ్యం యేసు గుడారాల పండుగ ఆఖరి రోజున కనబడుట అందరి చేత ఎరుగబడినవాడైన యేసు

అక్కడికి వచ్చుట అక్కడ ఆవేశాన్ని కలుగజేసింది. ఆయన సమయము ఇంకను రాలేదు గనుక (7:68) యేసు ఆ పండుగకు హాజరు అగుచున్నట్లుగా కనబడలేదు. పండుగ మొదటి దినములలో అప్పటి జనాంగంలోని కొంత భాగం యేసు వచ్చునో లేదో అని గొప్ప ఆశతో ఎదురుచూచారు. యేసు సహోదరులు తన్ను తానే కనపరచుకొనమని ఆయనను విమర్శించారు. కొందరు ఆయనను మంచివాడనిరి. మరికొందరు కూడ ఆయన జనులను మోసపుచ్చువాడనిరి (7:12). అయితే యూదులకు భయపడిన వారు ఆయనను గూర్చి ఎవడును బహిరంగముగా మాటలాడలేదు (7:13). సగం పండుగ అయినపుడు వారి అనుమానములు అంచనాలు తీర్చబడినవి. యేసు దేవాలయములోనికి వెళ్ళి దినమంతయు బోధించుచుండెను (7:14).

గుడారముల పండుగ ఇశ్రాయేలీయులు ఐగుప్తులో నుండి అరణ్యములోనికి తిరిగి వచ్చుచుండగా దేవుడు వారికి చూపిన కృపను జ్ఞాపకం చేసుకొనుటకు 7 దినములు జరుగు పండుగ. నిరాశ్రయులైన వారి మధ్య నీరు చాలా అవసరమైయున్నది. నాటి శ్రమల దినాలలో దేవుడు వారికి ఒక రాతిని ఇచ్చి దానిలోని నీటి ద్వారా వారి అవసరతను తీర్చినాడు. ఆ పండుగ చివరి గొప్ప దినమున యాజకులు మరియు ప్రజలు సిలోయము సరస్సు నొద్ద చేరి వారి పాత్రలను నీటితో నింపుకొనిరి. మందిరము యొక్క ఆవరణములోనికి ఎక్కి చేరి బలిపీఠము నొద్ద తమ పాత్రలలో నీరు పోసిరి. ఆలాగున చేయుట ద్వారా బలిపీఠము దగ్గర నుండి నీరు ప్రవహించి అన్యజనుల ఆవరణము ద్వారా క్రమముగా కొండ మీద నుండి పారి కిద్రోను లోయను చేరుకుంటుంది. ఈ విధంగా అరణ్యములో రాతి నుండి వచ్చిన నీటి ద్వారా పండుగను జ్ఞాపకము చేసుకొనుట మాత్రమే గాక యెహెజ్కేలు దర్శనం నెరవేర్చుటకు ఎదురు చూచిరి. ఆ నీళ్లు ఉబికి మందిరపు గడప కింద నుండి పారుచున్నది (యెహెజ్కేలు 47:1).

యాజకులు ప్రజలు బలిపీఠము క్రింద నుండి నీరు ప్రవహింపజేయుచున్న దృశ్యాన్ని యేసు తనను గూర్చి చెప్పుకుంటూ జీవజలములు ఊటగా చెప్పియున్నారు. ఎవడైనను దప్పిగొనిన యెడల నా యొద్దకు వచ్చి దప్పిక తీర్చుకొనవలెను లేఖనముల జ్ఞాపకం చేసుకుంటే వాని కడుపులో నుండి జీవజల నదులు బయలుదేరును (7:37,38).

సమరయిస్త్రీతో యేసు మాటలాడుచున్నప్పుడు నీవు దేవుని వరమును దాహమును ఇమ్మని నిన్ను అడుగుచున్నవాడెవడో ఎరిగియుంటే నీవు ఆయనను అడుగుదువు. ఆయన నీకు జీవజలమిచ్చును (4:10) ప్రవహించుచున్న నీటిని గురించికాని బావిలోకి నీటిని గురించి కాని ఆయన వేరుపరచి జవాబు చెప్పలేదు. యాకోబు బావి వద్ద సమరయి స్త్రీకి యేసు ఇచ్చుటకు ప్రకటించిన జీవజలములు.

ఈ క్రమ సంబధమైనవి కావు. ఆ నీరు ఆయన రక్తము ద్రాక్షారసముతో ప్రవహించునది జీవజలములను గూర్చి యేసు దయచేయునది. ఆయన సమయము ఇంకను రాలేదు (2:4, 23:7-8) అని చెప్పుచుండగా తన సమయం వచ్చినపుడు (13:1) యేసు దానిని అనుగ్రహించెను. ఆయన జీవజలమును రాతినుండి ప్రవహించును గాని రక్తంతో ప్రవహించును మోషే రాతిని కొట్టగా అరణ్యంలో తిరుగులాడుచుండు ప్రజలకు జీవమునిచ్చు నీరు ప్రవహించెను (నిర్గమ 17:6, సంఖ్యా కాండం 20:10-13) రోమా సైనికులు యేసు మృతదేహమును కొట్టిరి ఆయన యందు విశ్వాసం ఉంచిన ప్రజలకు జీవం ఇచ్చునట్లు సిలువ మీద వ్రేలాడుచున్న యేసు నుండి రక్తమును నీళ్లను కారెను (19:34) సువార్తలో జీవజలమును గూర్చిన వచనములు అన్ని ఈ చిత్రము వైపే చూపుచున్నది.

ఆయన కడుపులో నుండి జీవజలములు నది వలే ప్రవహించును అని ప్రకటించబడిన లేఖనము కనబడలేదు. కాని యెషయా 12:3లో "కావున మీరు ఆనందపడి రక్షణా ధారములైన బావులలో నుండి నీళ్ళు చేదుకొందురు" లేక యిర్మియా 2:13లో "నా జనుల రెండు నేరములు చేసియున్నారు. జీవ జలములు ఊట ఆయిన నన్ను విడిచి యున్నారు. తమ కొరకు తొట్లను అనగా నీళ్ళు నిలువని తొట్లను తొలపించికొనియున్నారు". లేదా (యిర్మియా 17:13) యెహోవా అను జీవజలముల ఊటను విసర్జించియున్నారు. హోరేబులోని బండ నుండి దేవుడు సమృద్ధియైన జలమును ఇచ్చియున్నాడు. బండలో నుండి ఆయన నీటికాలువలు రప్పించెను. నదులవలే నీళ్లను ప్రవహింపచేసెను. ఆయన బండను కొట్టగా నీరు ఉబికెను. నీళ్ళు కాలువలై పారెను (కీర్తనలు 78:16-20) రక్షణ ఊటలో నుండి వచ్చు నీరు కలువరి రాతి నుండి వచ్చునది. ఈ నీటిని

త్రాగువాడు ఎవడును ఎప్పటికిని దప్పిగ కొనడు అని యేసు వాగ్ధానం చేసెను. జీవజలములు యెరూషలేములోని మందిరపు గడప క్రింద నుండి పారవు (యెహెజ్కేలు వేదాంతి అయిన యోహాను దర్శనములో చూచినట్లుగా) ఈ నీరు దేవాలయపు రాతియగు దేహం నుండి పారును (2:21) అరణ్యంలో మోషే సర్పమును ఎలాగు ఎత్తెనో అలాగున ఆయన ఎత్తబడగ ఆయనను చూచి విశ్వసించిన వారికందరికి నిత్యజీవము కలుగును (3:15). గుడారాల పండుగలో పాలుపంపులు పొందుచున్న వారికందరికి సమరయ స్త్రీకి యేసు ఇచ్చెదను అని చెప్పిన జలం ఇదే. మత సంబంధమైన మతాచారమైన లేక బాప్తిస్మం ఇచ్చు యోహాను బాప్తిస్మం నీటి వంటిది కాదు. ఈ నీరు జీవం ఇచ్చు రక్తం నందలి ఆత్మయందు ప్రవహించునది.

నీటిపై ఆధారపడడం చరిత్ర అంతటా గుర్తించబడింది. జీవమునిచ్చు శక్తి నిర్వీర్యాదమైనది. సృష్టికి దేవుని బహుమతి సృష్టిపై దేవుని పాలనకు శత్రువు లేడు యేసు ఉచితముగా ఇచ్చు జీవజలములు నీటి యందు ఆత్మయందు పొందు బాప్తిస్మము (7:39). ఈ బాప్తిస్మము పొందినవారు దేవుని వలన పుట్టినవారు వారు అనుదిన జీవితములో సృష్టి యందు దేవుని వలన కలుగు జయమును కనపరుచువారు జీవజలము ఆత్మయందలి బాప్తిస్మముగా సిలువ రక్తమునందు ఉన్నది. క్రైస్తవుల సమాజాన్ని ప్రజాస్వామ్యం చేయగలదు. జీవము నిమిత్తం ఆత్మతో అందరూ సమానముగా ఆధారపడిన వారే. రక్తము మరియు ద్రాక్షారసము మరియు నీటి వంటి భౌతిక వాస్తవాలనుండి ఆత్మ యందలి జీవితం వేరుచేయబడలేదు. సువార్త క్రైస్తవ జీవితాన్ని మరొక ప్రపంచ ఉనికిలో ఆధ్యాత్మికము చేయబడదు. యెహెజ్కేలు వివరించినట్లుగా యెరూషలేము మందిరం గడప కింద నుండి పారు నీరు మహిమ పరచబడిన మనుష్య కుమారుని శరీరము నందు నూతన దేవాలయముగా చెప్పబడుచున్నది. జీవజలనది ఇప్పటికే సర్వలోకమునకు ప్రాణం పోస్తుంది.

పాఠము - 23

నీవు ఎక్కడ నుండి వచ్చితివి

యోహాను ప్రకారం అనేకులకు ఆశ్చర్యం కలుగు రీతిగా డొసిటిజమ్ యొక్క లక్షణాలు అంశం తెలియజేయబడుతుంది. ఈ సిద్ధాంతం చెప్పుచున్నది. ఏమనగా శరీర ధారియైన వాడు దైవ సంబంధి కనుక తాను మరణించలేదు. కనుక శిష్యులు యేసును సిలువ వేయబడిన తరువాత సజీవునిగానే చూశారు. మరియొక మాటలో చెప్పాలంటే నరులకు రక్షణ మార్గము తెలియపరచుటే కాని భరించలేని బలి అర్పణగా మరణించుట శరీర ధారియైన వాని పనికాదు. ఆయన రక్షణ కార్యము చేయుటకు మరణము పునరుత్థానముతో పనిలేదు. ఈ సువార్తలో యేసు దైవ సంబంధిగా కనపరచబడి తన ఉపదేశములు నిత్యజీవము ఏలాగు పొందవలెనో తెలియ జేయుటయే ఆయన బోధనలు ఆత్మీయమైనవి. తాత్విక ప్రతి ధ్వనితో ద్విభాషను కలిగినట్లుగా చూస్తున్నాం. దీనిని వర్ణించుట ప్రారంభించబడిన మొదటి నుండి ఆయన పుట్టుకను గూర్చి వార్త చెప్పకుండా ఈ ప్రవక్త దేవునితో ఆది నుండి ఉన్నాడని వాస్తమునకు ఆదియందు దేవుడై యున్నాడని ప్రకటించుచున్నది.

ఈ సువార్తలో కొంత వరకు ఉద్రిక్తతను కలిగి ఉన్నను, యేసు మరణము గురించి ఈ లోకమునకు రాజు అను సువార్తలోని అనుభవం గురించిన ప్రాముఖ్యతను చూడగలం. మరి ప్రాముఖ్యంగా సిలువ వేయబడిన యేసు దేహములో పునరుత్థానుడైన ప్రభువు జీవించుట అనునది తెలియజేయ బడుతుంది. మత్తయి మరియు లూకా రచయితలు సువార్తలో వ్రాయుటకు సంప్రదించినది మరియు తోమా సువార్త వీటిలో యేసు బోధనలు మాత్రమే ఉండెను. ఆయన శ్రమలను గురించి మరణము పునరుత్థానములను గురించి చాలా కొద్ది సమాచారం మాత్రమే వ్రాయబడింది.

యోహాను సువార్తలో ఆయన పట్టబడుట విచారణ మరియు సిలువ వేయబడుటను గురించి వివరణాత్మకంగా వ్రాయబడి ఉంది. అయినను మొదటి 3 సువార్తలతో పోల్చబడినట్లయితే కొంత స్పష్టమైన బేదాలు కనిపిస్తాయి. గెత్సెమనే తోట వద్ద బహు సమయము ఆయన పడిన వేదన ఇందులో కనబడదు.

అనేకులు ఆయన వెదుకు చుండగా ఆ పరిస్థితిని తన నియంత్రణలోనికి తీసుకొన్న యేసు వారి ఎదుట తనను కనపరచుకొని "నేనే ఆయనని" చెప్పినపుడు ఆయనను పట్టుకొనుటకు వచ్చిన వారు వెనుకగా తగ్గి నేలమీద పడిరి. యూదా ఒక ముద్దుతో ఆయనను మోసగించలేదు కాని యేసు దైవత్వము దీనిని శంకించలేదు మరియు మరణమును ఆయన జయించవలసిన శత్రువు అని ఎంచలేదు.

పిలాతు ముందు తీర్పు విషయంలో పిలాతు ఆయనతో అతనిని విడిపించుటకును మరణముకు అప్పగించుటకును తనకు అధికారం కలదని చెప్పుట ద్వారా యేసును అణిచి ఉంచవలెనని చూచారు. అయితే యేసు పిలాతుతో రోమా అధికారిగా తనకు కలిగిన అధికారము దేవుని యెదుట నుండి అనగా తన యొద్ద నుండి ఇవ్వబడితేనే తప్ప తనకు వేరు శక్తి లేదని చెప్పుట ద్వారా యేసు అతని మాటలను సరిచేశాడు (19:11) సిలువ మీద యేసు మార్కు సువార్తలో చెప్పబడిన రీతిగా 22వ కీర్తనను తన మరణ ప్రవచనంగా వర్ణించలేదు. ఈ కీర్తనలో ఎవడైనను దేవుడు ఆయనను విడిచిపెట్టి న్యాయము తీర్చలేదని బాధపడువారికి జవాబుగా దేవుడు నిజముగా న్యాయము తీర్చువాడని వాగ్ధానం చేసిన రక్షణను కొనసాగించువాడని సిలువపై ప్రకటించెను. (కీర్తనలు 22:27:31) యోహాను ప్రకారము సిలువ మీద యేసు సమాప్తమైనదని ప్రకటించెను (19:30) ఆయన ఏమి చేయవలెనని చెప్పబడునో తన మరణమునకు ముందే ఆయన దానిని నెరవేర్చును అనగా జయించు నిమిత్తము మరణించుట కాదుగాని తన పనిని ముగించుట అనునది మరణము. ఆయన మరణము ఒక సూచనగా సకల జనులు గ్రహించవలెనని గాని మరియు దీని ద్వారా తన తండ్రి యొద్దకు ఆయన తిరిగి వెళ్ళియున్నాడు. ఆయన దీనిని శత్రువుగా ఎదుర్కొనలేదు. ఆయనకు అప్పగించబడిన పనిని నెరవేర్చుట నిమిత్తమైన ఒక సాధనము.

మార్కు సువార్తలో యేసు మీద అబద్ధపు నేరారోపణ చేయుటకు అనేకులైన సాక్షులు కైఫా యెదుట విచారణ సమయములో చేరిరి కాని యేసును ఖండించుటకు వారి ప్రయత్నాలు ఫలించలేదు (మార్కు 14:58-60). ఇది కైఫాకు కోపము తెప్పించెను. సూటిగా యేసు అతనిని ఈ ప్రశ్న అడిగెను.

నీవు దేవుని కుమారుడువైన క్రీస్తువా (మార్కు 14:61) అందుకు యేసు నేనే అని సరియైన జవాబు ఇచ్చెను. (మార్కు 14:62). ఇందువలన కైఫా తాను కోరిన దానిని పొందాడు. యేసు దేవదూషణ చేయుచున్నాడని అనెను. (మార్కు 14:64) అయితే యోహాను సువార్తలో దీనికి విరుద్ధంగా ప్రధాన యాజకుడు యేసును ఆయన శిష్యులను గూర్చియు బోధలను గూర్చియు అడిగెను (18:19) అందుకు యేసు ఆయనను అడుగవలసిన ప్రశ్న ఇది కాదని తాను ఏమి బోధించెనో. దేవాలయములోని సమాజమందిరములోనె ఏమి బోదించెనో విన్నవారిని అడగమనెను. యేసుమీద సరైన నేరారోపణ చేయలేక విసుగుచెందిన ప్రధాన యాజకుడు ఆయనను పిలాతు నొద్దకు పంపెను. కావున రోమీయుల అధికారి యేసును తన యొద్దకు తెచ్చిన వారిని చూచి ఈ మనుష్యుని మీద మీరు ఏనేరము మోపుచున్నారని స్పష్టముగా అడిగెను (18:29) ఆయన మీద మోపుటకు సరైన ఋజువును చూపలేని యూదులు వారి యొద్ద సరైన కారణము లేదని యెరిగి ఏ తప్పు చేయని వ్యక్తిని పిలాతు నొద్దకు తీసుకురాలేదని పిలాతుతో అనిరి (18:30). ఈ వ్యూహంలో పాపము చేయని తనను యూదులు దుర్మార్గులను సంబోధించి ఆయనకు మరణ శిక్ష విధించవలెనని కోరుకొనిరి. ఎవనికిని మరణ శిక్ష విధించుటకు మాకు అధికారం లేదు కాబట్టి పిలాతు వారితో మీరు అతనిని తీసుకొని పోయి ఈ ధర్మశాస్త్రము చొప్పున అతనికి తీర్పుతీర్చుడని చెప్పియుండెను (18:32) ఆయన మరణించి పైకి ఎత్తబడవలెను అను ప్రవచనం నెరవేరునట్లు యేసు రోమీయుల చేతికి అప్పగింపబడి మరణించుట అవసరమైయున్నదని గ్రంథకర్త వ్రాయుచున్నాడు (12:32) అనగా సిలువ వేయబడుట యూదుల ధర్మం ప్రకారం స్తైఫను వలె అతను కూడా రాళ్ళతో కొట్టి చంపబడును. మరియొక మాటలో ఆయన మరణము పైకి ఎత్తబడుట ఎందుకనగా ఆయన తండ్రి యొద్దకు పైకి వెళ్ళవలసి యున్నది.

యోహాను ప్రకారం పిలాతు చేత అడుగబడిన 4 ప్రశ్నల మీద ఆధారపడి యేసు విచారణ వివరించబడింది. ఇవి సువార్తలోని వేదాంతం ప్రకారం క్రమముగా కట్టబడినవి. మొదటి ప్రశ్న నీవు యూదులకు రాజువా? (18:33) యేసు ఈ మాటకు జవాబు చెప్ప నొల్లక ఈ ప్రశ్నను అడుగుటకు కారణం ఏమని ప్రశ్నించెను. ఈ సువార్తలో యేసు రాజుగా 2 సార్లు చూపబడ్డాడు. యోహాను ప్రకారం 5 వేల మందికి ఆహారం పెట్టిన తరువాత ఆయనను

రాజుగా అభిషేకించుటకు వారు తలంచుచున్నారని యోహాను సువార్తలో గమనించగలం (6:15) అక్కడ జరుగుచున్నదానిని యేసు గ్రహించి ఒంటరిగా ప్రార్థించునిమిత్తము తప్పించుకొని కొండకుపోయెను. తదుపరి యేసు యెరూషలేమునకు వచ్చినపుడు ఈతకొమ్మలను పట్టుకొనిన బహుజనులు పట్టణములో నుండి బయటికి వచ్చి ఆయనతో కూడా పట్టణములో ప్రవేశించి "జయము ప్రభువు పేరట వచ్చుచున్న ఇశ్రాయేలు రాజు స్తుతింపబడును గాక" అని కేకలు వేసిరి (12:13, జెకర్యా 9:9). ఇచ్చట యేసు గాడిద పిల్ల మీద కూర్చుండుట ద్వారా తాను రాజును కాదనియు ఇది స్పష్టమనియు చెప్పినట్లుగా ఉన్నది. గాడిద పిల్ల అక్కడ ఉన్నట్లుగా స్పష్టపరచబడింది. కాని మార్కు సువార్తలో వేరొక కథను చూడగలం. యేసు తన శిష్యులను పంపి ఏ మనుష్యుడను కూర్చుండని గాడిద పిల్లను తన నిమిత్తం తీసుకొని రమ్మని చెప్పెను (మార్కు 11:2,3) ఆ గాడిద పిల్ల శిక్షణ లేనిది.

(ఏమనగా) యోహాను సువార్తలో యేసు దావీదు కుమారుడిగా గుర్తించబడలేదు. ఆయన నజరేతువాడని అందరి అభిప్రాయం. బెత్లేహేములో దావీదు కుమారుడిగా పుట్టిన వాడు మెస్సయ్యగా వచ్చెనని అంచనాలకు తగినట్లుగా యేసు కనబడుటలేదు. యోహాను సువార్త రచయిత ఉద్ధేశం ప్రకారం ఆయన గలలియుడు గనుక దావీదు వారసత్వంలో రాలేదు గనుక ఆయనను మెస్సయ్యగా చూపకపోవుట సబబు అన్నట్లుగా చెప్పబడుచున్నది (7:41,42) అనగా మెస్సయ్యగా రావలసినవాడు రాజుగా రావలసినవాడు మరణించడానికి సమర్థించలేదు.

పిలాతు రాజుగా భావించిన యేసు ప్రశ్నకు జవాబును ఇస్తూ రెండవ ప్రశ్నను అడిగెను. నేను యూదుడునా (18:35) పిలాతు ప్రశ్న అలంకార రూపంగా అడిగినట్లు అనిపిస్తుంది. యేసు అడిగిన ఈ ప్రశ్న ద్వారా పిలాతు కోపమును ప్రదర్శించినట్లుగా కనబడుతుంది. పొంతి పిలాతు రోమీయుడై యుండి యూదయ దేశములో అధికారిగా నున్న తిబేరియ చక్రవర్తి ద్వారా నియమింపబడినాడని అందరు ఎరుగుదురు. యేసు యూదులకు రాజు కాదా అన్నట్లుగా పిలాతు యూదుడో కాదో అనునవి సంబంధం లేని ప్రశ్నలుగా ఉన్నవి. యూదులు మాత్రమే యూదుల రాజును గుర్తించెదరా.

వాస్తవమైన ప్రశ్న ఏదనగా "నీవు యూదులకు రాజువా" ఈ సందర్భంగా అర్థం చేసుకోవాలి. ఎందుకనగా యూదులు యేసును మరణ దండన నిమిత్తం తీసుకొని వచ్చినపుడు ఆయనను దుర్మార్గుడిగా నిందమోపారు. యేసు తాను యూదుల రాజునని ఒప్పుకున్నట్లయితే తనమీద తిరుగుబాటు, రాజ ద్రోహం మోపబడి యుండలేదు. యోహాను ప్రకారం అలాంటి నేరము మోపు సందర్భం ఇదికాదు.

నా రాజ్యము ఈలోక సంబంధమైనది కాదు, తన్ను గూర్చి యేసు చెప్పిన వివరణ (18:36) ఇంతకు ముందు చెప్పినట్లుగా మెస్సయ్యగా గుర్తించబడుటకు దావీదు కుమారుడై యుండవలెనని యూదుల అంచనాలకు ఆయన దూరముగా ఉన్నాడు ఈ లోకంలో ఆయన ఉనికి ఈ లోక రాజులకు రాజ్యాధికారములకు ఎటువంటి సంబంధం లేనిదైయున్నది. సత్యమునకు సాక్ష్యమిచ్చుటకు యేసు వచ్చెను (18:37). రాజకీయ అధికారము అంతిమ సత్యము వివిధ రాజ్యముల వాస్తవము నేటి రాజకీయ ప్రపంచంలో న్యాయము, సత్యము అనునవి అనేక సార్లు మొదటి బాధితులు ఈ లోకమునకు చెందినవారు. శరీర సంబంధమైన రాజ్యము వారిది. వారు క్రిందివారు గనుక క్రిందున్న వారికి పైనున్నవారికి బేధము కనుకొనలేరు (8:23) పిలాతు యూదుడు కాదు. రాజకీయ వాస్తవికత కారణంగా మరియు వేరొక జాతికి చెందిన వాడు గనుక అని చెప్పలేము. మతపరమైన భావజాలమును బట్టి అతడు కట్టుబడి ఉండలేదు కనుక అతడు యూదుడు కాడు బందించబడిన వానిపై సరియైన నేరమును స్థాపించుటకు ఇష్టపడుచున్నాడు గనుక అతడు యూదుడు కాడు. ఆత్మ సంబంధమైన వాస్తవాలను అతడు ఎరుగలేడు గనుక అతడు యూదుడు కాడు. ఈ లోక సంబంధమైన క్రిందివాటిని అతడు చూడగలడు గ్రహించగలడు. పిలాతు అలంకారిక ప్రశ్న సిలువలోని కేంద్రవ్యక్తిగా యేసు తన బాధ్యతలను నిర్వర్తించడానికి సిలువలో ఉన్న వ్యక్తిగా మాత్రమే ఉపయోగపడుతుంది.

తాను ఏమైయున్నాడో ఎరుగనివాడు ఆయన పిలాతు 3వ ప్రశ్నగా అడిగెను "సత్యం అనగా ఏమిటి (18:38)" ? మొదటి ప్రశ్న కంటే ఈ ప్రశ్న బలహీనంగా కనబడుచున్నది. సత్యమై యున్న ఆయనను సత్యం అనగా ఏమిటని ఆయనను ప్రశ్నించగలరా. ఇది తన అయోమయ స్థితిని తెలియజేస్తుంది. దుర్మార్గుడైన

నిందమోపబడి బందీగా తన వైపు తీసుకొనిరాబడుచున్న వానిపై సరియైన నిందలు మోపుటకు ప్రయత్నించుచున్నాడు పిలాతు నేరము మోపబడిన వానిమీద ఏ ఉద్ధేశము తాను కలిగియుండలేదు. సత్యము నెరుగుకొనుటకు తాను ఇష్టపడుచున్నాడు. ఇప్పటి వరకు పిలాతు సరిగానే ప్రవర్తించుచున్నాడు, తన ఉద్దేశములు గౌరవమైనది. 'ఆయన యందు ఏ దోషమును కనుగొనలేమని' పిలాతు ఖండితముగా చెప్పియున్నాడు (18:38, 19:4,6).

వారి గురిని వారు నెరవేర్చుకోలేరని యెరిగిన యూదులు వారి ధర్మశాస్త్రము చొప్పున ఆయనకు తీర్పు తీర్చు తెగింపనివారు, ఇప్పుడు మాకొక నియమము కలదు తాను దేవుని కుమారుడనని ఇతడు చెప్పుకొనెను గనుక ఆ నియమము చొప్పున ఇతడు చావవలెనని చెప్పిరి (19:7). ఆయన మీద వేయబడిన నింద తిరుగుబాటుదారుడు, రాజద్రోహి అని కాదు; అతడు దేవదూషకుడు దీని విషయమై పిలాతు ప్రతిచర్య ఆశ్చర్యకరంగా ఉంది. ఈ లోక సంబంధమైన రాజ్యమును ఆయన కాదనుకొనెను గనుక ఆయన యూదుల రాజను నింద ప్రక్కకు పెట్టబడినది. ఒక మంచి రాజకీయ వాధిగా సత్యమునకు సాక్షి వేరొక రాజ్యమునకు రాజు కనుక తీర్పుకు సంబంధమేమి కనబడలేదు. యేసును దేవుని కుమారుడిగా పరిగణించే అవకాశం ఉన్నందున దీనిని ఆయన తన జీవిత కాలమంతటిలో ప్రభువు చెప్పుకొనెను గనుక పిలాతుకు దిక్కు తోచకుండా పోయింది. ఆయనను విడుదల చేయుట లేక మరణమునకు అప్పగించుట తన అధికారము క్రింద ఉన్నది అని చెప్పినవాడు ఆయన మీద మోపబడిన నూతన నిందారోపణ గూర్చి ఆశ్చర్యపడ్డాడు.

పిలాతు 4వ ప్రశ్న అడిగాడు "నీవు ఎక్కడనుండి వచ్చితివి"? (19:9) చివరకు పిలాతు ఒక నిర్ణయాత్మక ప్రశ్నను అడిగెను. ఈ ప్రశ్నకు ప్రతిచదువరి జవాబు చెప్పవలసినదే ఈ ప్రశ్నకు సరియైన జవాబు యోహాను ప్రకారం మరణము జీవము దానిమీద ఆధారపడి ఉంది.

సువార్త ప్రారంభంలో పిలిప్పు నతానియేలుతో మాటలాడుచు మోషేయు ప్రవక్తలును ధర్మశాస్త్రములో ఎవరిని గూర్చి రాసిరో ఆయనను కనుగొంటిమని చెప్పెను (1:46). అయితే నతానియేలు "నజరేతులో నుండి మంచిది ఏదైన రాగలదా"? అని పలికెను. పిలిప్పు కంటే నతానియేలు ఎక్కువగా వివరము

కలిగినవాడు. నజరేతునుండి మంచిది ఏదియు రాదు యేసు నజరేతువాడు కాడు ఆయన పై నుండి వచ్చినవాడు ఇది ప్రతి పురుషుడు స్త్రీ అర్థం చేసుకొనవలెను. సువార్త ప్రారంభం నుండి అంతము వరకు యేసును గురించి ఎరిగినవాడు ఆయన ఎక్కడ నుండి వచ్చెనో ఎరుగవలసియున్నది. యేసు సంబాషణలో నేను భూమి మీద జీవము నిచ్చుటకు వచ్చియున్నానని చెప్పుట ఆయన ఈ లోకములోనికి వచ్చిన ఉద్దేశం ఏమనగా-

తండ్రి చేత పంపబడిన ఒకనిగా పైనుండి దిగివచ్చిన వానిగాను తన జీవితంలో దేవుని ప్రణాళిక అని యేసు చెప్పెను (11:42, 16:27, 27:30, 17:3) తండ్రి చేత పంపబడిన వానిగా పై నుండి దిగి వచ్చిన వానిగా, నరుల కొరకు తాను వచ్చిన కారణాన్ని చెప్పెను. యేసు ఎక్కడ నుండి వచ్చునో అందరికిని తెలుసు, యూదులు ఆయన ఎక్కడ నుండి వచ్చెనో మేము యెరుగమని బహిరంగముగా ఒప్పుకొనిరి (9:29).

సత్యమును ఎదుర్కొనలేని వాడు సహనము లేకుండా 'సత్యము అనగా ఏమిటి' అని అడిగాడు కోపము చేత ఆందోళన చేత అడుగబడిన ఈ ప్రశ్న వలన తన యెదుట నిలిచిన ఆ ఒక్కరిని గుర్తించగలిగే సామర్థ్యత లేదు. పిలాతు యేసును అందరి యెదుట నిలువబెట్టి ఇదిగో ఈ మనుష్యుడు అని చెప్పెను (19:5) ఆయన ఈ క్రిందిలోక సంబంధికాడు పై నుండి పుట్టినవాడు మాత్రమే తండ్రి చేత పంపబడిన వానిగా ఆయనను గుర్తిస్తాడు. యేసు యొక్క వాస్తవ మూలాలను పిలాతు గుర్తించలేక పోయాడు. సువార్త యొక్క సత్యములు దానిని ప్రకటించుచున్నవి. పరము నుండి వచ్చిన దేవుని కుమారుడు వాస్తవమునకు నరుడే. ఆయన శరీరధారియగుట వాస్తవమునకు గుండెలాంటిది. ప్రధాన యాజకులు చెప్పినట్లుగా ఒక జనము నశింపకుండు నిమిత్తము ఒక మనుష్యుడు చనిపోవుట యుక్తము (11:50) ఈ సత్యమును గుర్తించని పిలాతు ఇదిగో మీ మనుష్యుడని అతనిని వారికి అప్పగించెను. ఇది జరిగిన పిదప యేసు మరణించిన తరువాత ఆయన ప్రక్కలో గాయము చేసినపుడు రక్తమును నీళ్ళును పారెను (19:34) రక్తము నరుని జీవము. నీరు ఆత్మయందలి జీవము ఇది శరీరధారియైన వాని వాస్తవాలు.

యేసును సిలువ వేయుటకు మరియు ఆయనపై నింద మోపుటకు తగిన న్యాయమైన కారణాలను కనుగొనుటకు పిలాతు చేసిన ప్రయత్నములో ఓడిపోయినట్లుగా యేసుని గూర్చిన విచారణ అనుభవాన్ని సువార్తీకుడు వ్రాసియున్నాడు. ఆయన యందు ఏ దోషమును కనుగొనలేమని ముమ్మార ప్రకటించెను. నేరము మోపుటకు అవకాశం లేని బందింపబడిన వ్యక్తిని విడుదల చేయుటకు పిలాతుకు అవకాశం ఉన్నది. రోమీయుల న్యాయశాస్త్రం ప్రకారము దైవదూషణ శిక్షార్హము కాదు. పూణి యుద్ధ సమయంలో (264-146 క్రీస్తు పూర్వం) కర్తజనీయులు జయము పొందుదురన్న భయముతో తూర్పు మతముల వారికి ద్వారము తెరచిన రోమా ప్రభుత్వం వారికి పౌర హక్కులను ఇచ్చింది. ఈ రహస్యమతమును వెంబడించువారు వారి మతాచారములను కట్టుబాటులను కొనసాగించారు. క్రమముగా యూదా మతం కూడా న్యాయపరముగా అంగీకరించబడిన మతం యూదా మతాచారం ప్రకారం మాత్రమే దైవదూషణ చట్టబద్ధముగా శిక్షార్హము.

వారి ఉద్ధేశములను పిలాతు నెరవేర్చలేదని ఎరిగిన యూదులు పిలాతుపై వ్యక్తిగత దాడి చేశారు. కాని వారి యుక్తి సువార్తలోని వేదాంత నెరవేర్పునకు ఉపయోగపడుతుంది. పిలాతు రాజును అవమానపరచుచున్నాడని చెప్పుట ద్వారా వారు దేవుని రాజుగా విసర్జించి కైసరును రాజుగా ఎంచుకున్నట్లు ఉంది. యోహాను ప్రకారం యూదులు బలహీనంగా కనపరచబడ్డారు. మత్తయి సువార్తలోని యూదులు ఆ విధముగా కాక ఆయన రక్తము మామీదను మా పిల్లల మీదను ఉండును గాక అని చెప్పిరి. కైసరును రాజుగా ఒప్పుకొని యూదులు క్రీస్తును సిలువ వేయుమని చెప్పుట ద్వారా మోషేయు మరియు ప్రవక్తల మతమును విడిచి మత భ్రష్టులైరి.

యేసు సిలువ మీద ఉంచబడిన పలకమీద పేరును మార్చుమని యూదులు పిలాతును కోరిరి. ఆ పలకపై "నజరేయుడైన యేసు యూదుల రాజని" వ్రాయబడి ఉంది (19:9) కైసరు వారి రాజు గనుక ఈ మాటను బట్టి సిలువమీద వ్రేలాడుచున్నవారు వారి రాజు అని ఇతరులు తలంచుకుండునట్లుగా కోరిరి. పిలాతు దానికి ఒప్పుకోలేదు. రాజకీయ సంబంధమైన విషయాలలో యూదుల వేషదారణను పిలాతు స్పష్టంగా కనుగొన్నాడు. హెబ్రీ, గ్రీకు మరియు లాటిన్

పదములలో (19:20) వ్రాయబడిన దాని విషయమై ఆయన బలముగా నిలిచెను. "నేను వ్రాసినదేమో వ్రాసితిని" అనెను పిలాతు యూదులతో మీరు చెప్పదలుచుకొనినది చెప్పుడి కాని అధికారికంగా నజరేతువాడైన యేసు రాజైయున్నాడు. పైనుండి తండ్రి చేత పంపబడిన వానిని నిరాకరించే కైసరును రాజుగా ఏర్పరచుకొనిన యూదులు యేసును దోషిగా పిలాతు ప్రకటించవలెనని యూదులు ఇష్టపడ్డారు. అయితే పిలాతు కైసరు కంటే నజరేతు వానిని వారి రాజుగా ప్రకటించాడు సిలువ మీద మరణించిన వానిని యూదుల రాజుగా ప్రకటించుట ద్వారా మధ్యదరా ప్రపంచంలో వ్రాయబడిన 3 భాషలను చదువ గలిగినవారు పైకెత్తబడగా ఆయన అందరిని తన వైపు ఆకర్షించుకొనుచున్నాడు (12:32) వారు దేవుని రాజుగా నిరాకరించిరి.

యోహాను సువార్తీకుడు సిలువకు ఏ ప్రాముఖ్యతను ఇచ్చినను యేసు శ్రమలను ప్రకటించినపుడు దాని వేదాంతమును వివరించాడు. పై నున్న లోకమును ప్రవేశించుటకు దేవుని చేత పంపబడిన వాడు ఎత్తబడుట గాయపరచబడుట ద్వారా మార్గము తెరువబడినది. ఆ యేసు ద్వారా ఆత్మ మన మీద కుమ్మరించబడుచున్నాడు. దీనిని సువార్తలో వ్రాసి ముగించుట ద్వారా ఈలాగు చెప్పుచున్నాడు ఇది చూచిన వాడు సాక్ష్యం ఇచ్చుచున్నాడు అతని సాక్ష్యము సత్యమే మీరునమ్మునట్లు అతడు సత్యం చెప్పుచున్నాడు. ఆలాగుననే సిలువ యొద్ద సువార్త యొక్క గురిని చూడగలం పరలోకం నుండి దిగి వచ్చిన వాడే తప్ప పరలోకమునకు ఎక్కిపోయినవాడు ఎవడులేడు (3:13). ఆయన మార్గము తెరచినందున ఆయన యందు విశ్వాసముంచిన వారును తెరువబడిన ఆ స్థలమునకు వెళ్లిన వారియందు తండ్రియు కుమారుడును నిలుచును. ఇది నతానియేలుతో చేసిన వాగ్ధాన నెరవేర్పు. ఆకాశము తెరువబడుటయు దేవుని దూతలు మనుష్య కుమారునికి పైగా ఎక్కుటయు దిగుటయు చూతురు అనునది సాధ్యం చేయబడింది. యేసు మరణం ద్వారా లోకమునకు తండ్రి జీవము నిచ్చియున్నాడు. యేసు పరిచర్యలో మరణము ఆయన మహిమార్థమైనది.

పాఠము - 24

నా ప్రేమ యందు నిలిచి యుండుడి

యోహాను సువార్త ఒక మనోహరమైనది 4 సువార్తలలో యోహాను సువార్త పాత కాలం నుండి క్రైస్తవులను ఎంతో బలపరచినది. మార్కు సువార్తలో యేసు త్వరితముగా చేసిన సేవలో దయ్యములను ఎదుర్కొనుట, వెళ్ళగొట్టుట, యెరుషలేము నాశనమును ప్రకటించుట, మహిమలో మనుష్యకుమారుని రాకడ తెలియజేయుట అనునవి. మత్తయి సువార్తలో కొండమీద ప్రసంగం యేసు నిత్యము శిష్యులతో ఉందునన్న వాగ్ధానం, క్రైస్తవుడు నడువ వలసిన విధానమును శతాబ్ధాలకు తెలియజేసింది. లూకా మరియు అపోస్తలుల కార్యంలో దేవుని రాజ్యము గలతియ నుండి యెరూషలేమునకు, యెరూషలేము నుండి రోమాకు దేవుని ప్రణాళిక కనపరుస్తూ చరిత్రలో దాని నెరవేర్పును కనపరుస్తుంది. యోహాను సువార్త నిత్య జీవము నిమిత్తం మానవ జాతిని సిద్ధపరచి తండ్రి చేత పంపబడిన ఒకనిగా యేసును క్రైస్తవులు చూచుట. ఈ సువార్త యోహాను ఆత్మ లోకంలో జీవము నిచ్చుటను పాఠకులందరికి తెలియజేయబడింది.

యోహాను సువార్త సులభమైన భాషా శైలిని కలిగి ఉంది. ఇది కొన్ని సార్లు మోసకరమైనది. వ్రాయబడిన మాటలు వాటి వాటి అనుభవాల ప్రకారం మాటలను గ్రహించాలి. అవి ద్వంద్వ అర్థం ఇవ్వవచ్చు. ప్రత్యేక అర్థం కలిగి ఉండవచ్చు. వివిద భావాలు కలిగి ఉండవచ్చు. కొన్ని క్రియార్థమైన మాటలు విలువను గమనించాలి ఎత్తబడుట మహిమ పరచబడుట, సిలువ వేయబడుట అను మాటలు కుమారుడు తండ్రి యొద్దకు వెళ్ళు ప్రయాణంలో వాడబడినది.

మరింతగా అభివర్ణించుటకు ఈ సువార్తలో కొన్ని మాటల వేదాంత పరమైనవిగా కనబడుచున్నవి. ప్రారంభంలో వినుటకు అను క్రియార్థమైన మాటను గమనించగలం. ఇంతకు ముందు నేను చెప్పిన రీతిగా ఇతర సువార్తల కంటే ఈ సువార్త పాతనిబంధన జ్ఞానాన్ని కలిగిఉంది. హెబ్రీ భాషలో వినుటకు అనగా Shamea దీని అర్థం వినుట మరియు లోబడుట అనగా వినువాడు లోబడును, లోబడనివాడు తన చెవులు మూసివేయబడినందున వినడు,

లోబడనివాడు మెడవంచనివాడు. వాడు తన తలను ఒక వైపు నుండి ఇంకొక వైపు త్రిప్పలేడు. కనుక త్రోవను చూడలేడు. హెబ్రీ భాషలో వినువాడు వినిన దాని ప్రకారం ప్రవర్తిస్తాడు. వినియు లోబడని వాడు వినని వానితో సమానుడు. లోకోక్తులారా ఒక చెవి నుండి విని మరోక చెవి ద్వారా విడిచిపెట్టుటైతే ఉపదేశము వాని మీద పనిచేయలేదు.

హెబ్రీ భాషలో ఈ గుణాలాంకరం స్పష్టంగా కనిపిస్తుంది, ఉదాహరణకు : మీరేల నా మాటలు గ్రహింపకున్నారో మీరు నా బోధ విననేరక యుండుట వలననే కదా (8:43). సత్య సంబంధియైన ప్రతి వాడును నా మాట వినును (18:37). నా గొఱ్ఱెలు నా స్వరము వినెను. నేను వాటిని ఎరుగుదును. అవి నన్ను వెంబడించును (10:27) చివరిగా నన్ను పంపిన తండ్రి వానిని ఆకర్షించితేనే కాని ఎవడును నాయొద్దకు రాలేడు (6:45) వినువాడు వచ్చును రానివాడు వినలేడు. యూదులు అతని యొద్దకు రారు ఎందుకనగా యేసు ఇచ్చినది వేరొక మూలములో కనబడుచున్నది కనుక ఆయన యొద్దకు వారు రారు.

యూదులు నిత్యజీవము కొరకు లేఖనములను పరిశోధించుదురు గాని నిత్యజీవము పొందుటకు వారు నా యొద్దకు రావలసి యున్నది అని యేసు యూదుల సమస్యను తెలియజేస్తున్నాడు. తీవ్రారోపణ చేస్తున్నాడు. మరియొకచోట నా యొద్దకు వచ్చువాడు ఆకలిగొనడు. అదే విధంగా నాయందు విశ్వాస ముంచువాడు ఎన్నడును దప్పిగొనడు అని చెప్పుచున్నాడు. వచ్చుట అనగా నమ్ముట లాజరు పునరుజ్జీవమును సాక్షులుగా చూసిన యూదులు పరిశుద్ధ గ్రంథంలో వ్రాయబడినది మరియ యొద్దకు వచ్చి ఆయన చేసిన కార్యమును చూచిన యూదులలో అనేకులు ఆయన యందు విశ్వాసముంచిరి (11:45).

వినుట మరియు వచ్చుట చూచుటకు కారణమగును, చూచినవారు సాక్షులగుదురు. యోహాను సమాజం ముందు మాటలో మనము ఆయన మహిమను కనుగొంటిమి అని చెప్పబడినది (1:14). బాప్తిస్మమిచ్చు యోహాను నేను చూచి సాక్ష్యం ఇచ్చితిని (1:24) అని చెప్పుచున్నాడు. అయితే యూదులు

అడుగుచున్నారు-మేము చూచి నీయందు విశ్వసించుటకు నీవు ఏ సూచక క్రియ చేయుచున్నావు? అని అడిగిరి (6:30) యేసు తాను చెప్పుకొనిన వాటి యందు ప్రాముఖ్యతను వారు చూడలేదు వారికి లేఖనముల యందు కలిగిన జ్ఞానము చేత యేసును పాపిగా ప్రకటించుట వారి గ్రుడ్డితనమును సూచిస్తుంది. వారు తమను గురించి జ్ఞానము గలవారని చెప్పుకొనినను వారి చెవులు మూయబడినట్లున్నవి. ప్రభువు ఈలాగు చెప్పుచున్నాడు. చూడని వారు చూడవలెను. చూచువారు గ్రుడ్డివారు కావలెను అను తీర్పు నిమిత్తము నేను ఈ లోకమునకు వచ్చితిని. ఆయన వారిని జ్ఞానముతో నింపి సిద్ధపరచి దేవుని పనులను గుర్తించునట్లు నమ్మునట్లు ఆయన వచ్చెను. యూదులు సూచక క్రియను అడుగుచున్నారు. గ్రీకులు 'అయ్యా మేము యేసుని చూడవలెనని' అడుగుచున్నారు. ఈ గ్రీకులు వారు చెప్పవలసినది చెప్పిన తరువాత అక్కడ నుండి వెళ్ళిపోయిరి. యేసువారిని ఎదుర్కొనవలసి ఉన్నది. ఆయన తన ఘడియ వచ్చినదని దీని ద్వారా తెలియజేయుచున్నాడు (12:23-27).

ఆయనను చూచుటకు ఇష్టపడువారు ఎందునిమిత్తం చూడవలెనని కోరుచున్నారో సరియైన ఉద్ధేశం కలిగి ఉండాలి. యూదులు కోరిన సూచక క్రియ సమస్యాత్మక ఉద్ధేశములు కలదు. అయితే గ్రీకులు చిత్త శుద్ధితో అడిగినది వారికి దొరకవలసియున్నది. యేసు ఎత్తబడవలసి యున్నది. విశ్వాసముతో సిలువను చూచువారు దాని యందు నీతిని పొందును, నన్ను చూచువాడు నన్ను పంపిన వానినే చూచుచున్నాడు (12:45) శరీర రక్తములు కలిగిన వ్యక్తిని చూచుటను గుర్తించికాదు.

వచ్చుట నమ్ముట అనునవి ఏక రీతిగా వాడబడినవి. ఇవి తినుటను త్రాగుట మధ్య నున్న ఏకత్వము (6:35) సువార్తలో ఆహారము, పానము ఒక వ్యక్తి ఊహించునటువంటివి కావు. ఇవి సువార్త మర్మములను వర్ణిస్తున్నాయి. పైనున్నవి మరియు క్రిందనున్నవి అని వ్రాయబడినపుడు పై-నున్నటువంటివి నిలుచునటు వంటివి, క్రిందున్నవి నశించునటువంటివి. భోజనము నిమిత్తము పనిచేయుటకు ఒకడు జీవించిన యెడల ఆ భోజనము క్షయమవును గనుక అతడు తనను మోసపరచుకొనుచు జీవించుచున్నాడు. ఆలాగున కాక నిత్య

జీవము కలుగజేయు అక్షయ ఆహారము కొరకు కష్టపడుట మంచిది (6:27) యాకోబు బావి దగ్గర యేసును విడిచి వెళ్ళిన శిష్యుల ఆహారం నిమిత్తం ప్రక్క గ్రామానికి వెళ్ళి యేసునకు భోజనము తెచ్చినపుడు 'నన్ను పంపినవాని చిత్తము నెరవేర్చుటయు ఆయన పని తుదముట్టించుటయు నాకు ఆహారమైయున్నది' (4:34) అని ప్రభువు చెప్పెను. ఆయన వీడ్కోలు ప్రార్థనకు ఇది ప్రారంభ ప్రకటన వంటిది (17:4) మరియు ఆయన సిలువ మీద పలికిన మాట సమప్తమైనది (19:30) నరులు నిత్య జీవమైన ఆహారం తినుట వారికి అప్పగించబడిన పనిని నెరవేర్చుట తండ్రి పంపిన కుమారుని యందు నమ్మిక యుంచుట వారు ముగించవలసినపని. అనగా తినుట మరియు త్రాగుట నా శరీరమును తిని నా రక్తమును త్రాగువాడు నాయందును నేను వానియందునునిలిచి యుందుము (6:56) అనగా తినుట త్రాగుట నమ్మిక ఉంచునది విశ్వాసియందు యేసునిలిచి యుండుటయే.

దీనిలో యోహాను సువార్తలోని కేంద్రం యొద్దకు వచ్చియున్నాము గ్రీకు క్రియా పదము menein అయితే నేటి పాఠకులు దీనిని వాడుటలో గ్రహింపు కలుగలేదు. ఇది గ్రీకు క్రియను తెలియజేస్తుంది. గ్రీకు పదము menein అనగా 'ఉండుట' అనగా మీతో ఎల్లప్పుడును ఉందును (14:16) బసచేయుట ఆయన కాపురమున్న స్థలము చూచి (1:39) నిలుచుట ఆత్మ ఆయన మీద నిలుచును (1:32) నిలిచియుండుట వాని మీద నిలిచియుండును (3:36) ఎల్లప్పుడును దాసుడు ఎల్లప్పుడును ఇంటిలో నివాసము చేయడు (8:35) భరించుట నిత్యజీవము కొరకు కష్టపడుట నిలిచిఉండుట ద్రాక్షావల్లిలో నిలిచియుంటేనే గాని (15:4) నివసించుట ఇంటియందు? సుఃఖముగా నుండుట సమయమునందు వీరు కలిగి యుండుట, నిలిచి ఉండుట. యేసు జీవితము ప్రారంభమైనపుడు బాప్తిస్మమిచ్చు యోహానును వెంబడించు ఇద్దరు శిష్యులు ఆయనను గూర్చి యోహాను సాక్ష్యం విని యేసును వెంబడించుటకు ఇష్టపడిరి. వారిని గమనించిన యేసు వారి వైపు తిరిగి 'మీరు ఏమి వెదకుచున్నారు' అని అడుగగావారు 'నీవు ఎక్కడ కాపురమున్నావని' ఆయనను అడిగిరి (1:38) పాఠకులందరు ఈ ప్రశ్నను అడుగుటకు సువార్త ఆహ్వానించుచున్నది.

ఈ ప్రశ్నకు నిర్ణయాత్మకమైన జవాబు కలదు. నిజ శిష్యుడు ఆయన వాక్యమందు నిలిచి యుందురు (8:31) ఆయన యందు నిలిచియుండువారు యేసు వాక్యము వారి యందు నిలిచియుండును గనుక తండ్రి చిత్తమును ఎరుగుదురు (17:7), క్రైస్తవులు ద్రాక్షావల్లికి పుట్టిన తీగలను పోలి ఆయన యందు నిలిచి వేరుపారి ఆయనతో బ్రతుకవలెను. ద్రాక్షావల్లిలోని తీగలను పోలి ఆయన యందును దేవుని యందును విశ్వసించిన వారు ఆయన ఉండు స్థలములో తండ్రితో నివసించుటకు యేసు ఆహ్వానించుచున్నాడు (14:1,2) సువార్త యొక్క వాగ్దానం ఏమనగా తండ్రి యింట అనేక నివాసములు కలవు ఆయన యందు విశ్వాసముంచి నిలిచిన వారు ఆయన వాక్యమును పట్టుకొనిన వారికి మాత్రమే ఈ వాగ్ధానం వెంటనే నెరవేర్చబడును. ఒకడు నన్ను ప్రేమించిన యెడల వాడు నా మాట గైకొనును అప్పుడు నా తండ్రి వానిని ప్రేమించును. నేను వాని యొద్దకు వచ్చి వాని యొద్ద నివాసము చేతును (14:23) నీవెక్కడ కాపురమున్నావు అను ప్రశ్నకు యేసు చెప్పిన 'జవాబువచ్చి చూడుడి' వారు వెళ్ళి ఆయన కాపురమున్న స్థలం చూచి ఆయన యొద్ద బసచేసిరి (1:39).

యోహాను సువార్తను చదువుట ధ్యానించుటయే యేసు వాక్యమందు నిలిచియుండి తండ్రితో కుమారునితో ఏకమగునట్లు ఇవ్వబడిన ఆహ్వానం, వినువారు ఆయన యొద్దకు వచ్చెదరు. యేసుతో ఆయన ఇంటిలో సౌకర్యవంతంగా ఉండువారు నిత్యజీవము కొరకు నిలిచెదరు. యేసు మరియు తండ్రి యొక్క పిలుపులో నిలుచువాడు వచ్చుటకు, చూచుటకు, త్రాగుటకు, విశ్వసించుటకు నమ్ముటకు పిలువబడుచున్నాడు. ఇది శరీర సంబంధమైనది కాదు. ఇవన్నియు ముగింపు కలిగియుండెను. నిత్య జీవము అనునది వేదాంత సంబంధమైన జ్ఞానంతో గ్రహించ గలిగినది కాదు. దేవునితో జీవితంలోని అనుదిన అనుభవాలలో ఈ వాస్తవమును అనుభవించవచ్చు ఇతర దేవతల ఉనికిని తిరస్కరించబడుట ద్వారా దేవుడు దీనిని స్థాపించలేదు. తండ్రి కుమారుడు ఏకమై యున్నలాగున విశ్వసించిన వారు ఏకమైయుందురు. వాక్యము శరీర ధారియగుట దైవ జీవితములో క్రొత్త సంఘటన మాత్రమే కాదు ఆయన యందు విశ్వసించిన నరుల మధ్య ఇది నూతన వాస్తవం.

ఈ సువార్త సరళతరమైన భాషతో బలమైన ఆత్మభావాలను కలిగి ఉంది దీని వేదాంత సిద్ధాంతము రహస్య జ్ఞానాన్ని ఇచ్చినది కాదు. నిత్యత్వంలో బ్రతుకుటకు ఇష్టపడువారికి తెలియబడవలసిన బోధన సిద్ధాంతములను అనుగ్రహించుట దీని ఉద్దేశం. నిజ సిద్ధాంతాలను కలిగి ఉన్నంత మాత్రాన దేవుడు నిత్య జీవమును ఇచ్చునని షరతును విధించలేదు. సిద్ధాంతములను అర్థం చేసుకోవడానికి ముందుగా కావలసినది తండ్రి చిత్తమును చేయుటకు ఇష్టము చూపుతు ఒకని యెడల ఒకడు ప్రేమ కలిగి బ్రతుకవలెనని ఆజ్ఞ యందు జీవించుట సిద్ధాంతమందు బలపరుచును. ఎవడైనను ఆయన చిత్తము చొప్పున చేయ నిశ్చయించుకొనిన యెడల ఆ బోధ దేవుని వలన కలిగినదో లేదో తెలుసు కొనవలెను (7:13).

సిద్ధాంతంలోని సత్యమును గ్రహించినట్లు శిష్యులు ఆయన వాక్యమందు నిలిచియుండిరి. సువార్త యొక్క ఉద్దేశము జ్ఞాన సంబంధమైన వెలుగును కలుగజేయుటకాదు ఈ క్రింది లోకంలో అనుదిన జీవితంలో వీటిని ఎదుర్కొను వానికి తండ్రి చిత్తమును నెరవేర్చు జీవన మార్గం కలుగును తండ్రి కుమారుల ప్రేమయందు నిలిచియున్న యెడల తండ్రిని ప్రేమించు విశ్వాసుల నిమిత్తం ఈ స్థలం సిద్ధపరచబడింది. రక్షణ సమాచారము తెలియజేయుట యందు ఆసక్తి కలిగి యుండుట సువార్త ఉద్దేశము కాదు. శరీరధారియైన వాక్యం నందు విశ్వసించి నిలిచి యుండుట దీని ఉద్ధేశం, వినుట, వచ్చుట, చూచుట, తినుట, త్రాగుట, నమ్ముట, ఆయన ఆజ్ఞలను నెరవేర్చుట అనునవి ఆయన ప్రేమ యందు నిలిచి ఉండుట ఇందుకు సాక్ష్యం (ఋజువు) (15:9).

ముగింపు

ఆదివారము వారి ప్రభువు జీవముతో కనపడగా, యేసుని వెంబడించిన వారికందరికి ఉండిన ఏకైక స్పష్టమైన సమస్య – ఆయన శుక్రవారము సిలువ వేయబడుటయే. అది బహు ఇబ్బందికరమైన సంఘటన. మరణశిక్షను అమలుచేయటంలోని యేసు అత్యంత క్రూరమైన మరియు అత్యంత అవమానకరమైన పరిస్థితియే సిలువవేయటం. యేసు ఇంకేవిధముగానైనా మరణించుటకు క్రైస్తవులు ఏమైనా చేసి యుండేవారని నేను అనుకుంటాను. రాజద్రోహ నేరము క్రింద యేసు సిలువవేయబడెనన్నది సత్యము. ఆయన సిలువవేయబడినప్పుడు, తన శిష్యులందరు ఆయన పరిచర్య అవమానకరమైన ఓటమిగా ముగించబడిందని భావించారు. యేసు తిరిగి లేచెనని, కొందరు శిష్యులకు కనబడెనని వారు విన్న వార్త యేసు జీవితమును గురించి, దాని ప్రాముఖ్యతను గురించి ఒక నూతన ఆలోచనను వారికి కలుగజేసిన, ఆయన సిలువవేయబడెనన్న సత్యము వారిని వీడిపోలేదు. యేసు ద్వారా దేవుడు ఏంచేయుచున్నాడని వారు నమ్ముచున్నారో, దాని వివరణలోనికి ఆ సత్యమును జతపరచవలసియున్నది.

సిలువ మరణమును క్రైస్తవులు అనేక విధములుగా వివరించారు. మనస్సాక్షిని శుద్ధీకరణ కొరకు ఇది ఒక త్యాగముగా హెబ్రీగ్రంధకర్త చూసెను పవిత్ర విధులను ఉల్లంఘించినప్పుడు పాడి ఆవును మరియు పొట్టేలును బలి ఇవ్వాలని తోరాలో చెప్పబడిన విధమునకు ప్రతి విధముగా ఉన్నది. అంత్యదినములకు సంబంధించిన ఉద్ధేశాల ప్రకారము తరములు గడచుకొలది పౌలు దీనిని సూచించెను.

దుష్టశక్తులు పడిపోవడంతో ప్రస్తుత పాప కాలమునకు అంతం వచ్చినది. క్రీస్తును ఇప్పుడు శిరస్సుగా కలిగియున్న సర్వలోకానికి సున్నతిగా కొలస్సీయులకు వ్రాసిన రచయిత దీనిని చూశారు. పాపముచే బంధీగా పట్టబడియున్న మానవత్వంనకు విమోచనను కలిగించే మూల్యముగా మార్కు వ్రాసిన రచయిత దీనిని చూశారు. రోమీయుల ప్రపంచంలో ధర్మమైన జీవితమునకు అంతిమ

విజయంగా ఒక కీర్తిగల మరణమును పొంది గొప్ప ఉదాహరణగా ఇది ఉందని లూకా సువార్త సువార్త రచయిత దీనిని భావించారు.

విశ్వాసమును వారి జీవితాలలో ఒక గుర్తుగా పాటించేవారిని సిలువ యొద్ద సమకూర్చిన ధ్వజముగా యేసుని చూసింది యోహాను ప్రకారంగా. యేసు వేయబడవలసిందే. ఇంకే విధముగా కూడ ఆయన మరణించకూడదు. సువార్తకు ప్రాముఖ్యమైన రూపకం ఇచ్చినందుకు మోషేను అభినందించవచ్చు. అరణ్యములో కఱ్ఱపై ఇత్తడి సర్పమును లేవనెత్తాడు. విష సర్పములచే కాటి వేయబడినవారు పైకి లేవనెత్తిన ఆ ఇత్తడి సర్పమును చూచి జీవించవలెను. సువార్త ప్రకారము, పాపములో మరణించినవారు యేసువైపు చూచి అనగా విశ్వాసముంచి జీవించవలెను. ఆయనను లేవనెత్తి విశ్వాసమునకు మూలముగా చేయనది నిలువ మరణమే విశ్వాసమునునది చెప్పనశక్యము కానిదాని గురించి బలమైన భావన కాదు. అది కనపడగలిగిన విచక్షణ రూపం. బ్రతికియుండగనే పాపములో మరణించిన వారికి జీవమును ఇచ్చుటయే కుమారుడు మానవలోకంనకు రావటం (మానవశరీరధారి)లోని ఏకైక ఉద్దేశము. మానవ శరీరంలో ఉన్న "లోగోస్" (దేవుడు) తన కార్యము నేరవేర్చు 'సమయము' కొరకు స్త్రీ పురుషుల మధ్య నివసించెను. తండ్రిచే పంపబడిబడినవాడు సిలువ వేయబడినవాడు ఈయనే అని నమ్మినప్పుడే శరీర లోకములో ఉన్న మానవులు నిత్యజీవమును పొందుదురు. రాజీపడుట, సహనమును, మోషే న్యాయమునకు విధేయతను, పశ్చాత్తాపము నొందుటలోని అవసరమును, క్రీస్తుతో పాటు సిలువ వేయవలసిన అవసరమును యోహాను సువార్త భాదించదు. సిలువ మీద కుమారుడు లేవనెత్తబడినప్పుడు తండ్రి కుమారుని ఘనపరచెనని మరియు ఆయనలో విశ్వాసముంచిన వారు నిత్యజీవమును పొందుదురని బోధిస్తుంది. అత్యంత నీచమైన, అవమానకరమైన అనర్హమైన సిలువ మరణములోనే మానవ శరీరధారిగా ఉన్న వాని యందు విశ్వాసము పరీక్షించబడినది. సిలువ మరణము తండ్రి యొద్దకు కుమారుని ఆరోహణము. తండ్రి కుమారుల ఐక్యతను కనపరచి, వారిని ఐక్యము చేసిన ప్రేమ గొప్పతనాన్ని బహిర్గతం చేసిన స్థలము అది. 'లోగోస్' ఎలాగు శరీరధారియాయెను. ఎప్పుడు, ఎలా, ఎక్కడ, ఎవరికి జన్మించెను అన్న సంగతి నిశ్శబ్దములో ఉంచబడెను. పరలోకము నుండి

దిగివచ్చి 'శరీరధారిగా' నివసించెను అన్న విషయమునకు ప్రాధాన్యత ఇవ్వబడినది. ఎలాగు ఆరోహణమాయనో కొద్ది వివరములతో చెప్పబడెను. రోమా అధిపతి అయిన పిలాతు ఆజ్ఞ ప్రకారము యెరూషలేము వెలుపల గొల్గొతా లో రోమా సైనికులచే ఆయన సిలువ వేయబడెను.

ఆయన జీవితకాలములో సూచనలుగా ఎంచబడే కార్యాలను ఆయన చేసెను. ఆయన చేయవలసిన కార్యము వైపు అవి దారి చూపెను. ఆయన కార్యము జరిగింతేవరకు ఆయన చేసిన సూచనలు గుర్తించబడలేదు. సిలువ మరణము తరువాతనే ఆయన జీవితము సిలువ వైపు సూచనలు చూపించునది ఉండినదని శిష్యులు అర్థం చేసుకోగలిగారని చెప్పవచ్చు. సిలువ లేని క్రైస్తవత్వము సూర్యుడు లేని లోకము వలె ఉన్నదని అనేకసార్లు చెప్పబడినది. యోహాను చెప్పగోరునది కూడా అదే. లోగోస్ యొక్క రెండు ప్రాథమిక లక్షణాలైన 'జీవము' మరియు 'వెలుగు' విశ్వాసములో సిలువవైపు చూచినవారికి సిలువ యొద్దనే లభించును. సువార్త యొక్క భాషలో, మనుష్య కుమారుడు సిలువ యొద్ద ఘనపరచబడెను.

పరిచయంలో చెప్పబడినట్లుగా, యేసు జీవిత చరిత్రలో సిలువ సత్యము ఖచ్చితమైనది మనకు తెలుసు. దాని ప్రాముఖ్యత క్రైస్తవులకు చరిత్ర వాస్తవాన్ని మంచినవి. ఈ సువార్త చెప్పినట్లు, అన్ని సూచనలు చూపిన సూచన ఇది. శరీరధారిగా ఉన్న వానియందు విశ్వాసము ప్రదర్శించిన దృశ్యమిది. సిలువ అన్ని చిహ్నములలో కన్నా పరిపూర్ణమైనది. ఎందుకంటే, దాని చారిత్రాత్మిక ఖచ్చితత్వం సందేహంలేనిదైనప్పటికి, చరిత్ర సత్యానికే దాని అర్థాన్ని పరిమితి చేస్తే, సిలువ మరణాలు మాత్రమే చూసి దానిలోని అంతర్గత భావాన్ని మరచిపోతామని పాల్ టిలిచ్ సమర్థించుటకు ఇష్టపడెను. చరిత్రలోని దాని అవమానము అది విగ్రహముగా చూచుటకు ఆపివేస్తుంది. సిలువవేయబడిన వాని ఆరాధించువాడు, సిలువను మరణమును జయించిన జీవము యొక్క సూచనగా మాత్రమే చూచుటలో విఫలమవరు. పుట్టు గ్రుడ్డివాడు చూపును పొందిన తురువాత ఆరాధించిన రీతిగానే తండ్రిచే పంపబడినదానిగా సిలువవేయబడిన యేసుని చూచి ఆరాధించగలరు.

ఈ ప్రపంచంలో, అసమానము మరియు ఘనత ఎలాగ, ఒకటో,ఆలాగే సూచనలు వాటి ఉద్ధేశము ఒకటే. ఇక్కడ తండ్రి మరియు కుమారుడు ఒకటే మరియు శరీరధారియైన 'లోగోస్' లో శరీరము ఆత్మ ఒకటవవచ్చు. యెహాను సువార్తలోని కీలాకాంశం ఇదే. లోకములో శరీరములో నివసించువారు ఆత్మలో నిత్యజీవము కలిగియుండవచ్చు. వారు దైవలోకము నుండి మానవులను వేరుపరచు ఆ పూడ్చలేని ఆగాధమును మించి తండ్రి మరియు కుమారునిలో నిలిచియుండవచ్చు. లోకములోని స్థితి నుండి తప్పించుకొని ఒక ఆత్మీయ రాజ్యములో క్రైస్తవులు నివసిస్తారని ప్రతిపాదించడం కంటే, లోకమునకు జీవము మరియు సమాధాన దూతలుగా క్రైస్తవులు పంపబడ్డారని, అందుకు లోకములో సంపూర్ణ శరీరధారులుగా ఉండాలని సువార్త పునరుద్ఘాటించింది. నీరు మరియు ఆత్మలో జన్మించిన వారుగా, భౌతిక మరియు ఆత్మీయ కలయికకు వారు ప్రాతినిధ్యం వహిస్తారు.

పై విధముగా జన్మించిన సమాజము, లోకముపై దేవుని ఎడతెగని ప్రేమకు ప్రతిరూపము లోక పునాదులు వేయబడకమునుపే తండ్రి కుమారులను ఏకము చేసిన ప్రేమయే లోకమును ప్రేమించి కొనసాగిస్తుంది. లోకములో బలవంతము చేతనో, ఆలోచనా విధముల చేతనో, సంఘ కటట్టల చేతనో, అధికారము చేతనో కాక, ప్రేమచే ఉన్న ఈ సమాజము సిలువ యొద్ద తండ్రి కుమారులు ఘనపరచబెనన్న సత్యమునకు సాక్ష్యము. ఆత్మచే జీవించుచున్న శిష్యులను ఐక్యపరచే ప్రేమయే సువార్త సత్యమునకు సాక్ష్యము. ఆత్మచే జీవించుచున్న శిష్యులను ఐక్యపరచే ప్రేమయే సువార్త సత్యమునకు బహు గొప్ప సాక్ష్యము. తండ్రి కుమారుల ప్రేమలో నిలచియున్న అత్యంత సన్నిహితమైన శిష్య సమాజముచే భూమిమీద శరీరధారిగా ఉన్న వాని ప్రాముఖ్యత మరియు ఆఖరి ఘనత యొక్క అద్భుతమైన ఆలోచన, ఆశీర్వాదకరమైన ఆదర్శము మరియు ప్రమాదకరమైన ఉచ్చు కుమారుడు తండ్రిచే పంపబడిన వాడని నమ్మినవారు సిలువ మహిమలో తమ్మును కనపరచుకొను ప్రియుల మధ్య నిలచియుండటం కంటే మరి ఏదియు కోరుకొనరు.

కానీ, ప్రత్యేక ప్రణాళిక కలిగి లోకమునకు పంపబడిన వారైన కొద్దిమంది ఎన్నిక కలిగిన వారిలో భాగముగా ఉండుట మతపరంగా దూరంగా ఉంటూ,

ఆత్మీయ గర్వాన్ని కలుగజేసే శక్తివంతమైన శోధనగా ఉండవచ్చు. మనుష్యులు నిత్యజీవమును పొందుటకు దారిని చూపుతూ బాహ్య ప్రపంచము కన్నా - మిగిలిన వారి కన్నా తమని తాము గొప్పవారిగా చూచుకొనుటకు యెహోను ప్రకారంగా శోధిస్తుంది. సిలువ మరణము యొక్క కార్యమును మరియు దీని ప్రాముఖ్యతను అద్భుతమైన వేదాంత దృష్టిలో చూచుచు, దానిని ప్రశంసిస్తూ ఉన్నప్పటికీ, దాని ప్రక్క ఉన్న అంధబిందువును గురించిన అవగాహనను అడ్డుకొనకూడదు. వివిధ క్రైస్తవ వ్యూహములకు మరియు రబ్బీయుల యూదమతము వల్ల కష్టాలలో ఉండిన క్రైస్తవులకు ఇది కారకం కాకపోవచ్చు. ఇది 21వ శతాబ్ధ పంచీకరణ లోకములో దేవుని ప్రేమకు సాక్ష్యులుగా ఉండుటకు క్రైస్తవుల శక్తిని తీసివేయగల ప్రమాదకరమైన అంధ బిందువు.

యోహాను ప్రకారముగాను ఖచ్చితంగా తీసుకొంటూ, క్రైస్తవులు "లోకమునకు" తమను తాము వేరుగా భావించుకొని, ఇది లేదా అది అన్నట్టుగా జీవిస్తారు. దీనికి విరుద్ధంగా సువార్త రెండింటిని ధ్రువపరుస్తుంది. తండ్రియు - కుమారునియు, ఆత్మయు మరియు శరీరముయు; "లోకములో" మరియు "ఆత్మలో" లోకములో ఉన్న వారికి దేవుని శక్తివంతమైన ప్రేమ జీవమును కలుగజేస్తుంది. కావున, ఆత్మయు శరీరమును శరీరధారియైన 'లోగోస్' (దేవుడు) లోనే కాక, విశ్వాసులలో కూడా ఉంటుంది. ఐక్యపరిచే దేవుని ప్రేమకు లబ్ధిదారులుగా తమను తాము చూచుకొనువారు శరీరధారికి వ్యతిరేకముగా, మతపరముగా ఇది లేక అది (అనగా); ఆత్మలో జీవము లేదా లోకములో జీవము అని సమర్థించినప్పుడు, అది విషాదకరముగా అనిపిస్తుంది.

సువార్తలకు సువార్త అయిన యోహాను (ప్రకారముగా దేవుని ప్రభావవంతమైన ప్రేమ నమ్మినవారికి నెమ్మదినిస్తుంది మరియు రెండింట ఫలమే నెమ్మది. కావున ఈ నెమ్మది పొందినవారు ఒక వేరైన లోకములో బంధీలుగా ఉండకుండా జీవమును - స్వాతంత్ర్యమును విస్తరించుటకు తండ్రి శక్తివంతమైన తన ప్రేమతో శరీరదారి రూపములో కుమారుని ప్రత్యేక ప్రణాళికతో పంపిన ఈ లోకమును హత్తుకొనుట ఈ సువార్త యొక్క సవాలు. ప్రజలను స్వాతంత్రులనుగా చేయు సత్యము - జాగ్రత్తగా కాపాడుకునే రహస్య జ్ఞానము

కాదు లేక ఉన్నతమైన స్వతంత్ర్యప్తితో ప్రకటించే జ్ఞానము కాదు. ఆనందముతో పంచుకోవలసిన జీవనాధారమది. పరలోక యాత్రలకు మరియు వ్యక్తిగతమైన సమాచారం కలిగియుండుటలో సువార్త యొక్క వ్యతిరేక వాదన ఇలాంటివాటి ప్రత్యేకత ప్రభావాన్ని నిరాకరిస్తుంది. పిలాతుతో యేసు చెప్పినట్టు, తన కార్యములన్నీ బహిరంగముగానే చేయబడినవి - సమాజ మందిరములలో మరియు మందిరములో. ఏదియు రహస్యముగా ఆయన చేయలేదు. ఈ సువార్త ముఖ్యాంశం ఈ నిష్కాపట్యతమే - లోకమునకు అత్యధిక జీవమిచ్చే ఆత్మ గురించే. ఈ నిష్కాపట జీవితము విశ్వాసులను బలపరుస్తుంది. సత్యమును స్వాతంత్ర్యమును పొందిన వారుగా, కృప వెంబడి కృపనుచే ఆశీర్వదించబడిన వారుగా, ఈ లోకములో పాలుపంపులు పొందుటకు వారిని బలపరుస్తుంది.

యోహాను ప్రకారముగా ఒక గొప్ప పత్రిక, సాహిత్యపరంగా చూస్తే, ఇది ఒక మెచ్చుకోదగిన విజయం - దానిలోని సంభాషణ జరిగిన విధానం, వాదనలు మెరుగుపరచబడిన విధానం, నాటకీయత నిర్మించబడిన విధానం, సమానత్వమును వ్యతిరేకత / వ్యంగ్యం సరిచేసిన విధానం, చదవరులను ఆకర్షించు విధానం ఒక గొప్ప విజయం. గలిలయ సముద్రపు జాలరులో, పామరులో, గ్రామాలలో ఉండేవారో కాదని, బాగా సాహిత్యము తెలసిఇన క్రైస్తవులచే వ్రాయబడినదన్న సాక్ష్యము ఇదే. చాలా ఆలోచన మరియు కొంత వేదన తరువాత ఒక అధునాతన వేదాంత స్థాయిని ఈ సువార్త కనపరుస్తుంది.

ఈ క్రింది లోకములో ఉండు పరధ్యానాలు మరియు దు:ఖములను ఎదుర్కొని కంగారు పడుచున్న స్త్రీ పురుషులకు లోతైన వేదాంత దృష్టిని ఇస్తూ కూడా ఈ సువార్తలోని సాహిత్యపు వ్రాత మించుతుంది. దైవ సంబంధికమైన వాస్తవికతను నూతనముగా చూపే ఈ అవగాహన కంటే ఈ దృష్టి తక్కువేం కాదు - బలియైన ప్రేమతో ఆత్మలో స్వాతంత్రులుగా జీవించుటకు అందరిని సవాలు చేసేది ఈ అవగామన - ప్రేమించబడటంలో తమ గుర్తింపును కనుగొనుటకు కారణము ఈ ప్రేమ.

----

www.ingramcontent.com/pod-product-compliance
Lightning Source LLC
Chambersburg PA
CBHW011159090426
42740CB00020B/3405
* 9 7 8 1 6 3 1 9 9 7 3 8 9 *